AF766182

கனவுகள் இலவசம்

முதற்பதிப்பு: 2023
First Edition: 2023

Kanavugal Ilavasam

கனவுகள் இலவசம்

Pattukottai Prabakar

பட்டுக்கோட்டை பிரபாகர்

ISBN: 978-93-95166-03-4

காப்புரிமை @ ஆசிரியர்

இந்தப் புத்தகத்தின் எந்த ஒரு பகுதியையும் பதிப்பாளரின் எழுத்துபூர்வமான முன் அனுமதி பெறாமல் மறுபிரசுரம் செய்வதோ, அச்சு மற்றும் மின்னணு ஊடகங்களில் மறுபதிப்பு செய்வதோ காப்புரிமை சட்டப்படி தடை செய்யப்பட்டதாகும். புத்தக விமர்சனத்திற்கு மட்டுமே இந்தப் புத்தகத்திலிருந்து மேற்கோள் காட்ட அனுமதிக்கப்படுகிறது.

Pustaka
EBooks | Audiobooks | Paperback

Pustaka Digital Media Pvt. Ltd.
#7-002, Mantri Residency,
Bannerghatta Main Road, Bengaluru - 560 076
Karnataka, India
+91 7418555884

கனவுகள் இலவசம்

பட்டுக்கோட்டை பிரபாகர்

Pustaka
EBooks | Audiobooks | Paperback

அன்புள்ள உங்களுக்கு...

என்னை ஈன்ற பெண்ணுக்கும்...
என்னுடன் பிறந்த பெண்களுக்கும்...
என்னோடு இணைந்த பெண்ணுக்கும்...
எனக்குப் பிறந்த பெண்களுக்கும்...
எனக்குத் தெரிந்த பெண்களுக்கும்...
எனக்குத் தெரியாத பெண்களுக்கும்...

அன்புள்ள உங்களுக்கு...

வணக்கம்.

1988 ல் ஆனந்த விகடன் வார இதழில் தொடர்கதையாக வெளிவந்த நாவல் 'கனவுகள் இலவசம்.' நிறைய வாசகர்களை கவர்ந்த நாவல் இது. குறிப்பாக வாசகிகளை! காரணம்... அது அவர்களைப் பற்றிய கதை. சுயமாய் சிந்திக்கிற, சுதந்திர உணர்வுகள் கொண்ட பத்மினி என்கிற பெண்ணின்... திருமணத்திற்கு முன்பும், பின்புமான பிரச்சினைகளை அலசுகிற கதை.

15 வருடங்கள் கழித்து இப்போது ஒருமுறை படித்துப் பார்க்கும் போதும் எங்கும் எதுவும் முரண்படவில்லை, என்பது ஆச்சரியமாக இருக்கிறது. விஞ்ஞான ரீதியான வளர்ச்சி காரணமாக தொடர்பு சாதனங்களும், பொழுதுபோக்கு அம்சங்களும் நாட்டில் பெருகியிருக்கின்றன. ஆனால் பத்மினி போன்ற மனப்புழுக்கம் உள்ளப் பெண்களை 2003-லும் நிறைய சந்திக்க முடிகிறது. உரத்து சிந்தித்தால் இந்த எண்ணிக்கை அதிகரித்திருக்கிறது என்றே

தோன்றுகிறது. இப்படி தோன்ற 1988ஐ விட 2003-ல் குடும்ப நீதிமன்றங்களும், விவாகரத்து வழக்குகளும் பெருகியிருப்பது ஒரு வெளிப்படையான சான்று. நமது நாட்டின் கலாச்சாரத்தில் உள்ள நமது திருமண அமைப்பில் எனக்கு கேள்விகள் ஏதுமில்லை. ஆணாகட்டும், பெண்ணாகட்டும், சிறப்பான விதிவிலக்கு காரணங்கள் இருந்தாலொழிய... திருமணம் அனைவருக்கும் அவசியம்தான். திருமணம் ஒரு மனிதனை முழுமையாக்குகிறது. பக்குவப்படுத்துகிறது. வாழ்வின் பல அர்த்தங்களை கற்பிக்கின்றது. நமது வம்சத்தின் தொடர்ச்சியை சமுதாயத்திற்கு விட்டுச் செல்கிற கடமையை பூர்த்தி செய்ய வாய்ப்பளிக்கிறது. உடலின் நியாயமான தேவைகளுக்கு முறையான வழி அமைத்துக் கொடுக்கிறது. பாசம், அன்பு இவற்றுக்கு பல கோணங்களில் அனுபவ விளக்கம் அளிக்கிறது.

இப்படிப்பட்ட சிறப்பான திருமண பந்தம் சிறப்பாக அமைந்தால் தம்பதியரின் வாழ்வில் மகிழ்ச்சி. மாறாக அமைந்தால் சோகம். 'மனைவி அமைவதெல்லாம் இறைவன் கொடுத்த வரம்' என்றார் கண்ணதாசன்! மனைவி அமைவது மட்டும்தானா? கணவன் அமைவதும் இறைவன் கொடுத்த வரமே. கணவனை தேர்வு செய்வதில் ஒரு பெண்ணுக்கு இந்த சமுதாயம் வழிவழியாக வழங்கி வரும் சுதந்திரம் சற்றுக் குறைவுதான். பல திருமணங்கள் உறவு தொடர்வதற்காகவும் (சொந்தம் விட்டுப் போயிடக் கூடாதுன்னு மாமன் பொண்ணை கட்றதுதான் எங்கள்ல வழக்கம்), தந்தையின் சீர் செய்யும் திறனின் அடிப்படையிலும் ('இதுக்கு மேல படிச்ச மாப்பிள்ளையா, வசதியான இடமா பாத்தா என்னால அவங்க கேக்கற அளவுக்கு செய்ய முடியாதேம்மா') அமைகின்றன. மனப்பொருத்தம் இருக்கிறதா

என்பதைவிட ஜாதகப் பொருத்தம் இருக்கிறதா என்பதே இன்னும் கவனிக்கப்படுகிறது. பெண் பார்க்கும் சம்பிரதாயத்தின் போது ஏதோ சில இடங்களில்தான் பையனும், பெண்ணும் தனிமையில் சந்தித்துப் பேசுகிறார்கள். அந்த பதட்டமான சூழ்நிலையில், சில நிமிடங்களில் ஒருவரை ஒருவர் எவ்வளவு தூரம் உணரமுடியும்? புரிந்துக்கொள்ள முடியும்? ஆக... நமது திருமணங்களில் பெரும்பாலும் 'நமக்கு அமையும் கணவன் நல்லவனாகத்தான் இருப்பான், நம்மை நன்றாக வைத்துக் கொள்வான்' என்று முழுக்க முழுக்க நம்பிக்கையின் அடிப்படையில்தான் ஒரு பெண் மணமாலை ஏற்கிறாள். கழுத்தில் தாலி ஏறிய அடுத்த வினாடி தனது அத்தனை உறவுகளையும் துறந்து அவன் பின்னால் வருகிறாள். அப்படி தன் முழு வாழ்க்கையையும் நம்பிக்கையோடு ஒரு ஆண்மகனிடம் ஒப்படைத்து திருமண பந்தத்தில் நுழைகிற அத்தனை பெண்களின் மீதும் எனக்கு அளவுகடந்த மரியாதை உண்டு. அவர்களின் மனதில் சுமந்து வரும் நூறு வண்ணக் கனவுகளும் சிதைக்கப்படாமல் காப்பாற்றப்பட வேண்டுமே, நிறைவேற்றப்பட வேண்டுமே என்று பதைப்புடன் கூடிய அக்கறையும் உண்டு.

இந்த பதைப்பும் அக்கறையுமே என்னை இந்த நாவலை எழுதச் செய்தன. கதையின் நாயகி பத்மினிக்கும் நூறு கனவுகள் உண்டு. அவளுக்கு அமைகிற நாயகன் எப்படி, அவளுடைய கனவுகளுக்கு என்ன நேர்கின்றன என்பதை படித்து அறியுங்கள்.

✲ ✲ ✲

அத்தியாயம் 1

நள்ளிரவில் பன்னீர் தெளிப்பாய் ஆரம்பித்த ஏப்ரல் மழை, நினைத்து நினைத்து விசும்பும் குழந்தையின் அழுகையாய் விடியும்வரை விட்டுவிட்டுத் தொடர்ந்து, 'போதும்' என்று சமாதானமாகி நின்று போயிருந்தது. வீக்காகிப் போன பேட்டரியாக சூரியன். கலங்கலான வெளிச்சத்துடன் ஆகாயம். சாலைகளின் ஓரங்களில் சகல குப்பைகளையும் அணைத்தெடுத்துக் கொண்டு, காபி நிற வாய்க்கால்கள் சிணுங்கல்களுடன் வடிந்து கொண்டிருந்தன. மின்சாரக் கம்பிகளில் குடியரசுத் தின ராணுவ அணிவரிசையாய் நீர்முத்துக்கள் தொங்கின. இலைகள் அலுங்காத மரங்கள். இறக்கைகள் அலுங்காமல் அமர்ந்திருக்கும் பறவைகள். உஸ்ஸ்...ஸ்ஸ்... என்று ரகசியம் பேச, குளிராய் அழைத்துக் கொண்டிருந்த காற்று. போடப்பட்ட செய்தித்தாள்களின் ஓரங்களில் ஈரம்.

இப்படி ஜலதோஷ சாத்தியத்துடன் துவங்கி சென்னையின் புதிய தினத்தின் காலையில்...

கீழே இரண்டு, மேலே இரண்டு ஒரே மாதிரியான வீடுகளைக் கொண்ட அந்த ஃப்ளாட்டின் மாடியில், சாலையோரமாக இருந்த வீட்டினுள்ளே ஆகாஷ்வாணி, செய்திகள் வாசித்துக் கொண்டிருந்தாள். சமையலறையில் மிக்ஸி சட்னி அரைத்துக் கொண்டிருந்தது. குளியலறையில் ஹீட்டர் வெந்நீர் தயாரித்தது. ஓர் அறையில் ஹேர்ட்ரையரின் வீர்ர்ர்!

வரவேற்பறையில் இன்னும் பல் துலக்காத, ஷேவ் செய்யாத மூன்று தோழர்களுடன் பேசிக் கொண்டிருந்தார் வைத்தீஸ்வரன். லுங்கி கட்டியிருந்தார். கை வைத்த பனியன்

போட்டிருந்தார். மடியில் சிகரெட் பெட்டி அதன் முதுகில் தீப்பெட்டி.

"இன்னிக்கு மீட்டிங்குல வெங்கடேசன் அந்தப் பிரச்னையைக் கொண்டு வருவான்னு நீங்க எதிர்பார்க்கறீங்களா...?"

வைத்தீஸ்வரன் புகை கலந்து கேட்ட கேள்விக்கு, மூவரும் தங்களுக்குள் பார்த்துக் கொண்டார்கள்.

"நான் கேள்விப்பட்ட வரைக்கும் வெங்கடேசன் அதைக் கிளப்பறதா தீர்மானமா இருக்கான் சார்..."

"செக்ரெடரி ஊர்ல இல்லாத சமயத்தில் ஜாயிண்ட் செக்ரெடரியான எனக்குத் தீர்மானிக்கிற உரிமை இருக்கா, இல்லையா...?"

"தாரளமாக இருக்கு...!"

"அந்த உரிமையிலேதான் முடிவெடுத்தேன்னு சொல்லிட்டுப் போறேன். ஓர் அவசர சமயத்திலேகூட கமிட்டியைக் கூட்டிக்கிட்டிருக்க முடியுமா? இதோ பாருங்கப்பா! எனக்கு இன்னும் மூணு வருஷத்திலே ரிடையர்மெண்ட்... யூனியன்ல மீட்டிங் போட்டா ஒரு பய வர்றதில்லை. பொறுப்பு எடுத்துக்கச் சொன்னா, 'நமக்கேன் வம்பு'னு ஒதுங்கிக்குவானுங்க. பொறுப்புல இருக்கிற யாராச்சும் செயல்பட்டாலும், அதிலே குறை சொல்றதுக்கு ரெடியா இருப்பானுங்க..."

"வாஸ்தவம்தான் சார்!"

"இந்த மீட்டிங்ல அநாவசியத்துக்கெல்லாம் பிரச்னை வந்திருச்சின்னா பதவியும், வேணாம், ஒண்ணும் வேணாம்னு எழுதிக் கையெழுத்துப் போட்டு வீசிட்டு வந்துடுவேன். தெரிஞ்சுக்கங்க..."

"என்னண்ணே, அந்த வார்த்தை எல்லாம் சொல்லிக்கிட்டு..."

அரசாங்கம் ஏற்று நடத்திவரும் ஒரு நொடித்துப்போன தனியார் டெக்ஸ்டைல் ஆலையில் சூபர்வைசராக வேலை

பார்க்கும் வைத்தீஸ்வரன் வீட்டு வரவேற்பறையில் காலை, மாலை, சில சமயம் நடுநிசி தாண்டிக்கூட யூனியன் பிரச்னைகள் ஒலித்துக் கொண்டே இருக்கும்.

மிக்ஸியில் சட்னி அரைத்துக் கொண்டிருக்கும், தலையில் துண்டு சுற்றியிருக்கும், அவசரத்துக்குக் கண்ணாடி பார்க்காமல் துளி குங்குமத்தை நெற்றியில் வைத்துக்கொண்டு 'காஸின்' இரண்டு அடுப்புகளிலும் குக்கரும் வாணலியும் வைத்து, அவற்றின்மேல் கவனமும் வைத்துக் கொண்டிருந்த அம்மாவை அழைத்துக்கொண்டு காட்டன் நைட்டியில் உள்ளே வந்தாள் பவானி.

தலை கலைந்து, மை கரைந்து, உடை கசங்கி, கண்களில் இன்னும் கொசுறுத் தூக்கம் மிதக்கும் பவானி, சமையலறையின் ஜன்னல் வழியாக வெளியே பார்த்து, "ஹை...! ராத்திரி மழை பேஞ்சிச்சாம்மா...?" என்றாள்.

"நல்லா தூங்கினே போ. அடிச்சு ஊத்திச்சு. இவ்வளவு அசந்து தூங்கக் கூடாதுடி..."

"போம்மா. தூக்கம் எமது பிறப்புரிமை. கல்யாணமாயிட்டா கடமைகள் தூங்க விடாது. வயசாயிட்டா வியாதிகள் தூங்க விடாது. இப்பவே நிம்மதியா தூங்கிக்கிட்டாத்தான் உண்டு."

"நல்லா வாயடிக்கக் கத்துகிட்டே நீ. பத்மினியோட பொறுப்புல பத்துல ஒரு பங்காவது இருக்கா உனக்கு? இவ்வளவு மழையிலயும் அதே அஞ்சுமணிக்கு எந்திரிச்சிட்டா. ஆபீஸ்லேர்ந்து ஃபைல்ஸ் கொண்டு வந்திருந்தா. அதைப் பார்த்துட்டு 'பூத்'துக்குப் போய்ப் பால் வாங்கிட்டு, காய்கறியும் வாங்கிட்டு வந்து குளிச்சும் முடிச்சுட்டா. நீ கும்பகர்ணன் மாதிரி தூங்கிட்டு மழை பேஞ்சிச்சானு கேக்கறே. போடி, போய் முதல்ல குளி..."

"சந்துரு குளிச்சிக்கிட்டிருக்கான். நீங்கள் கேட்டவை நடத்திக்கிட்டிருக்கான். ஒரு பாட்டுக்கும் மறு பாட்டுக்கும்

நடுவிலே விளம்பரம் வேறே... 'சுடச்சுட இட்லிகள் தேவையா, உடனே திருமதி வைத்தீஸ்வரனின் சமையலறைக்கு வருகை தாருங்கள்'னு சொல்லிக்கிட்டிருக்கான், குறைச்சலா அரை மணிநேரமாகும் அவன் வர்றதுக்கு, அப்பாகிட்டே சொல்லி அஞ்சு பாத்ரூம் வெச்சு வீடு கட்டச் சொல்லும்மா. காபிம்மா..."

"வேலையா இருக்கேன் தெரியுதில்லே. அதுகூடக் கலந்துக்க முடியலையா? வரவர உனக்கு உடம்புல சோம்பேறித்தனம் சேர்ந்துக்கிட்டே போகுது. பத்மினியோட..."

"இரு. நான் முடிக்கிறேன். பத்மினியோட பொறுப்புல ஒரு பங்காவது இருக்கா எனக்கு...? ஒரு நாளைக்கு ராமஜெயம் மாதிரி இதை எத்தனை தடவைதான் சொல்லுவே...? எனக்கும் அவளுக்கும் ஏழு வயசு வித்தியாசம். நான் ப்ளஸ்டூ. அவ எம். பி. ஏ. நானும் படிச்சு முடிக்கிறேன். எனக்கும் அவளை மாதிரி சான்ஸா ஆயிரத்து நானூறு ரூபா சம்பளத்திலே வேலை கிடைக்கட்டும். அதுக்கப்புறம் எப்படி நடந்துக்கறேன்னு பாரு..."

"அவளை மாதிரி எல்லாம் நீ ஆனேன்னு வெச்சிக்கோ... என்னையே 'யார் நீ, எங்கேயோ பார்த்த மாதிரி இருக்கே'னு சொல்லுவே. அப்பாவோட அரட்டைக் கச்சேரி முடிஞ்சிருச்சான்னு பாரு."

"அவ்வளவு சீக்கிரம் முடியுமா? இப்பதானே ரெண்டு சிகரெட்டாயிருக்கும். பெட்டி காலியானதும்தான் உள்ளே வருவார்."

பவானி காபி கலந்து ஆற்றிக் கொண்டிருக்க... பாத்ரூமிலிருந்து தலையைத் துவட்டிக் கொண்டே விசிலடித்துக் கொண்டு வெளிப்பட்ட சந்துரு, தனது அறைக்கு வந்து சுவரில் நுண்ஜாவுடன், மார்பெல்லாம் ரத்தக் கீறல்களுடன் இருந்து புரூஸ்லீக்கு மானசீகக் காலைவணக்கம் சொல்லிவிட்டு ஜீன்ஸ் அணிந்தான். காட்டன் முழுக்கை சட்டையை உள்ளே செருகிக் கொண்டான்.

சந்துருவின் தினசரி நிகழ்ச்சிகள் சிக்கல் இல்லாதவை. காலை எழுந்தவுடன் பல் துலக்கி மொட்டை மாடிக்குப் போய் விடுவான். வு, வா, வு, வா என்று கராத்தே உடற்பயிற்சிகள். அப்புறம் குளித்துவிட்டு ஷார்ட்ஹாண்ட் எழுதிப் பழகுவான். டிபன் முடித்துத் தன் சைக்கிளை எடுத்துக் கொண்டு சைதாப்பேட்டையில் வசிக்கும் நண்பன் அருண் வீட்டுக்கு வருவான். இரண்டு பேரும் இரண்டு சைக்கிள்களில் குருநானக் கல்லூரி வந்து... அப்புறம் மாலையில் நேராய் தி.நகரில் ஒரு இன்ஸ்டிடியூட்டில் டைப்படித்து, சுருக்கெழுத்து கிளாஸ் முடித்து, அங்கேயே அரை மணிநேரம் இந்தி கிளாஸ் எல்லாம் முடித்துக்கொண்டு, டி.வி - யில் செய்திச் சுருக்கம் நேரத்துக்கு வீட்டுக்கு வந்துவிடுவான். பத்மினியும், பவானியும், அம்மாவும் தொலைக்காட்சியில் ஆழ்ந்திருக்க... இவன் வெள்ளிக்கிழமை, ஞாயிற்றுக்கிழமை தவிர அறைக்குச் சென்று கதவைச் சாத்திக்கொண்டு படிக்க ஆரம்பித்து விடுவான்.

தற்போது சுருக்கெழுத்துப் பழக நோட்டை எடுத்துக்கொண்டு தன் மேஜைமுன் அமர்ந்த சந்துரு, டிராயர்களில் தேடிப் பார்த்துவிட்டு, ''பவானி'' என்றான் சத்தமாக.

''அவ குளிக்கப் போயிட்டா. என்ன வேணும் உனக்கு...?''- அம்மாவின் பதில் வந்தது.

''என் பென்சிலைத் தொடாதேன்னு சொன்னா கேக்கறதில்லை'' என்று எழுந்து சமையலறைக்கு அடுத்த நடையை ஒட்டியிருந்த பாத்ரூம் முன்னால் வந்து நின்று, ''பவானி என் பென்சிலை எடுத்தியா?''

''ஆமாம். என் ஷெல்ஃபிலே பாக்ஸ்ல இருக்கு, எடுத்துக்கோ.''

''உனக்குன்னு ஒண்ணு வாங்கிக்க முடியாதா? இனிமே என் மேஜைமேலேர்ந்து ஏதாச்சும் எடுத்தேன்னா பாரு, கழுதை!''

''சகோதரா, வாழும் நாட்களோ சிறிது. இதில் உன்னுடையது, என்னுடையது என்று பிரித்துப் பார்ப்பது ஏன்? எல்லாம்

எல்லார்க்கும் பொது என்கிற நல்ல சிந்தனையை வளர்த்துக் கொள்ளக் கூடாதோ?''

''வியாக்யானமா? வெளில வா, உதைக்கிறேன்.''

''என்னைக் கழுதைன்னு சொல்லிட்டு நீ உதைக்கிறேன்னு சொல்றியே...''

''உனக்கு என்னைச் சீண்டறதுன்னா தொக்காப் போச்சுடி. எங்கே, பத்மினி அக்கா ரூம்லேர்ந்து ஒரு சாமானை எடுத்திடு, பார்க்கலாம்.''

''அது ஒண்ணும் பெரிய சமாசாரம் இல்லை. ஆனா, அப்புறம் கூப்புட்டு உக்கார வெச்சி டிசிப்ளின் பத்தி ஒரு கட்டுரை படிப்பா. போர்! திட்டிட்டாக் கூட பரவாயில்லை இந்த அறிவுரை இருக்கு பாரு... நடு நடுவிலே 'ம்' கொட்டிக்கிட்டே வேற வரணும்.''

''சொல்றேன். இதை அப்படியே சொல்றேன்.''

''சந்துரு, நீ வேற போயி வத்தி வெச்சிடாதே...''

சந்துரு ஹாலில் இருந்த ஷெல்ஃபில் தேடித் தன் பென்சிலை எடுத்துக்கொண்டு அறைக்குள் செல்ல...

அம்மா சதா பெருமை பேசும், தம்பி மகா மரியாதை வைத்திருக்கும், தங்கை அலட்சியமாய் ஆனால் பயத்தோடு கிண்டலடிக்கும்... பத்மினி தன் அறையில் டிரெஸ்ஸிங் மேஜை முன்பு நின்றுக்கொண்டு கூந்தலை ஹேர்ட்ரையர் போட்டு உலர்த்தி முடித்ததும், வாரி, பன் வைத்துக் கொண்டை போட்டுக்கொண்டாள். முகத்தில் லேசாக பவுடர் ஒற்றிக்கொண்டாள். அளவான ஒப்பனையை முடித்துக்கொண்டு சீப்பில் சேகரம் ஆகியிருந்த உதிர்ந்த முடிகளைச் சுருட்டி அறையின் மூலையில் இருந்த குப்பைக் கூடையில் போட்டுவிட்டு வெளிப்பட்டாள்.

ஹாலில் இருந்த ரேடியோ வர்த்தக விளம்பரம் செய்துக் கொண்டிருக்க, புடவையின் தலைப்பைச் செருகிக்கொண்டு சமையல்கட்டுக்குள் வந்தாள்.

"அம்மா, நான் என்ன செய்யட்டும் சொல்லு?"

"எல்லாம் ஆயிடுச்சி. சாதம் இறக்கிட்டேன். உப்புமா கிளறி எடுத்து வெச்சிட்டேன். சட்னி ரெடி; குழம்பு கொதிச்சதும் தாளிக்க வேண்டியதுதான். நான் பார்த்துக்கறேன்; நீ உன் வேலை ஏதாச்சும் இருந்தா பாரு பத்மினி."

"அப்பா ரெடியாயிட்டாரா?"

"ஆறரை மணிக்கு வாசல் ரூம்ல போய் உட்கார்ந்தவர்தான். ஒரு நாள் பாக்கி இல்லாம யாராச்சும் வந்துடறாங்க. இவரும் சட்டுபுட்டுனு பேசி அனுப்பறதில்லை. அப்புறம் ஒன்பது மணிக்கு உள்ளே வந்து பறப்பாரு இறக்கையைக் கட்டிக்கிட்டு, அவதி அவதின்னு அள்ளி வாய்ல போட்டுக்கிட்டு... என்ன டிபன்னு பார்க்கறாரா, என்ன ருசின்னு கேக்கறாரா... எதுவும் இல்லை."

"ஏம்மா அஞ்சி மணிக்கு எந்திரிக்கிறே? இவ்வளவு வேலை பார்க்கறே. பசிக்காதா உனக்கு? நீ சாப்பிடேன், அவர் எப்ப வேணும்னாலும் வந்து சாப்பிடட்டுமே...!"

"அது சரிடி. இல்லாத புதுப்பழக்கம் எல்லாம் செய்யச் சொல்லு என்னை. அப்பா சாப்பிடாம நான் என்னிக்கு சாப்பிட்டிருக்கேன்?"

"எதுக்காக இந்த மடத்தனமான கட்டுப்பாடுன்னு கேக்கறேன்? பதிபக்தியா? வயத்தைக் காயப் போட்டுத்தான் அதைக் காட்டணுமா? உனக்குப் பசிக்கிறப்போ நீ சாப்பிடுன்னு எத்தனை தடவை சொல்லியிருக்கேன், கேக்கறியா? ஒரு சின்ன விஷயத்திலேயாவது உன்னை நீ மாத்திக்கிறியா? 'எனக்குப் பசிக்கிது, நீங்க சீக்கிரம் சாப்பிட வாங்க'ன்னாவது சொல்லியிருக்கியா?"

"சத்தம் போட்டுப் பேசாதடி, வாசலுக்குக் கேக்கும்."

"கேக்கட்டுமே! என்னம்மா நீ! அவர் என்ன மிலிட்டரி ஆபீஸரா? நீ என்ன சிப்பாயா? ஏன் எப்பவும் ஒரு நடுக்கம்?

புருஷன்கிட்டே மரியாதை அவசியம். பயம் அவசியமா? முப்பது வருஷம் முன்னாடி சுயமா சிந்திச்சியே. எப்படி? எத்தனை சிறுகதை எழுதினே... இருபத்தேழா? நம்பவே முடியலைம்மா. நீதான் எழுதினியா, யாராச்சும் எழுதிக் கொடுத்தாங்களா?''

''ஆரம்பிச்சிட்டியா? அந்த விஷயத்தை ஆரம்பிச்சா அரை மணிநேரம் லெக்சர் பண்ணித்தான் முடிப்பே. காலங்கார்த்தாலே எனக்குப் பொறுமை இல்லை. வேலை கெட்டுடும். நீ போய் பேப்பர் பாரு. அயர்ன் பண்ணு. ஏதாச்சும் செய். என்னை விடு.''

பத்மினி தன் அம்மாவை ஒரு தரம் உற்றுப் பார்த்துவிட்டு வெளியே ஹாலுக்கு வந்தாள். முன் வரவேற்பறையில் அப்பா ஏதோ சீரியஸாகப் பேசிக்கொண்டிருப்பது கேட்டது.

திரைச்சீலையைத் தள்ளிக்கொண்டு அங்கே வந்த பத்மினி,''உங்களுக்கெல்லாம் காபி கொண்டாரட்டுமா?'' என்றாள்.

மூன்று பேரும் எழுந்துகொண்டார்கள். ''இல்லேம்மா, வேணாம். டைம் ஆச்சு; வீட்டுக்குப் போய்க் குளிச்சுட்டுப் புறப்படணும். அப்போ வர்றோம்ண்ணே...''

''சரி, சுபாஷுக்குத்தான் தெரியாதுன்னு நினைக்கிறேன். இதான் என் மூத்த பொண்ணு பத்மினி எம். பி. ஏ. படிச்சிருக்கா. கிண்டி இண்டஸ்ட்ரியல் எஸ்டேட்ல இருக்குதில்லே டிசோட்டா பிவரேஜஸ் லிமிடெட். அதான்ப்பா 'டபிள் சில்'னு கூல்ட்ரிங்க் போடு போடுன்னு போடுதே... அந்த கம்பெனி அஸிஸ்டண்ட் மானேஜரா இருக்கா. ஆபீஸ் பாரீஸ் கார்னர்ல...'' என்றார் வைத்தீஸ்வரன்.

சுபாஷ் எனப்பட்ட அந்தக் கறுப்பான இளைஞன் வணக்கம் சொன்னான். பத்மினி பதிலுக்கு வணக்கம் சொன்னாள். அவர்கள் புறப்பட்டு போனதும்...

"டைம் என்ன ஆச்சு பார்த்தீங்களாப்பா? நீங்க பாட்டுக்கு ஆள் கிடைச்சாச்சின்னு பேசிக்கிட்டே இருந்தா என்ன அர்த்தம்? எப்ப பார்த்தாலும் யூனியன் பிரச்னைதானா? இதையெல்லாம் உங்க யூனியன் ஆபிஸ்லேயே வெச்சிக்கக் கூடாதா?"

"இரு, இரும்மா. இன்னிக்கு முதல்லயே யூனியன் சம்பந்தமாப் பேசிட்டோம். நீ வந்தப்போ நாங்க உன் சம்பந்தமாத்தான் பேசிக்கிட்டிருந்தோம்."

"என் சம்பந்தமாவா!" என்று பத்மினி ஆச்சரியமாய் வினவிய போது, வாசலின் திரையை லேசாக விலக்கி, "எக்ஸ்கியூஸ் மி. நான் உள்ளே வரலாமா?" என்ற அந்த அழகான இளைஞன், புன்னகை அணிந்திருந்தான்.

✲ ✲ ✲

அத்தியாயம் 2

"என் பேரு இளங்கோ..." என்றான் அவன்.

சமீப நிமிடங்களில் ஷேவ் செய்திருந்தான். மீசைமேல் எண்ணெய் தடவி இருந்தான். புருவங்களுக்கு மத்தியில் கண்ணாடி பார்த்து வைக்கப்பட்ட விபூதிக் கோடு. கையில் கறுப்புக் கயிறு கட்டியிருந்தான். சட்டையின் அனைத்து பட்டன்களும் போட்டிருந்தான். பாக்கெட்டில் இருபது ரூபாய் நோட்டு இருப்பது தெரிந்தது.

"கீழே காலியா இருந்த வீட்டுக்கு நாங்க இன்னிக்குக் குடிவந்திருக்கோம்..."

"அடடே....! அது நீங்கதானா...? டி.வி.எஸ்லே வேலை பார்க்கிறவர்னு சொன்னாங்க..." என்றார் வைத்தீஸ்வரன்.

"நான்தான் சார். அறிமுகப்படுத்திக்கலாம்னு வந்தேன்..."

"தாராளமா...! உக்காருங்க. இது என் பொண்ணு பத்மினி..." என்று அவள் வேலை பார்க்கும் விவரத்தைச் சொல்லி, தன்னைப் பற்றி, தன் குடும்ப உறுப்பினர்களைப் பற்றிச் சொல்லி,

"ஒரு காபி எடுத்துட்டு வாம்மா..." என்றார்.

"இல்லைசார், வேணாம். காபி சாப்பிட மாட்டேன்..."

"அப்போ பால் சாப்பிடுங்க. எதாச்சும் சாப்பிட்டுத்தான் ஆகணும் நீங்க..."

"சரி, அரை தம்ளர் கொடுங்க போதும்..."பத்மினி உள்ளே சென்றாள்.

“எத்தனை பேர் உங்க வீட்லே...?”

“நான், அப்பா, ஒரு தம்பி - மூணே பேர்தான். அப்பா பி அண்ட் டி - லே வேலை பார்த்து ரிடையராயிட்டார், தம்பி எட்டாவது படிக்கிறான். நான் எம். காம் முடிச்சுட்டு நாலு வருஷமா டி. வி. எஸ் - லே கணக்குப் பிரிவில் வேலை பார்க்கறேன்...”

பத்மினி பீங்கான் கோப்பையில் பால் எடுத்து வந்து, டீப்பாயில் வைத்து, “எடுத்துக்கங்க சார்...” என்றாள்.

“அப்போ வீட்லே யார் சமைக்கிறது?” என்றார் வைத்தீஸ்வரன்.

“அப்பா பிரமாதமா சமைப்பார். நான் கூடமாட உதவி செய்வேன்...”

“உங்களுக்குக் கல்யாணம்...?”

“இனிமேதான் சார்...”

“முதல்லே எங்கே இருந்தீங்க...?”

“மடிப்பாக்கத்திலே இருந்தோம். இன்னும் அரை மணிநேரத்திலே வீட்லே பால் காய்ச்சறோம். அவசியம் வரணும்...”

“அரை மணிநேரத்திலேயா...?” என்று வாட்ச்சைப் பார்த்த பத்மினி, “எங்க வீட்ல நாலு டிக்கெட்ஸ் வெளியிலே பறக்கற நேரம். நானும் அப்பாவும் ஆபீஸ்... தம்பி காலேஜ். தங்கை ஸ்கூல். அம்மாவை வேணும்னா அனுப்பி வைக்கறோம். என்னப்பா...?”

“ஆமாம் தம்பி. சாயங்காலம் நான் வந்து உங்க அப்பாவை சந்திக்கிறேன், கஸ்தூரி....” என்று உள்பக்கம் திரும்பி அழைத்தார்.

அம்மா வர, “தம்பி பேர் இளங்கோ. கீழ் வீட்டுக்கு இன்னிக்குத்தான் குடி வந்திருக்காங்க. அரை மணிநேரத்துல பால் காய்ச்சறாங்களாம். நீ போயிட்டு வந்துடு...” என்றார்.

"அவசியம் வாங்கம்மா..." என்று கைகூப்பிவிட்டு எழுந்துக்கொண்டான் இளங்கோ.

அவன் போனதும், "நல்ல குடும்பமா தெரியுது. ஏற்கெனவே இருந்தானே ஹெல்த் இன்ஸ்பெக்டர், எதிலடா தகராறு பண்ணலாம்னு எதிர்பார்த்துக்கிட்டு..." என்ற வைத்தீஸ்வரன் உள்ளே வந்து, "டைம் ஆச்சுடி... துண்டுக் கொண்டா சீக்கிரம்..." என்று குளியலறைக்கு விரைந்தார்.

பத்மினி சமையலறைக்கு வந்தபோது பவானியும், சந்துருவும் டிபன் சாப்பிட்டு முடித்து, தட்டைத் தூக்கிக்கொண்டு எழுந்தார்கள்.

"யாருக்கா அது...? கண்ணாடி மட்டும் போட்டு விட்டுட்டா, அசல் சரத்பாபு..." என்ற பவானியை முறைத்தான் சந்துரு.

"அக்கா... இவளைக் கண்டிச்சு வை. இதென்ன ஆம்பளைங்களை காமெண்ட் அடிக்கிற பழக்கம்...? சாயங்காலம் ஃப்ரெண்டோட பால்கனியிலே நின்னுக்கிட்டு வீதியிலே போறவன் வர்றவனுக்கெல்லாம் பட்டப் பேரு வெச்சுக்கிட்டிருக்கா..."

"சார் ரொம்ப ஒழுங்கோ...? ஹிந்தி கிளாஸ் போறப்போ, லோகின்னு ஒரு சேட்டுப் பொண்ணோட சதா அரட்டையாம்! நோட்புக்குல கூட லோகின்னு எழுதி வெச்சிருக்கார். தமிழ்ல எழுதிவெச்சா படிச்சிடுவோம்னு, ஹிந்தியிலே எழுதி வெச்சிருக்கார். கொண்டு வந்து காட்டவா...?"

"பாவி! ஏன் இப்படி அபாண்டமாப் பேசறே? பார்த்தியாக்கா, பேசற பேச்சை? என் நோட்புக்குல இவளே அப்படி எழுதிவெச்சுட்டு, என்னைச் சதா கிண்டல் பண்றா..."

"சரி சரி... ரெண்டு பேரும் பிரச்னையை விடுங்க. எப்ப பார்த்தாலும் ஏன் இப்படி அடிச்சுக்கறீங்க...? பவானி, அண்ணன்னு கொஞ்சமாச்சும் மரியாதை கொடு. போங்க, டைமாச்சு... டிபன்பாக்ஸை எடுத்துக்கிட்டுக் கிளம்புங்க..."

பத்மினி பத்து நிமிடத்தில் கைப்பைக்குள் டிபன்பாக்ஸை எடுத்து வைத்துக்கொண்டு, முன் ஜாக்கிரதையாகக் குடை எடுத்துக்கொண்டு செருப்பு அணிந்தாள்.

"அம்மா, என் ரெண்டு காட்டன் புடவைகளை மடிச்சு வெச்சிருக்கேன். இஸ்திரி வண்டிக்காரன் வந்தா தேய்ச்சி வாங்கி வெச்சுடு. எதாச்சும் வாங்கிட்டு வரணுமா...?"

"ஒண்ணும் வேணாம். நான் வாங்கிக்கறேன். உங்கப்பாகிட்டே சொன்னா, சரி சரினு தலையாட்டிட்டு மறந்துடுவார். நீ ஆபீஸ்லேர்ந்து போன் செஞ்சு காஸுக்கு சொல்லிடறியா...?"

"சொல்லிடறேன். அவ்வளவுதானே? வேற ஒண்ணும் இல்லையே..." என்று வெளியேறிய பத்மினி, மறுபடி உள்ளே வந்து, "அம்மா, ஒரு பதிப்பகத்துக்கு கவிதைத் தொகுப்பு ஒண்ணு வி. பி. பி.லே அனுப்பச்சொல்லி எழுதிப்போட்டிருக்கேன். வந்தா திருப்பி அனுப்பிடாதே... பணம் கட்டி வாங்கி வை."

பத்மினி படிகளில் இறங்கிக் கீழே வந்தபோது, கீழ் வீட்டின் வாசலில் நின்ற டெம்போ வேனிலிருந்து அலமாரி ஒன்றை இறக்கிக் கொண்டிருப்பதை, மேற்பார்வை பார்த்துக் கொண்டிருந்தான் இளங்கோ. நடந்தாள்.

☆☆☆

சூரியன் இன்னும் சுரத்தில்லாமல் இருந்தான். தன் வீதியிலிருந்து தெற்கு உஸ்மான் ரோட்டுக்கு வந்து மாம்பலம் ஸ்டேஷன் நோக்கி நடந்தாள்.

ஸ்டேஷனை விட்டுப் பெட்டிகளோடும், பயணக் களைப்போடும் வெளிப்பட்டுக் கொண்டிருந்த பயணிகளை, ஆட்டோக்காரர்கள் மீட்டருக்குமேல் கேட்டுக் கொண்டிருக்க...

"தலைக்குப் பூ வாங்கி வெச்சுக்கிட்டுப் போம்மா..."

பத்மினி நின்றாள். சென்று, நெருக்கிக் கட்டின மல்லிகைச் சரத்தை வாங்கிக் கொண்டைக்குமேல் வளைவாக வைத்து, ஹேர்பின் குத்திக்கொண்டு படிகளேறி இறங்கி மின்சார ரயிலுக்கான பிளாட்பாரத்தில் பெண்களுக்கான பெட்டி நிற்குமிடத்தில் வந்து ஏற்கெனவே நின்று கொண்டிருந்த ஜெயந்தியைப் பார்த்துப் புன்னகைத்தாள்.

''குட்மார்னிங்...!''

''குட்மார்னிங்! ஏன் லேட்டு...? உங்களுக்காக நான் ரெண்டு ட்ரெயினை மிஸ் பண்ணிட்டுக் காத்திருக்கேன்...'' என்ற ஜெயந்தி, படித்துக் கொண்டிருந்த வார இதழை மூடித் தோள் பையின் சைடுப் பகுதியில் செருகிக்கொண்டாள்.

''எங்க ஃப்ளாட்ஸ்ல காலியா இருந்த வீட்டுக்குப் புதுசா ஒரு குடும்பம் வந்திருக்காங்க. அவர் வந்து அறிமுகப்படுத்திக்கிட்டுப் பேசிட்டுப் போனார். அதிலே லேட்...''

ஜெயந்தி ரவிக்கை அணிந்திருந்தாள். கூந்தலை பாப் செய்திருந்தாள். உதடுகளில் அழுத்தமாய் லிப்ஸ்டிக் போட்டிருந்தாள். செயின் மாட்டின கண்ணாடி அணிந்திருந்தாள்.

ஜெயந்திக்கு பாரீஸ் கார்னரில் இருக்கும் ஓர் அலுவலகத்தில் ரிசப்ஷனிஸ்ட் உத்தியோகம். பத்மினியும் ஜெயந்தியும் மின்சார ரயில் பயணங்களில் முதலில் முகம் பரிச்சயமாகி, பிறகு 'இந்த வருஷம் வெயில் அதிகம்', 'ரயிலுக்குள்ளே பிச்சைக்காரர்களை ஏறவே விடக்கூடாது' என்று பொதுவாகப் பேசி...

பிறகு அதிகமாகப் பேச ஆரம்பித்தவர்கள் ஒருவரையொருவர் புரிந்துக்கொண்டவர்கள் யார் முதலில் ஸ்டேஷனுக்கு வந்துவிட்டாலும், மற்றவருக்காகக் காத்திருப்பது என்பது ஓர் எழுதப்படாத ஒப்பந்தம்.

''ஒரு நிமிஷம் இதைப் பிடிங்க...'' என்ற ஜெயந்தி, கைப்பையைப் பத்மினியிடம் கொடுத்துவிட்டுச் சென்று எடை இயந்திரத்தில் நின்று அட்டையுடன் திரும்பினாள்.

"எவ்வளவு இருக்கீங்க...?"

"அம்பத்துநாலு கிலோ..."

"போன தடவை போட்டப்போ அம்பத்தாறு கிலோ இருந்தீங்க இல்லையா? ஏன் எடை குறையுது...? டயட் கண்ட்ரோல் எதுவும் செய்யறீங்களா...?"

"உணவு குறைச்சா மட்டும்தான் எடை குறையுமா...?"

"பின்னே...?"

"சொல்றேன். ரயில் வந்துடுச்சு..."

பெண்கள் பெட்டியில் கூட்டம் இருந்தாலும், அமர இடம் இருந்தது. இருவரும் அருகருகில் அமர்ந்ததும், "என்னமோ சொல்ல வந்தீங்களே...?"

"கவலை அதிகரிச்சாலும் எடை குறையும்ங்க..."

"கவலையா...? உங்களுக்கா... யார் நம்பறது...?"

"நீங்க நம்பலைங்கறதுக்காக உண்மை இல்லைனு ஆயிடுமா...? பத்மினி, நாம ஏதோ சேர்ந்து கொஞ்சநேரம் பயணம் செய்யறோம். அந்தக் கொஞ்ச நேரத்தைச் சுவையாகக் கழிச்சுடலாமேன்னுதான் நான் நல்ல விஷயங்களாகப் பேசிச் சிரிச்சுடறேன்... உண்மையில் நான் சந்தோஷமா இல்லை தெரியுமா...? எல்லார்கிட்டேயும் வேஷம் போட்டுக்கிட்டே இருந்தா, யார்கிட்டேதான் மனம்விட்டுப் பாரம் இறக்கிக்கிறது?"

"என்னங்க ஜெயந்தி, ரொம்ப மனம் வெறுத்துப் பேசறீங்க...? என்ன நடந்துச்சு இன்னிக்கு...?"

"இன்னிக்கு மட்டும் நடக்கற பிரச்னை இல்லை. தினம் தினம் நடக்குது...?"

"மாமியார் பிடுங்கலா...?"

"அதுவும்தான் - அதைவிடப் பெரிசு, புருஷனோட பிடுங்கல்..."

"என்ன செய்யறார்...? அடிக்கிறாரா...?"

"ஆமாம் வார்த்தையாலேயே... பத்மினி, செத்துடலாமானு அடிக்கடி நினைப்பு வருதுங்க..."

"சேச்சே! என்ன பேச்சு இது? விவரமா சொல்லுங்க..."

"வேணாம். காலையிலேயே உங்க மூடு அப்செட் ஆகிடும். சாயங்காலம் என் ஆபீஸ் முடிஞ்சதும், உங்க ஆபீஸ் வர்றேன். எங்கேயாவது தனிமையா உட்கார்ந்து பேசலாம். எனக்காக நேரம் ஒதுக்குவீங்களா...?"

"என்ன கேள்வி இது...? அவசியம் வாங்க... பேசுவோம். எந்தப் பிரச்னையா இருந்தாலும் சாவைப் பத்தியெல்லாம் நினைக்காதீங்க. உங்க பிரச்னை தீர எந்த விதத்திலேயாவது நான் உதவி செய்ய முடியும்னா சொல்லுங்க. அவசியம் செய்யறேன்..."

பீச் ஸ்டேஷனில் இருவரும் இறங்கிக்கொண்டு வெளிப்பட்டார்கள். ஜெயந்தி, தன் அலுவலகத்துக்குப் பிரிந்து செல்ல... பத்மினி யோசனையாக பர்மா பஜார் பக்கமாக நடந்தாள்.

★★★

ஜெயந்திக்கு முப்பது வயதுதான் இருக்கும். திருமணமாகி நான்கு வருடங்கள்தான் ஆகின்றன என்று சொல்லியிருக்கிறாள். இரண்டரை வயதில் அழகான மகன். புகைப்படம் காட்டியிருக்கிறாள். கணவனும் வேலைக்குப் போகிறவன். இவளுக்குத் தொளாயிரம் ரூபாய் சம்பளம். குடும்பத்துக்கு இரட்டை வருமானம். பணப்பிரச்னை இல்லை. மனம்தான் பிரச்னை. இத்தனை சின்ன வயதில் சாவு நினைப்பு வருமளவுக்கு அப்படி அவள் கணவன் என்ன சொல்லியிருப்பான்...?

தன்னையே நம்பி வந்த ஒரு பெண்ணை மனம் நோகாமல் வைத்துக் குடித்தனம் செய்ய முடியாதவர்கள், எதற்காகக் கல்யாணம் செய்துக்கொள்ள வேண்டும்...?

பத்மினி சாலையைக் கடந்து, அந்த உயரமான கட்டடத்தின் உள்ளே சென்று லிஃப்டுக்குக் காத்திருந்தாள். வந்ததும் நுழைந்து நின்றாள். ஆபரேட்டர், "வணக்கம்மா..." என்று சொல்லிவிட்டு, மூன்றாவது எண்ணை அழுத்தினான்.

வெளிப்பட்டு 'டிசோட்டா பிவரேஜஸ் லிமிடெட்' என்று பளபளக்கும் பித்தளை எழுத்துக்கள் பதித்த தனது அலுவலகத்தினுள்ளே நுழைந்தாள்.

நீண்ட ஹால். ஹால் முழுவதும் கல்லூரி வகுப்பறைபோல், வரிசை வரிசையாய் ஒரே மாதிரியான பச்சை காட்ரேஜ் மேஜைகள், நாற்காலிகள், முப்பது விசிறிகளுக்கு மேல் சுழன்று கொண்டிருந்தன.

பத்மினி புடவையின் ஃப்ளீட்ஸ் புரள, கார்ப்பெட்டில் நடந்து 'உதவி மானேஜர்' என்று ஆங்கிலத்தில் பிளாஸ்டிக் போட்டு ஸ்குரூ செய்திருந்த, தனது தனியறையின் கதவின் கைப்பிடியை அழுத்தித் தள்ளி உள்ளே வந்தாள்.

அவள் உள்ளே வந்ததும் வேகமாக நுழைந்த பியூன், கண்ணாடி ஜன்னல்களை மறைத்திருந்த பிளாஸ்டிக் திரைகளைக் குமிழ் இழுத்துப் பட்டை பட்டையாகத் திறந்து வைத்துவிட்டு, ஏர் - கண்டிஷனரைப் போட்டுவிட்டுத் தண்ணீர் மாற்றுவதற்காக எவர்சில்வர் பீப்பாயைத் தூக்கிக் கொண்டு வெளியே சென்றான்.

பத்மினி தன் வசதியான நாற்காலியில் அமர்ந்தாள். விசாலமான மேஜை. இரண்டு போன்கள். ஒன்று - போர்டு வழியாகத் தொடர்புகொள்ள வேண்டியது. மற்றது - எஸ்.டி.டி. வசதியுள்ள நேரடியாகப் பயன்படுத்தக்கூடியது. ஒன்பது பட்டன்கள் கொண்ட சிவப்பு இன்டர்காம் இருந்தது.

மேஜையின் கண்ணாடிப் பரப்புக்கு அடியில் மாத காலண்டர் செருகப்பட்டிருந்தது. பத்மினி டெஸ்க் காலண்டரில் அன்றைய தேதியைத் திருப்பி வைத்து, அதில் 1, 2, 3...

என்று வரிசை எண்ணிட்டு, இன்றைக்குச் செய்யவேண்டிய காரியங்களைப் பற்றிக் குறித்து வைத்திருந்ததைப் படித்தாள்.

கதவைத் தட்டிவிட்டு உள்ளே வந்த ஒரு கிளார்க் நீட்டிய வருகைப் பதிவேட்டில் கையெழுத்திட்டுவிட்டு, மேஜைமேல் வைக்கப்பட்டிருந்த - அவள் பார்வைக்கு வரவேண்டிய அன்றைய தினக் கடிதங்களையும், அவற்றின் ஓரங்களில் மானேஜர் எழுதி வைத்திருந்த பதில் குறிப்புகளையும் பார்த்தாள்.

இன்டர்காம் அழுத்தி, "நிர்மலா! அஞ்சு லெட்டர் இருக்கு. நோட்டு எடுத்துக்கிட்டு வா..." என்றாள். நிர்மலா கூரான பென்சிலுடன் வந்து, சுருக்கெழுத்துக்குத் தயாராய் இருக்க...

வரிசையாக ஐந்து கடிதங்களையும் பிசிறில்லாத, சிக்கலில்லாத, சரளமான ஆங்கிலத்தில் டிக்டேட் செய்து முடித்து, "ரெண்டுபேர்கிட்டே பிரிச்சுக் கொடு. அர்ஜெண்ட்..." என்று அனுப்பிவிட்டு, ஒலித்த இன்டர்காமை எடுத்தாள்.

"குட்மார்னிங் சார்! பார்த்துடறேன் சார். பம்பாயை காண்டாக்ட் பண்ணிட்டு உங்ககிட்டே சொல்றேன் சார். நேத்தே நம்ம லையசன் ஆபீஸர் மனோவை ஃப்ளைட்ல அனுப்பி வெச்சேன். அநேகமா ஹார்பர்லே டிரை பண்ணி பிரச்னையை முடிச்சு சரக்கை டெலிவரி எடுத்திருப்பார். உறுதி செஞ்சுக்கறேன் சார். ஓகே...?"

வைத்தபோது, கதவைத் தட்டிவிட்டு அந்த இளைஞன் வந்தான்.

"ராம் அட்வர்டைசிங் ஏஜென்ஸிலேர்ந்து வர்றேன் மேடம்..." என்று அட்டையை நீட்டினான். கையில் சுருட்டப்பட்ட காகிதச் சுருள்கள் வைத்திருந்தான்.

"உங்க கம்பெனி அறிமுகம் செய்யற புது கூல்டிரிங்குக்கு நாலு விதமான டிஸைன் செஞ்சு கொண்டாந்திருக்கேன். நீங்க ஓகே சொல்லிட்டா, நாளைக்கே பத்திரிகைகள்லே கொடுத்துடுவோம்..."

"ஒண்ணு ஒண்ணா காமிங்க..." என்று மேஜைப் பொருட்களை நகர்த்தி வைத்தாள். அவன், முதல் காகிதச் சுருளை விரித்து அவள் முன்னால் வைக்க...

பத்மினிக்கு அதைப் பார்த்த விநாடியே சுறுசுறுவென்று கோபம் ஏறி, உடனடியாக உதடுகள் உச்சரித்தன 'இடியட்!' என்று.

✯ ✯ ✯

அத்தியாயம் 3

பத்மினியின் ஆத்திரமான வார்த்தை அந்த விளம்பர ஏஜென்ஸி இளைஞனை அதிர வைத்தது. என்ன பேசுவதென்று திணற வைத்தது.

"மேடம்... என்ன இது?" என்றான்.

அவன் காட்டிய அந்த முதல் விளம்பர ஓவியத்தைக் காட்டி,"யார் இதை வரைஞ்சது? நீங்களா?" என்று படபடப்பாகக் கேட்டாள்.

"நான் இல்லைங்க" என்ற அவனுக்கு எதுவும் புரியவில்லை. இவ்வளவு கோபப்பட இந்த ஓவியத்தில் அப்படி என்ன இருக்கிறது? தான் கொண்டுவந்த அந்த ஓவியத்தை மீண்டும் பார்த்தான்.

ஒரு கடற்கரையின் பின்னணி. மணல்வெளியில் ஒரு வர்ணக் குடை. அதன் கீழே ஓர் அலுமினிய நாற்காலி. அதில் சாய்ந்து அமர்ந்துள்ள ஓர் இளம் பெண் கழுத்தை உயர்த்தி, குளிர்பானத்தைக் கவிழ்த்துக் குடிக்கிறாள். கீழே ஜட்டியும், மேலே மெலிதான பிராவும் அணிந்திருக்கிறாள். பானம் உதடுகளில், கழுத்தில், மார்பில் என்று வழிந்தோடுகிறது. இந்தப் பக்கம் விளம்பர வாசகம்.

'மங்கை அருந்துவது தாகத்துக்காக மட்டுமல்ல; டபுள் சில் வழங்கும் சுகத்துக்காக!'

யாரையும் ஒரு நிமிடமாவது கண்களை நிறுத்திப் படத்தைப் பார்க்க வைக்கும்படியாக, கவர்ச்சியாகத்தானே இருக்கிறது?

மார்புக்குக் குறுக்கே கைகளைக் கட்டிக்கொண்டு அவனைப் பார்த்த பத்மினி, "இந்த விளம்பரத்திலே இவ

அரை நிர்வாணமா இருக்க வேண்டிய அவசியம் என்ன மிஸ்டர்? ம்... சொல்லுங்க..." என்றாள் சற்றே கடுமையாக.

"ஒரு கவர்ச்சிக்குத்தான்."

"அது எனக்குத் தெரியும். இந்த கவர்ச்சி யாருக்காகனு சொல்லுங்களேன்?"

"இது என்ன கேள்வி? விளம்பரம் யாருக்காகவோ அவங்களுக்காக! பொதுமக்களுக்காக... இந்த விளம்பரத்தைப் பார்க்கிறவங்களுக்காக."

"மழுப்பாதீங்க மிஸ்டர். நேரடியாக சொல்லுங்க. ஆண்களுக்காக! அதுதானே உண்மை? ஒரு பொண்ணு இந்த உடையிலே இருக்கிறது பெண்களை அட்ராக்ட் பண்ணவா? விளம்பரத்தை ஆண்கள் மட்டுமே பார்க்கிறதா ஏன் ஒரு பொய்யான கற்பனை? பெண்கள் பார்க்கலையா? ஒரு பெண்ணை இந்தக் கோலத்தில் பார்க்கிற இன்னொரு பெண்ணுக்குத் தோணுறது கவர்ச்சி இல்லை, அவமான உணர்ச்சி. அருவருப்பு உணர்ச்சி, கூசிப்போற உணர்ச்சி."

"என்ன சொல்ல வர்றீங்க மேடம்? விளம்பரத்துல பெண்ணைப் பயன்படுத்தக் கூடாதுன்னு சொல்றிங்களா?"

"அவளை டீஸன்ட்டா பயன்படுத்தத் தெரியலேன்னா பயன்படுத்தவே வேணாம்னு சொல்றேன். உங்களுக்கெல்லாம் பொம்பளைன்னா இளக்காரம்! பொம்பளை தானேங்கற அலட்சியம்! ஒரு திமிர் பிடிச்ச சூப்பர் ஈகோ! கேட்டா இதைத்தான் எல்லாரும் விரும்பறாங்கன்னு ஒரு பொய்யை பூசி விட்டுட வேண்டியது. உங்ககிட்டே பேசி என்ன பிரயோஜனம்? வரைஞ்சவர் இருந்தா வாதிடலாம். மத்ததும் இதே மாதிரிதானா?"

அவன் தயக்கமாய், "ஆமாம். வேற வேற பின்னணியிலே, டிஸைன்ஸ்..."

"உங்க ஏஜென்ஸிக்குக் கொடுத்த ஆர்டரை கான்சல் செஞ்சிடறேன். இதுவரைக்கும் டிஸைன் செஞ்சதுக்கு மட்டும் பில் அனுப்புங்க. செக் அனுப்ப ஏற்பாடு செய்றேன் நீங்க போகலாம்."

பத்மினி அதற்குமேல் அவனிடமிருந்து எந்தப் பதிலும் எதிர்பாக்காமல் தன் காரியங்களில் ஈடுபடத் துவங்க... அவன் சில விநாடிகள் தயக்கமாய் அமர்ந்திருந்துவிட்டு எழுந்துகொண்டான். தான் கொண்டு வந்த ஓவியச் சுருள்களை மேஜையிலிருந்து சேகரித்துக் கொண்டு வெளியேறினான்.

பத்மினி எழுந்து பைப் வைத்த எவர்சில்வர் பீப்பாயிலிருந்து தண்ணீர் பிடித்துக் குடித்துவிட்டு... கண்ணாடி ஜன்னல் அருகே சிறிதுநேரம் நின்றாள்.

தூரத்தில் ஆகாயத்தின் அடிவயிற்றிலிருந்து புறப்பட்ட கடலின் மேல் நங்கூரம் பாய்ச்சியிருந்த நான்கைந்து கப்பல்கள். வெள்ளி ஜரிகை சிந்தினதாய் அலைகள் தத்தளித்தன. சாலை இரண்டு விளிம்புகளிலும் கடைகள். மௌனமாய் விரையும் அவசர வாகனங்கள், அந்தக் கட்டடத்தில் ஏராளமான கண்ணாடிக் கதவு போட்ட ஜன்னல்கள். சாலை திருப்பத்தில் ஒரு பிரும்மாண்டமான விளம்பர போர்டு. மலையாள சினிமாவுக்கான விளம்பரம்! மறுபடி பெண் முக்கால் நிர்வாணமாய். கட் - அவுட்டின் மேல் அமரும் பறவைகளின் கழிவுகள் அவள் மேனியெங்கும்!

ஏன்? பெண் என்பவள் ஒரு பொருள் ஆனது ஏன்?

பொருளுக்கு அறிவு கிடையாது. உணர்ச்சி கிடையாது. சிந்திக்காது. கேள்வி கேட்காது. விருப்பம் சொல்லாது. கோபம் கொள்ளாது. ஒரு குடையைப் போன்ற - பொருள்! வெயிலா, மழையா விரித்துக் கொள்ளலாம். ஆணியில் மாட்டலாம், மூலையில் எறியலாம். கரப்பான் பூச்சியையும் அடிக்கலாம். ஒரு புத்தகம் போன்ற பொருள்! சுருட்டலாம். மடக்கலாம். படிக்கலாம். படத்தின்மேல் மீசை வரையலாம். தலைக்கு

வைத்துத் தூங்கலாம். கிழித்துப் பல்பொடி மடிக்கலாம். எடைக்குப் போடலாம்.

பத்மினியின் சிந்தனையைக் கலைத்த டெலிபோனை, ஸீட்டில் அமர்ந்துக்கொண்டு எடுத்தாள்.

"சொல்லுங்க மனோ! உங்க டெலிபோனைத்தான் எதிர்பார்த்துக்கிட்டிருக்கிறேன். என்ன ஆச்சு? டெலிவரி எடுத்துட்டிங்களா?"

"இல்லை மேடம். இன்னும் சிக்கல் தீரலை."

"என்ன சிக்கல்?"

"டெமரேஜ் கட்டியாகணும்னு சொல்றாங்க."

"ஹார்பர்லே லேபர் ஸ்டிரைக் பண்ணினதாலே தாமதம். அதுக்கு நாமா பொறுப்பு? சரக்கு எடுத்துக்கமாட்டோம்னு நாம சொன்னமா? நம்ம லேபரை அனுமதிக்கலையே..."

"எல்லாம் சொல்லிப் பார்த்துட்டேன். பிடிவாதமாப் பேசறாங்க."

"எவ்வளவு வருது?"

"எட்டாயிரத்தி நூறு வருது."

பத்மினி கால்குலேட்டரில் சில கணக்குகள் போட்டுப் பார்த்து, "லேட் பண்றதிலே பிரயோஜனம் இல்லைங்க மனோ. அங்கேருந்து சரக்கு இங்கே வர மூணு நாளாகும். இன்னிக்கு மெடீரியலை டெலிவரி எடுக்காம விட்டோம்னா ஒருநாள் தயாரிப்பு வேலை அப்படியே நின்னு போகும். இங்கே ஸ்டாக் நிலைமை அப்படி இருக்கு. ஓகே! டெமரேஜ் பணத்தைக் கட்டிடறதாச் சொல்லுங்க. நான் மானேஜர்கிட்டே ஒரு வார்த்தை சொல்லிட்டு செக் போட்டு கூரியர் சர்வீஸ்ல உங்களுக்கு அனுப்பி வைக்கிறேன். எப்படியும் இன்னிக்கு முடிச்சிடுங்க. பணத்தைக் கட்டிட்டு அப்புறம் தனியா கேஸ் ஒண்ணு போட்டுக்கலாம்."

"சரி மேடம்."

போனை வைத்துவிட்டு இன்டர்காமில் மானேஜரைத் தொடர்பு கொண்டு செய்தியின் சுருக்கம் சொன்னாள்.

"அப்படித்தான் செஞ்சாகணும், வேற வழியில்லை. ஏற்பாடு செஞ்சிடுங்க. அப்புறம்... ஃபுட் டெக்னாலஜிஸ்ட் வந்திருக்கார். புது ட்ரிங்க் மூணுவிதமா தயாரிச்சுக் கொண்டு வந்திருக்கார். கொஞ்சம் வந்துட்டுப் போங்களேன்."

"வர்றேன் சார்."

பம்பாய் துறைமுகத்தின் சரக்குப் பிரிவுக்கு செக் தயாரித்து பம்பாயில் மனோ தங்கியிருக்கும் விலாசத்துக்கு உடனடியாக அனுப்பி வைக்க ஏற்பாடு செய்துவிட்டு, அறையை விட்டு வெளிப்பட்டாள். மானேஜரின் அறைக்குள் கதவைத் தட்டிவிட்டு வந்தாள்.

மானேஜர் தலையில் சாஸ்திரத்துக்குக் கூட ஒரு கறுப்பு முடியைக் காணோம். தங்க ஃப்ரேமில் கண்ணாடி. சுத்தமாகச் சவரம் செய்திருந்தார். கறுப்பு சூட்டில் இருந்தார். வலதுபுறம் ஒன்று, இடதுபுறம் ஒன்று என்று அந்த அறையில் விசாலத்தின் பொருட்டு இரண்டு ஏர்கண்டிஷனர்கள் இயங்கிக் கொண்டிருந்தன.

கம்பெனியின் உணவு நிபுணர் எதிர்ப்புறம் அமர்ந்திருந்தார். மத்திய வயதில் இருந்தார். பெரிய சைஸில் மூன்று ஃப்ளாஸ்க்குகள் மேஜைமேல் இருந்தன.

"வாங்க... உக்காருங்க மோசஸ். போன வாரம் கொடுத்திங்களே ஒரு சாம்பிள். அது மாதிரி இல்லை. இருங்க, இவங்க அபிப்ராயத்தைக் கேட்டுடலாம்." என்றார் மானேஜர்.

மோசஸ் மூன்று ஃப்ளாஸ்க்குகளையும் அருகில் எடுத்து வைத்துக்கொண்டு. குதிரைப் படம் பிரிண்ட் செய்த க்ளாஸ் டம்ளரில் ஃப்ளாஸ்க்கிலிருந்த இளமஞ்சள் நிற லெமனேட் பானத்தைக் கொஞ்சமாக ஊற்றினார்.

"டேஸ்ட் பாருங்க மேடம்."

பத்மினி வாங்கி ஒரு சிப் பருகினாள்.

"போன வார சாம்பிளை விட இது கொஞ்சம் காட்டமா இருக்கு."

"யு ஆர் ரைட். அதான் நானும் சொன்னேன்."

"இதைப் பாருங்க." என்று இரண்டாவது வகையில் அவள் காலி செய்த டம்ளரில் ஊற்றினார் மோசஸ்.

"இருங்க... ஒரு வேஃபர் பிஸ்கட் சாப்பிட்டுட்டுக் குடிங்க." என்று இனிப்பு எதுவுமில்லாத வேஃபர் பிஸ்கட்டை எடுத்துத் தந்தார்.

அதைச் சாப்பிட்டுவிட்டு இரண்டாவதைச் சுவைத்துப் பார்த்து, "இதிலே புளிப்பு சற்றுத் தூக்கல்" என்றாள்.

மூன்றாவதை டேஸ்ட் பார்த்து, "இது சரியா இருக்கு. நல்லா இருக்கு. போன வாரம் சாம்பிளும் நல்லா இருந்திச்சு, ஆனா, ரெண்டுலேயும் லேசா டேஸ்ட் வித்தியாசம் இருக்கு!" என்றாள்.

மானேஜர் வியந்து, "மேடம் உங்க நாக்கு பயங்கர சென்ஸிடிவ். நீங்க வர்றதுக்கு முன்னாடியே நாங்க இதைப் பேசிட்டோம். போன வாரம் தயாரிச்ச சாம்பிளும் நல்லா இருந்துச்சு. இன்னிக்கு இந்த மூணாவது அயிட்டமும் நல்லா வந்திருக்கு. இது ரெண்டுல எந்த காம்பினேஷன் வெச்சிக்கலாம்?"

"நாமே முடிவு செய்ய வேணாம் சார். ரெண்டு வகைகளிலேயும் இருநூறு முந்நூறு பாட்டில்கள் தயாரிச்சு சாம்பிள் சர்வே நடத்திடலாம். முதல்ல நம்ம ஃபாக்டரி வொர்க்கர்ஸ்கிட்டேயும், ஆபீஸ் ஸ்டாஃப்கிட்டேயும் இரண்டையும் கொடுத்து அபிப்பிராயம் வாங்கலாம். இதிலே ஒரு கிளியர்கட் ரிசல்ட் கிடைக்கலேன்னா, எக்ஸிபிஷன்ல ஒரு ஸ்டால் போட்டு ஆயிரம், ரெண்டாயிரம் பாட்டில்களை

இலவசமா கொடுத்து பப்ளிக் ஒபீனியன் வாங்கலாம். விளம்பரத்துக்கு விளம்பரமும் ஆயிடும்..." என்றாள்.

"நைஸ் ஐடியா, இவங்க சொன்ன மாதிரி நாளைக்கே முதல்ல நம்ம ஆபீஸுக்குள்ளே ஒரு சாம்பிள் சர்வே நடத்திடலாம். மோசஸ், நீங்க நாளைக்குள்ளே ரெண்டு வகையிலேயும் இருநூறு, இருநூறு பாட்டில்ஸ் தயார் பண்ணிடுங்க. நான் பிளாண்ட் மானேஜருக்கு போன் பண்ணிச் சொல்லிடறேன்."

"நான் போகலாமா சார்?" என்று கேட்டுவிட்டு வெளியேறித் தன் அறைக்கு வந்து மேஜையில் சேர்ந்திருந்த தான் கையெடுத்துப் போட வேண்டிய காகிதங்களில் போட்டுவிட்டு, டெஸ்க் காலண்டரில் அடுத்ததாகச் செய்யவேண்டிய காரியம் என்ன என்பதைப் பார்த்து அதில் ஆழ்ந்தாள் பத்மினி.

அலுவலகம் முடிந்ததும் பத்மினி மறுநாள் செய்ய வேண்டிய காரியங்களைக் குறித்து வைத்துவிட்டு, அறைக்குள் இணைந்திருந்த டாய்லெட் அறை சென்று, கொண்டையில் வைத்திருந்த பூ வாடியிருப்பதைக் கண்ணாடியில் பார்த்து அதை எடுத்து டஸ்ட் பின்னில் போட்டுவிட்டு, கைக்குட்டையால் முகத்தைத் துடைத்துக்கொண்டு கைப்பையுடன் புறப்பட்ட போதுதான்... அம்மா காஸுக்கு சொல்லச் சொன்னது நினைவுக்கு வந்தது.

கைப்பைக்குள் வைத்திருந்த மலையாள மொழிபெயர்ப்பு நாவலின் உள்அட்டையில் எழுதி வைத்திருந்த போன் நம்பரைப் பார்த்துக்கொண்டு, டயல் செய்து சொன்னாள்.

புறப்பட்டாள். லிஃப்டில் கீழே வந்து ஜெயந்தி காத்திருப்பாள் என்று எதிர்பார்த்து ஏமாந்தாள். தன் பொறுப்புக்களை மாற்றிக்கொடுத்து விட்டுப் புறப்பட நேரமாகியிருக்கும்.

லிஃப்ட் அருகேயிருந்த வெயிட்டிங் ஹாலில் அமர்ந்து அந்த நாவலை எடுத்து அதன் அடையாளப் பக்கத்தில் புரட்டிக்கொண்டாள்.

'நெருப்பில் சின்ன நெருப்பென்ன, பெரிய நெருப்பென்ன... எல்லாமே சுடும். தேளில் குட்டித் தேள் என்ன, பெரியத் தேள் என்ன... எல்லாமே விஷம். மனிதனே, சின்னத்தப்பு என்று கூறித் தப்பித்துக் கொள்ளப் பார்ப்பது வெட்கத்துக்குரிய செயல் இல்லையா? என் கேள்விக்கு நீ பதில் சொல்லத் தேவையில்லை. உனக்குள் இருக்கும் இன்னொரு முகத்துக்குச் சொந்தக்காரனின் கேள்விக்குப் பதில் சொல். பதில் சொல்லப்படாத கேள்வி உன் வாழ்க்கை முழுவதும் துரத்தும். கடைசி விநாடி வரை உறுத்தும்.'

பத்மினி வாட்ச்சைப் பார்த்துக்கொண்டாள். கட்டடத்தில் செக்யூரிடி ஆபீஸின் போனில் அனுமதி பெற்று ஜெயந்தியின் அலுவலகத்தை அழைத்தாள்.

"மிஸஸ் ஜெயந்தி ப்ளீஸ்...!"

"மத்தியானமே லீவு போட்டுட்டுப் புறப்பட்டுப் போயிட்டாங்க."

"தாங்க்யூ!"

பீச் ஸ்டேஷனை நோக்கி நடந்தாள். மனம் திறந்து என்னிடம் பேச வேண்டும் என்று சொன்னாள். திடீரென்று ஏன் லீவு? எனக்கு போன் செய்து சொல்லியிருக்கலாமே...

நடந்து கொண்டிருந்த போது நினைவு வந்தது. தேவநேயப் பாவாணர் கலையரங்கத்தில் இன்றைக்கு ஓர் இலக்கியக் கூட்டம் இருக்கிறது. அழைப்பிதழ் வந்திருந்தது.

உடனே பொது தொலைபேசிக்குச் சென்று பக்கத்து ஃப்ளாட்டின் எண்ணை அழைத்து, அம்மாவைப் பேசச்சொல்லி, "அம்மா, நான் இலக்கிய மீட்டிங் ஒன்றுக்குப் போயிட்டு வர்றேன். காணுமேனு தவிப்பியேன்னுதான் சொன்னேன். சந்துரு வந்துட்டானா?"

"இன்னும் வரலை. பவானி வந்துட்டா."

"சரி. என் மேஜைமேல ஒரு கவிதை புக் வெச்சிருக்கேன். 'அந்திச் சூரியன்'னு. அதை லெண்டிங் லைப்ரரில் திருப்பிக் கொடுத்துட்டு இந்த மாச ரீடர்ஸ் டைஜஸ்ட் வாங்கிட்டு வந்து வைக்கச் சொல்லு அவளை."

"நேரத்தோட வந்துடு பத்மினி. மழை வர்ற மாதிரி இருக்கு."

"வந்துடறேன்."

பத்மினி வெளியே வந்து ஆட்டோ பிடித்தபோது தூறல் எதுவும் இல்லை. அண்ணா சாலையில் கலையரங்கக் கட்டட வாசலில் இறங்கிக் கொண்டபோது... பலத்த மழை பெய்ய ஆரம்பித்தது.

✲ ✲ ✲

அத்தியாயம் 4

நிறைய நாற்காலிகளும் கொஞ்சமாய் மனிதர்களும் அந்த அரங்கத்தில் இருக்க... மேடையில் ஒரேயொரு மைக்கும், ஒரேயொரு ஜிப்பா நபரும், பத்மினியையும் சேர்த்து மொத்தம் நான்கே பெண்களும் வந்திருந்தனர்.

“இப்போது நடக்கப் போவது கருத்தரங்கமும் அல்ல; பட்டிமன்றமும் அல்ல. இரண்டும் கலந்த வித்தியாசமான இலக்கிய சர்ச்சை. இதில் அணிகள் கிடையாது. தலைவரோ, தீர்ப்போ கிடையாது. ஒரு குறிப்பிட்ட தலைப்பை எடுத்துக்கொண்டு, அந்தத் தலைப்பில் உங்களில் ஒருவர் ஐந்து மணித்துளிகள் பேசப் போகிறீர்கள். தொடர்ந்து யார் வேண்டுமானாலும் மேடையேறிக் கருத்தை ஆதரித்தோ, எதிர்த்தோ பேசலாம். நம் சிந்தனைகளின் பரிமாறல் நிகழ்ச்சியே இது. தலைப்பை அறிவித்துவிட்டு நான் விலகிக் கொள்கிறேன். ‘இன்றைய இலக்கியமும் அன்றைய இலக்கியமும்.’ இதுவே தலைப்பு... யார் முதலில் பேசுகிறீர்கள்?” என்றார் ஜிப்பா.

கூட்டத்தில் மூன்று பேர் கையுயர்த்தினார்கள். அந்த மூவரும் தங்களுக்குள் பார்த்துக்கொண்டு ஒரு தீர்மானத்துக்கு வந்து ஒருவரைப் பேச அனுமதிக்க... அவர் தன் தோளில் மாட்டியிருந்த ஜோல்னாப் பையைக் கழற்றி வைக்காமல் அப்படியே நடந்து மேடைக்கு வந்தார். மூக்கில் சரிந்திருந்த கண்ணாடியை உயர்த்தி விட்டுக்கொண்டார். ‘பெரியோர்களே, தாய்மார்களே’ என்றெல்லாம் அழைக்காமல், “வணக்கம்! நான் யுவராஜ்! தமிழாசிரியன். இன்று சர்ச்சைக்கு எடுத்துக் கொள்ளப்பட்டிருக்கும் தலைப்பையே நான் வன்மையாக எதிர்க்கிறேன். அன்றைய இலக்கியத்தோடு ஒப்பிட்டுப் பேசக்கூட

இன்றைய இலக்கியத்துக்கு அருகதை கிடையாது. ராமனையும், ராவணனையும் ஒப்பிடச் சொல்கிற அபத்தத்தை ஏற்றுக்கொள்ள முடியுமா?'' என்று எல்லைத் தகராறு கொண்ட பக்கத்து வீட்டுக்காரரிடம் பேசுவது போல் மகாகோபமாக, உச்சக்குரலில் காட்டமான வார்த்தைகளை வீசிப் பேச ஆரம்பித்தார்.

பத்மினி கன்னத்தில் கைதாங்கி ஆர்வமாகக் கேட்டுக் கொண்டிருந்தாள். தனக்கு இரண்டு நாற்காலிகள் தள்ளி அமர்ந்திருந்த இளைஞன், தன் நோட்டுப் புத்தகத்தில் அவசரமாகக் கிறுக்கிக் கொள்வதைப் பார்த்தாள்.

அவனை ஏற்கெனவே பல இலக்கியக் கூட்டங்களில் சந்தித்திருக்கிறாள். பார்க்கும்போதெல்லாம் அறிமுகப் புன்னகை பரிமாறிக் கொள்வதைத் தவிர, இதுவரை பேசிக் கொள்ள வாய்ப்பு ஏற்பட்டதில்லை. ஒரேயொரு முறை அவன் தன் மனைவியையும் உடன் அழைத்து வந்திருந்தான். அவள் மேடை விஷயங்களில் சற்றும் ஈடுபாடில்லாமல், நிமிடத்துக்கு ஒரு முறை கைக்கடிகாரம் பார்த்துக்கொண்டும் விரல்களில் நெட்டி முறித்துக்கொண்டும் தன் கணவனின் நோட்டுப் புத்தகத்திலிருந்து காகிதம் கிழித்து அதை மடித்து, மடித்து உருவங்கள் செய்து கொண்டும் இருந்தாள். அதன் பிறகு அந்த இளைஞனைப் பார்க்கும்போதெல்லாம் அவன் மனைவியின் செய்கைதான் பத்மினிக்கு நினைவில் வரும்.

அவன் இதுவரை எந்தக் கூட்டத்திலும் மேடையேறிப் பேசியதில்லை. ஒவ்வொரு கூட்டத்தின்போதும் நோட்டுப் புத்தகத்தில் எழுதிக்கொள்ள மட்டும் தவறுவதில்லை. அவன் ஏதாவது பத்திரிகையின் நிருபராக இருக்கவேண்டும் என்று யூகித்து வைத்திருந்தாள்.

மேடையில் யுவராஜ் தற்கால இலக்கியத்தைக் கிழி கிழி என்று கிழித்துக் கொண்டிருந்தார். இன்றைய இலக்கியங்கள் உதவாக்கரைப் பிள்ளைகள் என்றார். சமுதாயத்தின் பிரச்னைகளுக்கு எந்த வகையிலும் உதவுவதில்லை. என்றார்.

பண்டைய இலக்கியங்களில் உள்ள உயர்ந்த நோக்கங்களையும், படைப்புத் திறன்களையும் அற்புதமான கருத்துக்களையும் உதாரணங்களோடு பேசி...

"ஆகவே, அன்றைய இலக்கியத்தோடு இணைத்துப் பேசக்கூட இன்றைய இலக்கியத்துக்குத் தகுதியில்லை என்கிற என் கருத்தை வலியுறுத்தி, வாய்ப்புக்கு நன்றி கூறி அமர்கிறேன்" என்றார்.

யுவராஜ் மேடையை விட்டு இறங்க... கூட்டத்தினர் தெம்பாகக் கைதட்டினார்கள். பத்மினியைத் தவிர.

யுவராஜின் கருத்துக்கள் முழுக்கச் சரியானதல்ல என்று நினைத்தாள். அவரது பேச்சில் கைதட்டல் நோக்கமும் தாக்கும் வேகமும் இருந்த அளவுக்கு, தீர்க்கமான அலசல் இல்லை என்றே நினைத்தாள். ஒரு பாஸிடிவ் அணுகுமுறை அவரிடம் இல்லை என்று கருதினாள்.

அடுத்த நபர் மேடைக்கு வந்து தன்னை அறிமுகப் படுத்திக்கொண்டார்.

"நண்பர் யுவராஜ் கூறியுள்ளது கசப்பான உண்மையே" என்று துவங்கினார்.

இவரும் இன்றைய இலக்கியங்களைத் தாக்கியே பேசினார். "இன்றைய படைப்பாளிகளுக்கு மொழியறிவும் கிடையாது, சமுதாய உணர்வும் கிடையாது" என்றார்.

அடுத்து மூன்றாவது நபர், "இன்றைய இலக்கியங்கள் எந்தவகையிலும் சோடை போனதில்லை." என்கிற தன் கருத்தை மிகப் பலவீனமாகப் பேசி, சோகையான கைதட்டல்கள் பெற்றார்.

அடுத்தடுத்து மூன்றுபேர் அன்றைய இலக்கியங்களை ஆதரித்துப் பேச... கொஞ்சநேரம் கூட்டம் அமைதியாக இருந்தது.

"இன்னும் யாராவது பேச விரும்புகிறீர்களா?" என்றார் ஜிப்பா.

பத்மினிக்கு அருகில் அமர்ந்திருந்த அந்த இளைஞன் தன் நோட்டுப் புத்தகத்துடன் எழுந்தான். மேடைக்கு வந்து அனைவரையும் சில விநாடிகள் மௌனமாகப் பார்த்தான். பத்மினி ஆர்வமாகக் கவனித்தாள்.

"வணக்கம். என் பெயர் ஜெயச்சந்திரன். தனியார் நிறுவனத்தில் பணிபுரிகிறேன். இதுவரை பேசிய நண்பர்கள் குறுகிய கண்ணோட்டத்துடன் இந்தத் தலைப்பை அணுகியிருக்கிறார்கள் என்பது என் கருத்து. இலக்கியம் என்றைக்கும் ஒன்றுதான். அதில் வேற்றுமையே கிடையாது. பண்டைய இலக்கியங்கள் சிறப்பானவை சாதனைமிக்கவை. அற்புதமானவை என்பதில் எனக்கு மறுப்பு எதுவும் இல்லை. அதே சமயம் இன்றைய இலக்கியங்களை ஒரேயடியாகத் தாக்குவதும் தவறாகும். ஒரே ஒரு கேள்வியை மட்டும் உங்கள் சிந்தனைக்கு வைக்கிறேன். நாம் போற்றும், ஒப்புக்கொள்ளும் தமிழ் இலக்கியக் காவியங்கள் அனைத்தும் இலக்கணச் சுத்தமாகப் பாடல் வடிவத்திலேதான் எழுதப்பட்டிருக்கின்றன. அந்தப் பாடல்களில் நல்ல நயம், உவமை, எதுகை, சந்தம், வார்த்தைப் பிரயோகம் எல்லாம் இருக்கின்றன ஒன்றைத் தவிர. அது - எளிமை. செந்தமிழ்ப் பாடல்களைப் புரிந்துகொள்ள நமக்கு ஒரு தமிழாசிரியரோ அல்லது உரை நூலோ தேவைப்படுகிறது.

இந்த இலக்கியங்கள் யாருக்காக இயற்றப்பட்டன? மக்களுக்காக என்றால் எல்லா பாமர மக்களும் எளிதில் புரிந்துகொள்ளும் வண்ணம் அமைக்கப்படாமல் புலமையானவர்கள் மட்டுமே புரிந்து கொள்ளும் வகையில் இயற்றப்பட்டது ஏன்? அல்லது இந்தக் காவியங்கள் இயற்றப்பட்ட காலங்களில் வாழ்ந்த மக்கள் அத்தனை பேரும் மொழியில் புலமை பெற்று விளங்கினார்களா? பண்டைய இலக்கியங்கள் அனைத்துமே புலவர்கள் தங்கள் புலமையை,

தங்களைப் போன்ற புலவர்கள் மத்தியில் வெளிப்படுத்திப் பாராட்டுப் பெறுவதற்காகவும், மன்னனைப் பாடிப் பரிசு பெறுவதற்காகவும் மட்டுமே பாடப்பட்டன என்று நான் ஏன் ஒரு குற்றச்சாட்டைச் சுமத்தக்கூடாது?''

கூட்டத்தினர் மிக உற்சாகத்துடன் கைதட்டினார்கள். பத்மினி பிரமிப்பாய் மற்றவர்கள் ஓய்ந்தபின்னும் கைதட்டி நிறுத்தி, அவன் பேச்சை ஆர்வமாகக் கவனித்தாள்.

''சமுதாயம் என்பது நன்மை, தீமை இரண்டும் கலந்த ஒன்று. முழுக்க நல்லவர்களே வாழும் நாடு என்று எங்கேயாவது இருக்கிறதா என்ன? படைப்பிலக்கியம் தோன்றிய காலத்துக்கு முன்பே சமுதாயத்தில் அனைத்துப் பிரச்னைகளும் இருக்கத்தான் செய்தன. இலக்கியங்கள் ஒரு டாக்டரின் ஸ்டெதாஸ்கோப், நோயாளியை ஆராய உதவும் ஸ்டெதாஸ்கோப் நோயாளியைக் குணப்படுத்துவதில்லை. அதைச் செய்வது டாக்டர். சமுதாயம் என்னும் நோயாளியின் நோய்களைத் தீர்க்க வேண்டியது ஆட்சியாளர்கள் என்னும் டாக்டர்களே. அவர்கள் பங்கும் பாதிதான். 'இதைச் செய், இதைச் செய்யாதே' என்று ஆலோசனை கூறலாம். அதன்படி நோயாளி நடந்துகொள்ள வேண்டுமே... எனவே, சமுதாயப் பிரச்னைகளில் இலக்கியம் எந்தக் காலத்திலும் தீர்வு கண்டதில்லை என்பதே உண்மை. தீர்வுக்கு உதவலாம் என்பது வரையில்தான் உண்மை.''

ஜெயச்சந்திரன் குரலை உயர்த்தாமல் மிகத் தெளிவாக, நிதானமாக நடு நடுவே தன் நோட்டில் எழுதி வைத்திருந்த குறிப்புகளைப் பார்த்துக்கொண்டு பேசினான்.

பிறகு இன்றைய படைப்புக்களிலும் சிறப்பானவற்றை உதாரணம் காட்டினான். அன்றைய இலக்கியங்களில் மேலும் சில சந்தேகங்களை எழுப்பினான்.

''மீண்டும் சொல்கிறேன். பழைய இலக்கியங்களுக்கு நான் பகையாளி அல்ல. அவற்றின் சிறப்புகளை

உணர்கிறேன். புதிய இலக்கியங்களைக் கண்மூடித்தனமாக எதிர்க்க வேண்டியதில்லை என்பதே என் கருத்து. பயிருக்கு நடுவில் களையும் விளைகிறது என்பதற்காகப் பயிரையே வேண்டாம் என்கிறோமா? களையை நீக்கிவிட்டுப் பயிரைப் பயன்படுத்திக் கொள்ளவில்லையா? ஆக்கபூர்வமான சிந்தனைவாதிகள் நிச்சயம் இதனைச் சிந்திப்பார்கள் என்று கூறி அமர்கிறேன், நன்றி.''

ஜெயச்சந்திரன் இறங்கித் தன் நாற்காலிக்கு வந்து அமர்ந்து, கைக்குட்டை எடுத்து முகத்தின், கழுத்தின் வியர்வையைத் துடைத்துக்கொண்டு திரும்பியபோது...

பத்மினி அவனைப் பார்த்துப் புன்னகைத்தாள்.

''அற்புதமாப் பேசினீங்க... எனக்கும் அப்படியே உங்க கருத்துக்கள்தான். தனிப்பட்ட முறையிலே பேசச் சொன்னால் பேசிடுவேன். மேடைன்னா வார்த்தைகள் சிக்கிக்கும். உங்களை மாதிரி பாஸிடிவ் அப்ரோச் நிறைய பேருக்கு இல்லைங்க. என் பேரு பத்மினி.'' என்று தன் விசிட்டிங் கார்டை எடுத்துக் கொடுத்தாள்.

''ரொம்ப தாங்க்ஸுங்க, உங்களைப் பல தடவை கூட்டங்கள்ல பார்த்திருக்கேன். ஒரு நிமிஷம்...'' என்று அவன் தனது லெதர் பேக்கை எடுத்துத் திறந்து ஓர் அழைப்பிதழ் எடுத்து முகவரி எழுதி நீட்டினான்.

''அடுத்த வாரம் என்னோட கட்டுரைப் புத்தகம் வெளியீட்டு விழா, அவசியம் வாங்க.''

மேடையில் இலக்கிய அமைப்பின் செயலாளர் சந்தா பற்றியும், வரப்போகிற ஆண்டு விழா நிகழ்ச்சிகள் பற்றியும் பேசிக் கொண்டிருக்க... இவர்களைப் போலவே அனைவரும் பக்கத்து நபரிடம் குசுகுசுப்பாகப் பேசிக் கொண்டிருந்தார்கள்.

''எங்கே வேலை செய்யறீங்க சார் நீங்க?'' என்றாள் பத்மினி.

"திருவொற்றியூர்ல ஒரு கெமிக்கல் பிளாண்ட்ல அசிஸ்டண்ட் இன்ஜினீயரா இருக்கேன். அழைப்பிதழ்லே என் அட்ரஸ் இருக்குங்க..."

"உப்புச் சாரல்! பேரே வித்தியாசமா இருக்கு... என்ன மாதிரி புத்தகம் சார் இது?" என்றாள், அழைப்பிதழின் வரிகளைப் படித்துக்கொண்டு.

"எனக்குச் சொந்த ஊர் சிவகாசிங்க. அங்கே நான் இருந்தப்போ நண்பர்கள் எல்லாம் சேர்ந்து ஒரு கையெழுத்துப் பத்திரிகை நடத்தினோம். எல்லாரோட சேமிப்புப் பணமும் தீர்ந்து முடியற வரைக்கும் பத்திரிகை வெளிவந்திச்சு... 'நெருப்பு'னு பேரு. பதினேழு இதழ்கள் வந்திச்சு. ஒவ்வொரு இதழ்லேயும் ஏதாச்சும் ஒரு சப்ஜெக்ட்ல கட்டுரை எழுதினேன். அதோட தொகுப்புதான் இது."

"அவசியம் படிக்கணும் நான். விழாவில் கிடைக்குமில்லே? வர்றேன்."

"கிடைக்கும். யாரும் துணைக்கு வரலையா?"

"இல்லை. தனியாத்தான் வர்றது பழக்கம். துணைக்கு வர்றவங்களுக்கும் இலக்கியத்தில் கொஞ்சமாவது ஈடுபாடு இருந்தாத்தானே நல்லா இருக்கும்? எங்கம்மாவுக்கு இலக்கியம் பிடிக்கும். ஆனா, புறப்பட முடியாம வீட்டு வேலைகள் இருக்கும். எங்கம்மா அந்தக் காலத்திலே ஒரு எழுத்தாளர். கஸ்தூரி சிவசாமிங்கிற பேர்ல கொஞ்சம் கதைகள் எழுதியிருக்காங்க. சிவசாமி எங்க தாத்தா பேரு."

"கொஞ்சம் இருங்க" என்ற ஜெயச்சந்திரன் தன் கண்களை மூடிக்கொண்டு சிறிது யோசித்துவிட்டு, 'வேரில் பூ!' உங்க அம்மா எழுதின கதைத் தொகுப்புதானே?" என்றான் அவசரமாக.

பத்மினி வெகுவாக ஆச்சரியப்பட்டுப் போனாள். முப்பது வருடங்களுக்கு முன்பு அம்மா எழுதின கதைகளை

இன்றைய தலைமுறை கூடத் தேடிப் படிக்கிறதா? படிப்பதோடு மட்டுமல்லாமல் நினைவு வைத்துக் கேட்குமளவுக்கு... 'அம்மா, இந்த நிமிடம் நீ இங்கே இருந்தால் எவ்வளவு பூரித்துப் போயிருப்பாய்?'

"ஆமாம் சார்!"

"அற்புதமான கதைகள் மேடம்... அந்தத் தொகுப்பிலே மொத்தம் பதினாலு கதைகள். பதினாலும் ஜெம்ஸ். உங்களுக்கு வீடு எங்கே?"

"மாம்பலம்."

"எனக்கு அசோக் நகர். உங்களுக்கு ஆட்சேபணை இல்லேன்னா நான் உங்களோட உங்க வீட்டுக்கு வரலாமா? உங்க அம்மாவைப் பார்த்து ஒரு பத்து நிமிஷம் பேசிட்டுப் போயிடறேன்." என்பதை இரவல் கேட்பவன் போல் பவ்யமாக, கெஞ்சலாக அவன் கேட்டது பத்மினிக்குப் பிரமிப்பாக இருந்தது.

"தாராளமா வாங்க" என்றாள்.

✲ ✲ ✲

அத்தியாயம் 5

இலக்கியக் கூட்டம் முடிந்ததும், பத்மினியும் ஜெயச்சந்திரனும் கட்டடத்தை விட்டு வெளியேறிச் சாலைக்கு வந்தபோது சன்னமாக மழை பெய்து கொண்டிருந்தது. பஸ்களின், கார்களின் ஹெட் லைட்ஸ் வெளிச்சங்களில் வைரக் கோடுகள் சிந்திக் கொண்டிருந்தன. கட்டட விளிம்பில் ஒதுங்கி நின்றார்கள். மின்னல், மேப் வரைந்தது.

"நீங்க எதிலே வந்தீங்க சார்?"

"பஸ்லதான் வந்தேன். மழையா இருக்கே! நான் வேணும்னா இன்னொரு நாள் உங்க வீட்டுக்கு வரட்டுமா?"

"நான் ஆட்டோதான் பிடிக்கப் போறேன்... ரெண்டு பேரும் போயிடலாம். அம்மாவைப் பார்த்துப் பேசிட்டே போங்க. ரொம்ப சந்தோஷப்படுவாங்க."

"உங்களுக்குத் தொந்தரவில்லேன்னா சரி."

ஜெயச்சந்திரன் அழைத்த மூன்றாவது ஆட்டோ வரச் சம்மதித்தது. மீட்டருக்கு மேலே மூன்று ரூபாய் என்றது. விவாதித்துத் தோற்றுப்போய் ஏறிக்கொண்டார்கள். சாலையின் மழைநீர்த் தேங்கல்களைச் சிதறடித்துக்கொண்டு ஆட்டோ விரைந்தது. குளிர் காற்று முகத்தை வருடியது. கூந்தலைத் தாலாட்டியது.

"உங்களுக்கு குழந்தைங்க உண்டா சார்?" என்றாள் பத்மினி.

"ஒரு பெண் குழந்தை. ரெண்டு வயசு."

"ஒரு தடவை நீங்க உங்க மனைவியை அழைச்சிட்டு வந்திருந்தீங்க இல்லையா?"

"ஆமாம்."

"அன்னிக்குக் குழந்தையை அழைச்சிட்டு வரலையே...!"

"சரியான ரகளை! வீட்லே அம்மா இருக்காங்க. விட்டுவிட்டு வந்தேன்."

"உங்க மனைவிக்கு இலக்கிய ஆர்வம்..."

"உண்டானு கேக்கறீங்களா? மளிகைக் கடையில் பருப்பு இருக்கான்னு கேட்டா, உப்பு இருக்குனு சொல்லுவாங்க. அந்த மாதிரி சாமர்த்தியமா சொல்லணும்னா, ரஞ்சனிக்கு, அதான் என் மனைவி பேரு. எம்ப்ராய்டரி, கோலம் போடறது, வீட்டை அழகு படுத்தறது, ஸ்டாம்ப் சேர்க்கறது இதிலெல்லாம் ஆர்வம் அதிகம்."

"இலக்கிய ஆர்வம் இல்லாம இருக்கிறது ஒண்ணும் கிரிமினல் குற்றம் கிடையாதே சார்."

"நானும் அப்படிச் சொல்லலையே மேடம். ஒரு மனிதனை உருவாக்கறது அவன் வாழ்ந்த, வளர்ந்த சூழ்நிலைதான். படிக்கிற புத்தகங்கள் கொஞ்சம் கொஞ்சம் ஜோடனை வேலைகள் செஞ்சாலும் அடிப்படைக் குணங்கள் ரொம்ப ஸ்ட்ராங்கா மறைஞ்சு நிக்கும். அதை அசைக்கவே முடியாது. கட்டட அஸ்திவாரம் மாதிரி பலமானதும் அதுதான். உண்மையானதும் அதுதான்."

"அதனால?"

"எனக்கு அடிப்படைக் குணங்கள்தான் முக்கியம். அதிலே என் ரஞ்சனி அமோகம். அது போதுமானது. ரொம்ப சந்தோஷமா குடும்பம் நடத்தறோம் நாங்க. ஒரு நாள் எங்க வீட்டுக்கு வாங்க. அறிமுகப்படுத்தறேன். நீங்க ரஞ்சனியைச் சந்திக்கணும்..."

"வர்றேன் சார், கவிதைகளும் எழுதுவீங்களா?"

"அப்பப்போ."

"புனைபெயரா, இல்லை...?"

"சொந்தப் பெயர்தான். ஜெயச்சந்திரன்னு தான் எழுதுவேன்."

"தொகுப்பு வந்திருக்கா?"

"இன்னும் இல்லைங்க. பத்திரிகைகள்ல எழுதியிருக்கறதைவிட டைரில எழுதி வெச்சிருக்கறதுதான் அதிகம். சில கவிதைகள் அச்சேறினால் அதோட தன்மை போயிடற மாதிரி எனக்குத் தோணும்... அதனால நானே ரசிச்சிட்டு முடிடறது. ரொம்ப முக்கியமான நண்பர்களுக்கு மட்டும் காட்டுவேன்."

"புரியலையே... ஒரு படைப்பு அச்சேறினா அதோட தன்மை எப்படி மாறும்?"

"இந்தக் கருத்தை நிறைய பேர் ஒரு கிறுக்குத்தனமான வாதமாத்தான் எடுத்துக்கறாங்க. ஆனாலும் என் மனசு இதை ஒப்புக்குதுங்க... அதாவது, ஒரு பெண் அழகா இருக்கா. அதுக்காகத் தன் அழகை எல்லாருக்கும் தெரியப்படுத்தி ஆகணும்னு என்ன அவசியங்க? அவ தன் கணவனுக்கு மட்டும் அழகா காட்சியளித்தா போதும்னு நினைக்கறதுலே என்ன தப்பு? அது மாதிரி என்னுடைய அந்தரங்கமான கற்பனையில் உருவான சில கவிதைகளை அச்சிலேற்றி மற்றவங்க பார்வைக்கு ஒரு விலைப் பொருளாக்க எனக்கு உடன்பாடு இல்லைங்க."

"ஊஹூம். உங்க சிந்தனை புதுசாத்தான் இருக்கு. ஆனா, எனக்குச் சமாதானமாகலை. ஒரு படைப்பு உருவானதுமே அது பொதுச் சொத்தாயிடுது. உங்க கற்பனையை நீங்களே ரசிக்கறது என்ன நியாயம்? உங்க குழந்தையை வீட்டுக்குள்ளேயே வெச்சி வளர்க்கறது சாத்தியமா, சொல்லுங்க?"

"இன்னும் எளிமையா சொல்லட்டுமா? முத்துக் குளிக்கிறவன் நிறைய முத்துக்கள்ல ஒரு சிறப்பான முத்து எடுத்து அதை விக்காம தன் பெண்டாட்டிக்குக் கொடுக்கற மாதிரின்னு வெச்சிக்குங்களேன்."

"அப்போ உங்க சிந்தனைகளை வாசகர்களுக்குப் போறதை நீங்க விரும்பலையா?"

"எல்லா சிந்தனைகளையும் இப்பவே வெளிப்படுத்திடணும்னு விரும்பலை."

"புரியுது... உங்ககிட்டே, ரெண்டு பெட்டிகள் இருக்கு... ஒண்ணு புத்தம் புதுசு... இன்னொண்ணு கீறல் விழுந்தது. பயணத்துக்கு ஒரு பெட்டிதான் தேவைன்னா கீறல் விழுந்த பெட்டியைத்தான் எடுப்பீங்க... புதுசு எடுக்கமாட்டீங்க... அதைப்போல நீங்க எழுதின சாதாரண கவிதைகளை இப்போ எடுத்து விட்டுட்டு, உயர்ந்த கவிதைகளை புதுப் பெட்டி மாதிரிப் பாதுகாத்து பின்னாடி சமயம் வரும்போது பயன்படுத்துவீங்க... அப்படித்தானே...?!"

இதற்குப் பதிலளிக்காமல், "மாம்பலம் வந்தாச்சு எந்தத் தெரு, அட்ரஸைச் சொல்லுங்க...?" என்றான் ஜெயச்சந்திரன்.

பத்மினி வழி சொன்னாள்.

ஆட்டோ நின்றதும், "பார்த்து வாங்க... மழை பேஞ்சா ரொம்ப வழுக்கும். மாடிலதான் எங்க வீடு... இருங்க. பணம் நான்தான் கொடுக்கணும்." என்று கைப்பையைத் திறந்தாள் பத்மினி.

"பரவாயில்லை. நான் தர்றேங்க."

"இங்கேயிருந்து அசோக் நகருக்கு நீங்க கொடுத்துக்குங்க. இந்த சார்ஜ் நான்தான் தரணும்." என்று பிடிவாதமாகப் பணம் தந்துவிட்டு,

"இருப்பா... கொஞ்ச நேரத்திலே வந்துடுவார்" என்றாள் ஜெயச்சந்திரன் அவளைத் தொடர்ந்தான்.

முன் ஹாலில் வைத்தீஸ்வரன் இரண்டு பேருடன் ஒரு கணக்குப் புத்தகத்தை விரித்து வைத்துக்கொண்டு சீரியஸாகப் பேசிக் கொண்டிருந்தவர், வளையல் ஓசையில் நிமிர்ந்து, "வந்துட்டியா! இன்னும் பத்து நிமிஷம் பார்த்துட்டுப் புறப்பட்டு வரலாம்னு இருந்தேன். அது யாரு?"

"ஜெயச்சந்திரன்னு பேரு. இலக்கியக் கூட்டங்களிலே அறிமுகம். ஆனா, இன்னிக்குத்தான் பேசிக்கிட்டோம்."

"அப்படியா! வாங்க. உக்காருங்க சார்."

"அம்மாவைப் பார்த்து பேசணும்னு வந்திருக்கார் அப்பா."

"அம்மாவையா?"

"அம்மாவோட கதைகள் படிச்சிருக்காராம்."

"ஆச்சரியமா இருக்கே! அவளே மறந்து போயிருப்பா. உள்ளே அழைச்சிக்கிட்டுப் போம்மா. நீ சொல்லுப்பா. எட்டாம் தேதி, மாலைக்குன்னு அம்பது ரூபா எழுதியிருக்கு. வவுச்சர் எதுவும் காணோமே...?"

"உள்ளே வாங்க சார்!" என்று ஜெயச்சந்திரனை அடுத்த ஹாலுக்கு அழைத்துச் சென்றாள் பத்மினி.

அம்மா, பவானி இருவரும் டெலிவிஷன் பார்த்துக் கொண்டிருந்தார்கள்.

"பவானி, கொஞ்சநேரம் அதை ஆஃப் செய். பேசணும்."

அம்மா திரும்பிப் பார்த்து, "என்னடி, நனைஞ்சிட்டியா?" என்று கூறியவள், அருகில் ஜெயச்சந்திரனைப் பார்த்து முந்தானையைச் சரி செய்துகொண்டு, "வாங்க!" என்றாள்.

"உக்காருங்க சார், இவங்கதான் எங்கம்மா, எழுத்தாளர் கஸ்தூரி சிவசாமி! அம்மா, உன்னோட 'வேரில் பூ!' சிறுகதைத் தொகுப்பு சார் படிச்சாராம். பாராட்டிப் பேசினார். உன்னைப் பார்க்கணும்னு சொன்னார். கூட்டிக்கிட்டு வந்தேன். சார் கவிதை, கட்டுரை எல்லாம் எழுதறவர். கன்னாபின்னான்னு

சிந்திக்கிறவர். திருவொற்றியூர்ல வேலை. அசோக் நகரில் வீடு. பேரு ஜெயச்சந்திரன். உட்காரம்மா'' என்றாள் பத்மினி.

ஸோபாவில் அம்மாவும் பத்மினியும் அமர, தனி நாற்காலியில் ஜெயச்சந்திரன் அமர்ந்தான். பவானி டிவியின் கோணத்தைத் திருப்பி வைத்துக் கொண்டு, சத்தத்தைச் சின்னதாக்கினாள். மோடா எடுத்து நெருக்கமாகப் போட்டுக் கொண்டு பார்க்க ஆரம்பிக்க...

''பவானி, அவ்வளவு பக்கமா உக்காராதே. உள்ளே போய் காபி ஒண்ணு போட்டு எடுத்துட்டு வா'' என்றாள் பத்மினி.

''அவளுக்கு... நான் போட்டு எடுத்துட்டு வர்றேம்மா'' என்று எழுந்த அம்மாவைக் கையமர்த்தினாள்.

''நீ இரு. அவ போட்டு எடுத்துட்டு வருவா. போடி பவானி. சந்துரு வந்துட்டானா?''

''இன்னும் இல்லை. மழையில எங்கேயாச்சும் மாட்டியிருக்கணும்.''

பவானி வேண்டா வெறுப்பாக எழுந்து, சுத்தமாக டிவியை அணைத்து விட்டுச் சமையலறைக்குப் போனாள்.

''அம்மா, அந்தத் தொகுப்பிலே வெளிவந்த பதினாலு கதைகளும் வைரங்கள். எதைப் பத்திச் சொல்றதுன்னு தெரியாம தத்தளிக்கிறேன் நான். அதிலே 'நாணல் நிமிரும்'னு ஒரு கதையிலே வர்ற சில வரிகள்கூட எனக்கு மனப்பாடங்க. புருஷன் நாத்திகவாதி. பெண்டாட்டியோ தீவிர பக்தை. அவன் 'கடவுள் தூண்லயும் இருப்பார். துரும்புலயும் இருப்பார்னு சொல்றீங்க. அப்புறம் ஏண்டி கோயிலுக்குப் போறீங்க? துரும்பைக் கிள்ளி வெச்சுக் கும்பிட வேண்டியது தானே?'னு கேப்பான். அதுக்கு, 'நம்ம தெருவில இருக்கிற அத்தனை பேர்கிட்டேயும் கொஞ்சமோ, அதிகமோ நிச்சயம் பணம் இருக்கு. உங்களுக்குத் தேவைன்னா நீங்க ஏன் பாங்குக்குப் போறீங்க? அங்கேதான் உங்களுக்கு உரிமை இருக்கு. அது மாதிரி பக்தியைக் காட்ட,

அருளைப் பெற தேவைப்படற ஒரு இடம்தான் கோயில்!னு' அவ சொல்வா. எவ்வளவு எளிமையான உதாரணம்!''

அம்மாவின் கண்களில் ஜலத் திரையைக் கண்டாள் பத்மினி. அதை மறைப்பதற்குப் பெரிய முயற்சிகள் நடப்பதையும் கண்டாள்.

''ரொம்ப நன்றி தம்பி!'' என்றாள் அம்மா.

பவானி கொண்டு வந்த காபியைக் குடித்துவிட்டு, கொஞ்ச நேரத்துக்கு அந்தச் சிறுகதைத் தொகுப்பைப் பற்றியே வெகுவாகப் பாராட்டிப் பேசிவிட்டு, ''ஆட்டோ வெயிட் பண்ணுது. இன்னொரு நாள் கண்டிப்பா வர்றேன். நீங்களும் என் வீட்டுக்கு வரணும்.'' என்று வீட்டு விலாசம் குறித்துக் கொடுத்து விட்டுப் புறப்பட்டுச் சென்றான்.

''சாப்பிட வர்றியா பத்மினி?'' என்றாள் அம்மா.

''வர்றேன். எடுத்து வை நீ?''

''எல்லாரும் சாப்பிட்டாச்சு.''

''ரைட். இதோ பாரும்மா. நான் சாப்பிட்டதும் நீ என் ரூமுக்கு வர்றே. கதவைச் சாத்திக்கிறோம். நீ என் மடில கவுந்து ஒரு பாட்டம் அழுது தீர்த்துடு. அதுக்கப்புறம் சொல்லு. அரசல் புரசலா தெரியுமேயொழிய, ஒருநாள் கூட உன் வாயால சொன்னதில்லை. நீ கதை எழுதறதை நிறுத்தினதுக்கு உண்மையான காரணம் என்னன்னு இன்னிக்கு என்கிட்டே சொல்லியே ஆகணும்'' என்றாள் பத்மினி உறுதியாய். உத்தரவாய்.

✲ ✲ ✲

அத்தியாயம் 6

சாப்பிட்டு முடித்துத் தட்டைக் கழுவிவைத்த கையோடு ஹாலுக்கு வந்தாள் பத்மினி. சந்துரு வந்திருந்தான். நனைந்திருந்தான். ஷூ கழற்றிக் கொண்டிருந்தான். சோபாவில் படுத்துக்கொண்டு இரண்டு தலையணைகளை ஒன்றின்மேல் ஒன்று வைத்து, அதன்மேல் கைகளையும் முகத்தையும் தாங்கி டெலிவிஷன் பார்த்துக் கொண்டிருந்தாள் பவானி. பாத்ரூம் அருகில் சிமெண்ட் தொட்டிக்குள் வைத்து டீ கோப்பைகளைக் கழுவிக் கொண்டிருந்தாள் அம்மா. முன் ஹாலில் அப்பா இன்னும் தன் யூனியன் கணக்குகளைச் சரி பார்த்துக் கொண்டிருந்தார்.

பத்மினி அம்மாவிடம் வந்தாள். ''இது ரொம்ப அவசரமா? என்னோட வா...''

''எனக்கு வேலை இருக்கு பத்மினி...''

''என்ன வேலை?''

''சந்துரு இப்பதான் வந்தான், அவனுக்குச் சாப்பாடு வைக்கணும்.''

ஈரச் சட்டை, பாண்ட், சாக்ஸுடன் அங்கே வந்த சந்துரு. ''நான் ஹோட்டல்ல சாப்பிட்டு வந்துட்டேம்மா'' என்று சொல்லிவிட்டு, துவைக்க வேண்டிய துணிகள் நிறைந்த பிளாஸ்டிக் வாளியில் போட்டுவிட்டுச் சென்றான்.

''வேற ஏதாச்சும் வேலை இருக்கா?''

''சமையல் மேடையைக் கழுவித் தள்ளணும்.''

''நீ சொல்லுவேன்னு தெரியும். நானே செஞ்சுட்டேன். என் ரூமுக்கு வா!''

"அப்பா திடீர்னு கூப்புடுவார் பத்மினி..."

"கூப்பிட்டா போய்க்கலாம்... வாயேன்" என்று அம்மாவின் கையைப் பற்றித் தன் அறைக்குள் அழைத்துச் சென்று கதவைச் சாத்தினாள். கட்டிலில் அமர வைத்தாள். எதிரே நாற்காலியை இழுத்துப் போட்டு அமர்ந்து, மார்புக்குக் குறுக்கே கைகளைக் கட்டிக்கொண்டு அம்மாவைப் பார்த்தாள்.

எப்போதும் நூல் புடவை. குங்குமப் பொட்டுக்குக் கீழேயும் சின்ன குங்குமத் துணுக்கு. கண்களுக்கு கீழே கரு வளையங்கள். மெலிதான சுருக்கங்கள். மூக்கின் ஒரு பக்கத்தில் எண்ணெய் இறங்கின கற்களுடன் கூடிய பேஸரி. நீளமான பின்கள் குத்தின கொண்டையில் சில நரைப் பட்டைகள். கழுத்தில் இரட்டைவடச் சங்கிலி. முனைகள் வெட்டப்பட்ட நகங்கள். சோப்புப் போட்டாலும் கழற்ற முடியாத எத்தனையோ வருடங்களாக அணியும் இரண்டு இரண்டு தங்க வளையல்கள். முகத்தில் நிரந்தரமாக ஒரு தயக்கம்.

நான் மாறுகிறேன். பவானி மாறுகிறாள். சந்துரு மாறுகிறான். அம்மா மட்டும் ரொம்ப வருடங்களாக மாற்றமே இல்லாமல் அப்படியே இருக்கிறாள். அப்பா கூட மாறுகிறார். முன்பெல்லாம் லுங்கி கட்டப் பிடிக்காது. இப்போது கட்டுகிறார். கொஞ்சநாள் ஜர்தா போட்டார். பிறகு மூக்குப் பொடி, அப்புறம் சிகரெட், சில காலம் வெள்ளை ஜிப்பா மட்டுமே அணிந்தார். இப்போது எல்லா கலர்களிலும் சட்டை போடுகிறார். மீசையின் அமைப்பு எத்தனை தடவை மாறியிருக்கிறது. அதைப் போலவே சிந்தனையிலும்! மில்லுக்கு பஸ்ஸில் போனார் சைக்கிள் வாங்கிக் கொள்ளவே யோசித்தார்... இப்போது ஸ்கூட்டர். பவானியை 'மாடர்ன் டிரஸ் போடாதே 'என்று காட்டுக் கத்தலாகக் கத்தியிருக்கிறார். போன தீபாவளிக்கு அவரே சுரிதார் வாங்கிக் கொடுத்தார். என்னை வேலைக்கு அனுப்பத் தயங்கினார். இப்போது பார்ப்பவரிடத்தில் எல்லாம் பெருமையாகச் சொல்லிக் கொள்கிறார்.

இப்படி அப்பாவிடத்தில் எத்தனையோ மாற்றங்கள். ஆனால், அம்மா? இருபது வருடங்களாக ஒரே இடத்தில் தொங்குகின்ற இந்த 'வால் கிளாக்'கைப் போல எந்த மாற்றமும் இல்லை.

எழுகிறாள், குளிக்கிறாள், சமைக்கிறாள், அப்பா துண்டுகேட்டால் எடுத்துத் தருகிறாள். "ஷேவிங் பிளேடு எங்கே போச்சு?" என்றால், தேடித்தருகிறாள். "பாக்கெட்ல பதினஞ்சு ரூபா வெச்சிருக்கேன், எடுத்துட்டு வா" என்றால் எடுத்து வருகிறாள்.

"வத்சலா வீட்டுக் கல்யாணத்துக்குப் போகணுமா? ரொம்பப் பிரியமா கூப்பிட்டா. போனா தேவலை."

"லீவு கிடைக்காது போலிருக்கு. அவ முந்தி மாதிரி இல்லை கஸ்தூரி ரொம்ப மாறிப் போயிட்டா. திமிர் பேச்சு வந்துடுச்சு. போனாலும் சரியா கவனிக்கமாட்டா. அவ வீட்டுலேதான் அடுத்தடுத்து வரிசையா கல்யாணம் வருமே... அப்போ பார்த்துக்கலாம். வாழ்த்து எழுதிப் போட்டுடறேன்."

வத்சலா யார்? அம்மாவின் சித்தப்பா மகள். சின்ன வயதில் பிரியமாகப் பழகி, மனம்விட்டுப் பேசியவள். சென்னை வரும் போதெல்லாம் வீட்டுக்கு வராமல் போக மாட்டாள். வந்தால் அவள் போகும்வரை அம்மா முகம் விசேஷமாகப் பிரகாசமாகும். அம்மாவின் குரல் அன்று வீட்டில் சத்தமாக ஒலித்துக் கொண்டிருக்கும். நிறையப் பேசுவார்கள். அம்மா வகைவகையாகப் பலகாரங்கள் செய்வாள். கடைத் தெருவுக்கு அழைத்துப் போவாள். கோயில்களுக்கு அழைத்துப் போவாள். எவர்சில்வர் சாமான் வைத்து மஞ்சள், குங்குமம் தருவாள்.

அப்படிப்பட்ட பிரியமானவளின் வீட்டுத் திருமணத்துக்குப் போவதா, வேண்டாமா என்கிற முடிவு எடுக்கப்படும் போது, அம்மா சொந்த விருப்பத்தைச் சொல்ல வேண்டுமே. வலியுறுத்த வேண்டுமே... உஹூம்!

"சரிங்க, உங்க இஷ்டம்."

எந்த விஷயமாக இருந்தாலும் சரி, அம்மாவின் அபிப்பிராயம் கேட்கப்படுகையில் எல்லாம் இதே வார்த்தைகள் ஆயிரம் முறையாவது கேட்டிருக்கிறேன்.

தன் எதிர்பார்ப்பும் ஏக்கமும் தவிடுபொடியாவதைப் பற்றிக் கவலையில்லை. தன் விருப்பம் நசுங்கிப் போனாலும் பரவாயில்லை. அத்தனை ஏமாற்றங்களையும் மாத்திரை முழுங்குவது போல உடனே முழுங்கிக் கொண்டு,

''சரிங்க!''

அப்பா அந்தப் பக்கம் போனதும் சத்தம் போட்டிருக்கிறேன்.

''எல்லாத்துக்கும் பெருமாள் மாடு மாதிரி தலையை ஆட்டு! உனக்குன்னு ஒரு யோசனை, சிந்தனை, ஆசை எதுவும் கிடையாதா? சொல்ல வேண்டியதுதானே? அப்பாகிட்டே உனக்கு அப்படி என்ன பயம்?''

நின்று பதில் சொல்லமாட்டாள். பற்கள் தெரியாமல் சிரித்துவிட்டு, ''அப்படியே பழகிப் போச்சுடி'' என்பாள்.

இது பழக்கமாக வந்ததில்லை. பழக்கப்படுத்தப்பட்டதில் வந்தது. என்னைப் பொறுத்தவரை அம்மா உள் மனத்தில் எப்போதோ செமத்தியாகக் காயம் வாங்கியிருக்க வேண்டும். அவள் சிந்தனைகளும் விருப்பங்களும் கட்டிப் போடப்பட்டு மூளையை நிராயுதபாணியாக்கியிருக்க வேண்டும். அத்தனையையும் அழித்தவிட்டு க்ளீன் ஸ்லேட்டாக மாற்றிப் புதிதாக எழுதியிருக்க வேண்டும். ஒரு வகை மூளைச் சலவை!

இதில் அப்பாவின் பங்கு நிச்சயம் உண்டு. வேறு யார், யாரின் பங்கு இதில் உண்டு என்பதை அறிய அவ்வப்போது அம்மாவைக் கிளறிப் பார்ப்பதுண்டு. இதுவரை நேரான பதில்கள் கிடைத்ததில்லை. ஒரே மழுப்பல் மயமாகத்தான் இருந்திருக்கின்றன.

''சொல்லு...'' என்றாள் பத்மினி.

''என்ன சொல்லச் சொல்றே பத்மினி?''

"பல தடவை கேட்டதுதான். நீ புரியாத மாதிரி பாசாங்கு செய்யற அதே கேள்விதான். உனக்குள்ளே இருந்த எழுத்தாளர் ஏன் செத்துப் போனா? இன்னும் சிம்ப்பிளா கேக்கணும்னா கல்யாணத்துக்கப்புறம் நீ ஏன் எழுதறதை நிறுத்தினே...?"

"அதெல்லாம் இப்போ எதுக்கு?"

"எனக்கு அவமானமா இருக்கு."

"என்ன அவமானம்?"

"உன் எழுத்துக்களைப் படிச்சவங்க, 'உங்க அம்மா ஏன் எழுதலை'னு கேக்கறப்போ, 'தெரியலை'னு பதில் சொல்றது அவமானமா இருக்கு."

"நேரமில்லை, எழுதலேன்னு சொல்லிட்டுப் போ."

"அது மாதிரிதான் ஏதாச்சும் சொல்லிச் சமாளிச்சிக்கிட்டிருக்கேன்."

"அப்புறம் என்ன?"

"சரி, இந்த பதில்தான் எனக்குமா?"

அம்மா மௌனமாக இருந்தாள்.

"அப்பா கூப்பிடற மாதிரி இல்லை?"

"இல்லை. கூப்பிட்டா எனக்கு கேக்கும்."

அம்மா முந்தானை முனையால் கழுத்து துடைத்துக்கொண்டு, "இது ஒரு பெரிய பிரச்னைன்னு எப்ப பார்த்தாலும் கேட்டுக்கிட்டிருக்கியே... நான்தான் முந்தியே சொல்லியிருக்கேனே... கல்யாணத்துக்கு அப்புறம் புகுந்த வீட்ல இதுக்கெல்லாம் வரவேற்பு இல்லை... யாருக்கும் பிடிக்கலை... விட்டுட்டேன்... அவ்வளவுதான்."

"இது தெரிஞ்ச பதில் அம்மா. எனக்கு விவரமா பதில் வேணும்."

"வேற என்ன விவரம் இருக்கு இதிலே?"

“என் தோழி, ‘நாங்க காதலிச்சுக் கல்யாணம் பண்ணிக்கிட்டோம்’னு சொன்னா. ‘எப்படி சந்திச்சிங்க, எப்படி வளர்ந்திச்சி, எப்படித் தீர்மானிச்சிங்க, எப்படி வெளிப்படுத்திக்கிட்டிங்க?’னு நூறு கேள்வி கேட்டேன். அது மாதிரி எனக்கு விவரமாச் சொல்லு. எப்படிப் பிரச்னை ஆரம்பமாச்சு? யார், யார் எதிர்த்தாங்க? அந்த எதிர்ப்பை எப்படிக் காட்டினாங்க? அப்பா என்ன சொன்னார்? நீ எப்படிக் தீர்மானத்துக்கு வந்தே? எதிர்த்துப் போராடினியா, இல்லையா? இன்னும் எவ்வளவு கேள்விகள் இருக்கு தெரியுமா?”

அம்மாவின் முகத்தில் ஒரு தவிப்பும், உதடுகளில் ஒரு துடிப்பும், கண்களில் லேசான கலக்கமும் ஏற்பட்டு, “பத்மினி, வேணாம்... இப்ப வேணாம்... அழுதுடுவேன்” என்றாள் கெஞ்சலாக.

“பரவாயில்லே, அழு!”

“மனநிலையே மாறிப் போயிடும்டி. நிறைய சொல்லணும். பழசு எல்லாத்தையும் புரட்டிச் சொல்லணும். மனசு பாரமாயிடும். ஒரு வாரத்துக்கு என்னால வேற எந்த வேலையும் பார்க்க முடியாது. கேக்கற பக்குவம் உனக்கு இருக்கு. எதையும் மறைக்காம தாராளமா சொல்லலாம்... சொல்றேன். ஆனா இன்னைக்கு வேணாம். ஒண்ணு மட்டும் சொல்றேன். நீ வாழற காலம் வேற. நான் வாழ்ந்த காலம் வேற. எனக்குத் தற்கொலை செஞ்சுக்கப் பிரியமில்லை. அதனால பிடிவாதமா என்னை மாத்திக்கிட்டேன். விவரமா இப்ப வேணாம். என்னை விட்டுடு.”

அம்மா எழுந்து கதவைத் திறந்துகொண்டு வெளியே போனாள்.

“கொஞ்சம் தயிர் மட்டும் போட்டுச் சாப்பிடேன் சந்துரு” என்று அவள் கேட்பது கேட்டது.

அம்மா சொன்ன ஒரு வார்த்தை மட்டும் பத்மினியை அதிர வைத்திருந்தது.

"எனக்கு தற்கொலை செஞ்சுக்கப் பிரியமில்லை. அதனால பிடிவாதமா என்னை மாத்திக்கிட்டேன்!"

என்ன அர்த்தம்? அம்மா தற்கொலையைச் சிந்தித்திருக்கிறாள். இந்தப் பிரச்னை அவ்வளவு தீவிரமாய் இருந்திருக்க வேண்டும். 'புகுந்த வீட்டில் வரவேற்பு இல்லை, எழுதுவதை நிறுத்தினேன்' என்பது வெறும் சாதாரண பதில். உள்ளே நிறைய போர் நடந்திருக்கிறது. வார்த்தைகள் வெடித்திருக்கின்றன. நிச்சயம் இன்னொரு சந்தர்ப்பத்தில் கேட்டே ஆக வேண்டும். அம்மாவும் சொல்லத் தயாராகி உள்ளாள். சொல்வாள், சொல்லட்டும்.

பத்மினி தன் அறையை விட்டு வெளியே வந்தாள். பவானி அருகில் அமர்ந்து டெலிவிஷன் பார்த்தாள். நடந்து கொண்டிருந்த இந்தி நாடகத்தில் கல்லூரிக்குப் போகும் இரண்டு பெண்கள் பின்னால் மூன்று இளைஞர்கள் சைக்கிள்களை மெதுவாக ஓட்டிக்கொண்டு, தொடர்ந்து கிண்டல் செய்து கொண்டிருக்க... அதை ரசித்துப் பார்க்கிற பவானியைப் பார்த்தாள்.

'இந்தக் காட்சியமைப்பு எனக்குக் கோபம் தருகிறது. எரிச்சல் தருகிறது. அவமான உணர்ச்சியைத் தருகிறது. இவளால் மட்டும் எப்படி ரசிக்க முடிகிறது?'

அந்தப் பெண்களின் உடையையும், தலை அலங்காரத்தையும் கிண்டல் செய்வதோடு, 'உள்ளாடையின் சைஸ் என்னவாக இருக்கும்' என்று பேசிக் கொள்கிறார்கள். பெண்கள் கூசி நடக்கிறார்கள்.

இது ரசிக்க வேண்டிய விஷயமா? பவானி மட்டும் தானா? இன்னும் எத்தனையோ பெண்கள் ரசிக்கிறார்களே... எப்படி? தாழ்த்தப்படுதலைப் புன்னகையோடு ஏற்கிற கோழைத்தனத்தை எந்தத் தலைமுறை ஆரம்பித்து வைத்தது? இதன் ஆரம்பம் எங்கே? முதலில் மழுங்கிப் போன மூளை எவளுடையது?

***

வைத்தீஸ்வரன் தன் சகாக்களை அனுப்பிவிட்டு, கணக்கு நோட்டுகளோடு உள்ளே வந்தார். மனைவியிடம் கொடுத்து வைக்கச் சொல்லிவிட்டு சோம்பல் முறித்தார். யாரிடமும் கேட்காமல் டிவி-யை அணைத்துவிட்டு உட்கார்ந்து, ''பத்மினி, உன்கிட்டே ஒரு விஷயம் சொல்லணும். அம்மா சொன்னாளா?'' என்றார்.

''நான் இன்னும் சொல்லலை'' என்றாள் அம்மா.

''பத்மினி, காலையில கூடப் பேசிக்கிட்டிருந்தேன். நீகூடக் கேட்டே... சொல்லச் சந்தர்ப்பப்படலை. இப்ப சொல்றேன்.. ஒரு நல்ல இடம் வந்திருக்கு. உனக்குக் கல்யாணம் பண்ணிடலாம்னு பார்க்கறேன்'' என்றார்.

✱ ✱ ✱

அத்தியாயம் 7

வைத்தீஸ்வரன் ஒரு பாக்குப் பொட்டலத்தைப் பிரித்து வாயில் போட்டுக் கொண்டு, காகிதத்தைக் கசக்கி அறை மூலையிலிருந்த குப்பைத் தொட்டி நோக்கிச் சுண்டினார்.

"என்னம்மா பத்மினி, நீ எதுவும் சொல்லக் காணோம்?"

பத்மினி அந்த நேரத்தில், கல்யாண விஷயம் பற்றிப் பேசத் தயாராக இல்லை. நாளைக்கு சினிமா போகலாமா?, நாளைக்கு ஹோட்டலில் டிபன் சாப்பிடலாமா? என்பது போன்ற விஷயமா இது?

கொஞ்ச மாதங்களாக அம்மா லேசாகக் கல்யாணப் பேச்சை எடுக்க ஆரம்பித்திருந்தாள்... அதுவும் மறைமுகமாகத்தான்.

"என் கண்ணே பட்டுடும்படி பத்மினி. உனக்கு முடி ரொம்ப அடர்த்தி, உனக்கு வரப்போற புருஷன் கொடுத்து வெச்சவன்."

"தம்பியை விரட்டறே, தங்கையை விரட்டறே, என்னை விரட்டறே, சந்தர்ப்பம் கிடைச்சா அப்பாவையும் விரட்டறே. நாளைக்கு உன் புருஷனையும் இப்படித்தான் விரட்டுவியா பார்க்கறேன்."

"இந்த நகை டிஸைன் பார்த்து வெச்சிக்கோ பத்மினி உனக்குக் கல்யாணம் நிச்சயமானதும் இதே மாதிரி அப்பாவை செஞ்சித் தரச் சொல்றேன்."

"ரெண்டு நாள் நீ ஊர்ல இல்லாததே ரெண்டு மாசம் மாதிரி இருந்திச்சு. வீடே நிசப்தம். நாளைக்கு நீ கல்யாணமாகிப் போயிட்டா எப்படித்தான் தாங்கிக்கப் போறேனோ தெரியலை..."

இப்படி அவ்வப்போது கல்யாணம் என்கிற விஷயம் எல்லா வீடுகளிலும் எல்லா அம்மாக்களாலும் எல்லா மகள்களின் மனத்திலும் விதைக்கப்படுவதைப் போலவே பெண்ணாக ஜென்மம் எடுத்ததன் ஒரே லட்சியமே கல்யாணம்தான் என்பது போன்ற எண்ணம் ஏற்படுத்தப்படுவது போலவே, இதன் விளைவாக ஒருவிதக் கிறக்கமும், எதிர்பார்ப்பும், ஏக்கமும், கனவு மயக்கமும் கிளறிவிடப்படுவது போலவே...

பத்மினியின் அம்மாவும் நடந்துக் கொண்டிருக்கிறாள். பேசியும் இருக்கிறாள். ஆனால், பத்மினி ஒவ்வொரு தடவையும் 'சீ! போம்மா' என்று நகத்தைக் கடித்துக்கொண்டு முகத்தைச் சாய்த்துக் கொண்டு வெட்கப்பட்டது இல்லை. "அதுக்கு இப்ப என்ன?" என்று கேட்டுவிட்டு நகர்ந்து விடுவாள்.

எந்த ஒரு விஷயத்தையும் நூறு கேள்விகள் கேட்டுப் பார்க்கிற பத்மினி, 'திருமணம்' என்கிற விஷயம் குறித்தும் தனக்குள் எத்தனையோ முறை தர்க்கம் நடத்தியிருக்கிறாள்.

ஒரு பெண்ணுக்கு ஆண் துணை தேவையே இல்லை என்றோ, திருமணம் என்பது அவசியமே இல்லை என்றோ அழிச்சாட்டியமான கருத்துக்கள் அவளிடம் கிடையாது. ஆனால், வேறுவகையில் வினாக்கள் எழுப்பிப் பார்த்திருக்கிறாள். விடைகள் அறிய முயன்றிருக்கிறாள்.

திருமணம் என்பது எல்லாப் பெண்களுக்கும் மகிழ்ச்சியைத் தந்திருக்கிறதா? இல்லை, இல்லவே இல்லை. எத்தனை பரிதாபங்களை, சோகங்களைக் கேட்கிறோம். படிக்கிறோம், பார்க்கிறோம். அதே சமயம்... திருமணம் என்பது எல்லாப் பெண்களையும் நரக வேதனைக்கு ஆட்படுத்துகிறதா? இல்லை, இல்லவே இல்லை. 'நான் மிகச் சந்தோஷமாக வாழ்கிறேன்' என்று எத்தனை பெண்கள் சொல்ல கேட்கிறோம், படிக்கிறோம்.

ஆக, திருமணம் என்பது எல்லோருக்கும் வெற்றியும் இல்லை, தோல்வியும் இல்லை. சரிசமமான வாய்ப்புகள்

கொண்ட பந்தயம்! ஒரு வியாபாரம் போல. லாபமும் கிடைக்கலாம், நஷ்டமும் கிடைக்கலாம். நஷ்டம் என்கிற விஷயம் இதில் இருக்கிறதே என்பதற்காக வியாபாரத்தையே ஒதுக்க முடியாது. லாபம் என்னும் எதிர்பார்ப்போடும் நம்பிக்கையோடும் இறங்கியாக வேண்டியிருக்கிறது. இறங்கின பிறகு லாபத்தையும் நஷ்டத்தையும் நிர்ணயிப்பது பலப்பல விஷயங்கள்.

ஆனால்... திருமணத்தில் ஒரு பெண்ணுக்கு வெற்றி தோல்வி நிர்ணயிப்பது அவளுக்கு அமையும் கணவன் மட்டுமே, அவனின் குணங்களும் நடவடிக்கைகளுமே இவள் திருமணத்தின் வெற்றி அல்லது தோல்வியை நிர்ணயிக்கின்றன. அந்தக் குணங்களை அறியாமல் கழுத்தை நீட்டும் ஒவ்வொரு பெண்ணும் தன் வாழ்க்கையையே பணயமாக வைத்து நூறு சதவிகித ரிஸ்க் எடுத்துக் கொள்கிறாள். கணவன் நல்லவனாக அமைவது ஒருவகையில் அதிர்ஷ்டப் பரிசுதான்.

"என்ன பத்மினி, உன் கல்யாணத்தைப் பத்தி நான் சொன்னதுக்கு நீ எதுவுமே பதில் சொல்லலையே..." என்றார் வைத்தீஸ்வரன்.

"நான்தான் தனிமையிலே எடுத்துச் சொல்றேன்னு சொன்னேனே... இப்படித் திடுதிப்புனு கேட்டா அவ என்ன சொல்வா? திகைச்சுப் போய் நிக்கறா!" என்றாள் அம்மா.

"அவ என்ன சின்னக் குழந்தையா? குடும்பத்திலே எல்லா விஷயங்களுக்கும் அவளைக் கேக்காம நான் செய்யறதுண்டா? படிச்சவ; பக்குவமானவ; அதனாலதான் நேரடியா கேட்டேன். இதிலே திகைச்சுப் போக என்ன இருக்கு?"

பத்மினி தன் விரல்களின் நகங்களைப் பார்த்துக் கொண்டாள். இப்போது என் பதிலுக்காகக் காத்திருக்கிறார்கள் என்ன சொல்லட்டும்? தலையணையையும், கற்பனையையும் அணைத்துக்கொண்டு உறங்கி, என் மணவாளன் எப்போது வருவான் என்று ஏக்கமாக பாத்ரூமில் பாட்டுப் பாடும்

பெண்ணாக இருந்தால், கால் கட்டை விரலால் தரையில் கால் வட்டம் வரைந்துக் கொண்டு 'உங்க இஷ்டம்ப்பா' என்றிருப்பேன்.

மற்ற பெண்களிடமிருந்து என் புத்தி சற்றே விலகியிருக்கிறதே. எதையும் சிந்தித்துப் பார்க்கிறதே. கேள்வி கேட்கிறதே; தர்க்கம் செய்கிறதே.

என் வாழ்க்கை பற்றிய கேள்வி இது! 'இப்ப என்னப்பா அவசரம்?' என்று சொல்லவா சினிமாத் தனமாக...'எனக்குக் கொஞ்சம் அவகாசம் கொடுங்க' என்று சொல்லவா புத்தகத்தனமாக... 'எனக்குக் கல்யாணமே வேணாம்பா' என்று சொல்லவா மடத்தனமாக...

"என்ன கேட்டுட்டேன், இப்படிப் பிரமிச்சுப் போய் நிக்கறே?" என்றார் அப்பா.

"அப்பா, அக்கா பிரமிப்பிலே நிக்கலை; பூரிப்பிலே நிக்குது. மௌனம் சம்மதத்துக்கு அறிகுறி" என்றாள் பவானி.

"ஏய்! வாயை மூடிக்கிட்டு சும்மா இருக்கமாட்டே?" என்று சீறினாள் பத்மினி.

அந்த எதிர்பாராத வார்த்தைச் சீறலில் இருந்த வெப்பம் மற்றவர்களை மௌனமாக்கி ஓர் அர்த்தமற்ற அமைதியை உண்டு பண்ண...

பத்மினி பதில் எதுவும் சொல்லாமல் தன் அறைக்குள் நுழைந்து கட்டிலில் அமர்ந்தாள். அவள் பின்னாலேயே வந்த அம்மா அவள் முதுகைத் தொட்டு, முகத்தைத் திருப்பி...

"ஏன் இப்படி வேர்க்குது பத்மினி? சொல்லுடி, உனக்குக் கல்யாணத்திலே இஷ்டம் இல்லையா? ஏன் ஒண்ணும் பேசாம வந்துட்டே? என்கிட்டே சொல்லு."

"அதெல்லாம் ஒண்ணும் இல்லேம்மா. எனக்கு... எனக்கு... பயமா இருக்கும்மா."

"பயமா? என்னடி இது புதுசா சொல்றே? பொதுவா கல்யாணம்னு சொன்னாலே சந்தோஷப்படுவாங்க; வெட்கப்படுவாங்க; குதிப்பாங்க. நீ பயமா இருக்குன்னு சொல்றியேடி. என்ன பயம்? பிரசவத்தை நினைச்சுச் சொல்றியா?"

"ஐயோ! இல்லேம்மா. எனக்கு எப்படிச் சொல்றதுனு தெரியலை. மனசுல திக்குன்னு ஒரு உணர்வு. ஒரே பாரமா எதுவோ அழுத்துது. வெடவெடன்னு இருக்கு. மனசுல கலக்கமா இருக்கு. நீ நினைக்கிற மாதிரி கல்யாணமே வேணாம்னு நான் நினைக்கலை. ஆனா, கல்யாணம் ஒரு பயமுறுத்தற விஷயமா தெரியுது."

"எதனால அப்படிச் சொல்றே?"

"பண்பானவரா, என்னைப் புரிஞ்சுக்கிறவரா அமையணுமேங்கிற பயம்."

"இவ்வளவுதானா? ரோட்ல போற எவனோ ஒருத்தனைக் கூட்டி வந்து உனக்குத் தாலி கட்டச் சொல்லப் போறோமா? நாலு இடம் பார்த்து, விசாரிச்சு, பேசி... எவ்வளவு இருக்கு. உங்க காலம்தான் மாறிப் போச்சே. நிச்சயத்துக்கு முன்னாடி தனியாப் பேச சந்தர்ப்பம் அமைச்சுத் தர்றேன். பேசிப் பாரு. முடிவை நீதான் எடுக்கப் போறே. உனக்குப் பூரண திருப்தி இருந்தாத்தான் நீ சரின்னு சொன்னாத்தான் கல்யாணமே. இதில் வற்புறுத்தலே கிடையாது. இது உன் வாழ்க்கைம்மா. நீதான் தீர்மானிக்கணும். நல்லா பயந்தே போ! நான் என்னவோ, ஏதோன்னு பதறிப் போயிட்டேன் என்னங்க..." என்று அங்கிருந்தே அப்பாவை அழைத்தாள் அம்மா.

உள்ளே வந்த அப்பா, "என்ன கஸ்தூரி? பத்மினி என்ன சொல்றா?"

"ஒண்ணுமில்லேங்க. வர்ற மாப்பிள்ளை நல்லவரா இவளைப் புரிஞ்சுக்கிறவரா இருக்கணுமேன்னு பயமா இருக்காம். அடுத்தவங்க பிரச்னைன்னா உற்சாகமா நூறு

யோசனை சொல்வா. அவளுக்கேங்கறப்போ பதட்டம் வந்துடுச்சு, நியாயம்தானேங்க?''

"அது சரிதான். ஏம்மா பத்மினி, உங்கப்பாவை நீ என்னன்னு நினைச்சுட்டு இப்படிக் கவலைப்படறே? எவனோ ஒருத்தன் தலையில் உன்னை அவசர அவசரமா கட்டிவைக்கணும்னு எனக்கு என்ன வேண்டுதலா? உன் படிப்பும், உன் புத்தியும் எனக்குத் தெரியாதா? உனக்குப் பொருத்தமில்லாம நான் ஒரு இடம் பார்ப்பேனா? இங்கே பாரு, இந்த மாதிரி அநாவசியமான பயம் எல்லாம் வேணாம். நான் ஒரு பையனைக் காட்டி இவனைத்தான் நீ கல்யாணம் பண்ணிக்கணும்னு உத்தரவு போடப் போறதில்லை. இது கல்யாணம் செஞ்சுக்க வேண்டிய சரியான வயசு. செஞ்சு வைக்க வேண்டியது என் கடமை. தள்ளிப்போட எந்தக் காரணமும் இல்லை. அதனால வரிசையா நான் மாப்பிள்ளைங்களைக் கொண்டாந்து நிறுத்தறேன். உன்னை மாப்பிள்ளைக்குப் பிடிச்சா மட்டும் போதாது. மாப்பிள்ளைய உனக்குப் பிடிக்கணும். நீ திருப்தியா தலையசைக்கணும். அப்புறம்தான் கல்யாணம். புரிஞ்சுதா?''

பத்மினி சற்றுப் படபடப்பு அடங்கி சகஜமாய் உணர்ந்தாள். திருமண விஷயத்தில் எத்தனை பேர் வீட்டில் மகளின் சம்மதத்தைக் கேட்கிறார்கள்? எத்தனை பெண்கள் தங்கள் கணவர்களைத் தங்கள் முழுச் சம்மதத்துடன் தேர்ந்தெடுக்கிறார்கள்?

சினிமாவும் புத்தகமும் வழங்கின கற்பனையில் இவள் தன் வாழ்வின் நாயகனை ஒருவாறு வடிவமைத்து வைத்து ஏக்கமாய், எதிர்பார்ப்புடன் காத்திருக்க... பெண் பார்க்க வருபவன் இவள் கற்பனைகளில் ஒன்றில் கூடப் பொருந்தாமல் அமர்ந்திருப்பான்.

அப்பா வருவார்.

'பையன் எப்படிம்மா இருக்கான்?'

'அப்பா, அவர் கறுப்பா இருக்காரே...'

'ஆம்பளைக்கு நிறம் என்னம்மா? அதுவா முக்கியம்?'

'பல்லு தூக்கலா இருக்கே...'

'கம்பி கட்டிக்கிட்டா ஒரே வருஷத்திலே சரியாயிடுமாம்.'

'ரொம்ப ஒல்லியா இருக்காரே...'

'கல்யாணப் பூரிப்பிலே பருத்துடுவார்.'

'அப்பா, வந்து, வந்து...'

'எதுவும் பேசாதேம்மா. என் சக்திக்கு இந்த இடம்தான் சரியா வருது. நாம சொன்ன நகைக்கு ஒப்புக்கிட்டாங்க. கோயில்லே கல்யாணம் வெச்சிக்கலாம்னு சொன்னதுக்கும் சரின்னுட்டாங்க. சரின்னு சொல்லும்மா.'

'தன் கனவுகளை, ஆசைகளை எதிர்பார்ப்புகளை எல்லாம் காற்றோடு கரைத்துவிட்டு, தன் தந்தையின் பொருளாதாரச் சூழ்நிலைக்குக் கட்டுப்பட்டுத் தலையசைக்கும் பெண்களுக்கு மத்தியில்... எனக்குத் தேர்ந்தெடுக்கும் சலுகை தரப்பட்டுள்ளதே பெரிய விஷயம் இல்லையா? எனக்குப் பிடித்தால் தானே? என் மனத்தைக் கவர்ந்தால்தானே? நான் சரி என்று சொன்னால்தானே?'

"சரிப்பா. நீங்க சொல்ல வந்ததைச் சொல்லுங்க?" என்றாள் பத்மினி.

"இதே மெட்ராஸ்தான். ராயப்பேட்டையில் வீடு. அப்பா பேரு ராஜகோபால். கோவிந்தப்ப நாயக்கன் தெருல மூணு கோடவுன் இருக்காம். கெமிக்கல் பவுடர் மொத்த வியாபாரம். ரெண்டு பையனுங்க. பெரிய பையன் அப்பாவுக்கு உதவியா வியாபாரத்துல இருக்கார். கல்யாணமாயிடுச்சு. விருத்தாசலத்திலே பொண்ணு எடுத்திருக்காங்க. ரெண்டாவது பையன்தான் நாம் பார்க்கிற இடம். பேரு விஜயகுமார். வியாபாரத்திலே அவ்வளவு ஈடுபாடு இல்லை. எம். ஐ. டி-ல படிச்சுட்டு கிண்டியில இருக்கிற ஒரு ஸ்கூட்டர் கம்பெனியில்

சீனியர் ஆட்டோமொபைல் இன்ஜினீயரா வேலை பார்க்கறார். ரெண்டாயிரத்து சொச்சம் சம்பளம். கூட்டுக் குடும்பம். பெரிய வீடாம். அமைதியான குடும்பமாம். ரெண்டு பையன்களுமே அப்பாகிட்டே ரொம்ப மரியாதை உள்ளவங்களாம். இதெல்லாம் தரகர் சொன்ன விவரங்கள் மட்டுமில்லை. நானும் விசாரிச்சுத் தெரிஞ்சுக்கிட்டது. ஜாதகப் பொருத்தம் பார்த்தாச்சு. ஜோரா இருக்கு. நம்மைப் பத்தியும் அவங்ககிட்டே விவரங்கள் சொல்லியாச்சு. இப்போ அவங்களைப் பெண் பார்க்க வரச் சொல்ற கட்டத்திலே நாம் இருக்கோம்.''

"அப்பா, ப்ளீஸ்... இந்தப் பெண் பார்க்கற சம்பிரதாயம் மட்டும் வேணாமே... எனக்குப் பிடிக்கலை.'' என்றாள் பத்மினி.

✲ ✲ ✲

அத்தியாயம் 8

வைத்தீஸ்வரன் தன் மனைவியைப் பார்த்தார்.

"என்ன சொல்றா இவ...? பொண்ணு பார்க்கிற சம்பிரதாயம் வேணாம்னா என்ன அர்த்தம்...? வேற எப்படிக் கல்யாணம் அமையும்...?"

அப்பாவின் குரலில் லேசாகக் கடுமை சேர்ந்திருப்பதை உணர்ந்தாள் பத்மினி. அப்பாவுக்கு எப்போதும் லேசாக முன்கோபம் தான். ஒரு விஷயத்தை முழுவதாகக் கேட்டுக் கொள்வதற்கு முன்பே முணுக்கென்று வேகமான வார்த்தைகள் எட்டிப் பார்த்துவிடும்.

"இல்லேப்பா, நான் அப்படிச் சொல்லலை. வந்து... வீட்ல வெச்சி இதை நடத்தறப்போ பக்கத்து வீடுகள் எல்லாத்துக்கும் தெரியும். ஏதோ காரணத்தால இந்த இடம் அமையலேன்னா கேள்வி கேட்பாங்க. என்னால தாங்க முடியாது. பட்டுப்புடவை கட்டி, நமஸ்காரம் பண்ணி, பாட்டுப் பாடி... இப்படித்தான் பொண்ணு பார்த்தாகணுமா...?"

"அப்படித்தானே எல்லார் வீட்லேயும் நடக்குது...?"

"என்னால ஏத்துக்க முடியலேப்பா. நான் திமிராப் பேசலை. எனக்கு இது பிடிக்கலை..."

"அப்படியா...? அப்போ நாம எல்லாம் அவங்க வீட்டுக்குப் போய் மாப்பிள்ளையைப் பாடச் சொல்லிப் பேசி முடிவு செஞ்சிக்கிட்டு வரலாமா...?"

"அப்பா, நான் அப்படியெல்லாம் குதர்க்கமா பேசலை. சம்பிரதாயமான இந்தப் பெண் பார்க்கிற முறையை என்னைப்

பொறுத்தவரைக்கும் ஏத்துக்க முடியலை. கல்யாணம் முடிவாகிட்டாக் கூட ஒண்ணுமில்லை. முடிவாகலேன்னா அது ஒரு பெரிய அவமானம். தன்மானத்தைக் குறைக்கும். மன உறுதியைக் குலைக்கும்.''

''அப்போ என்ன தான் செய்யணும்னு சொல்றே...?''

''ஒரு தேதியும், நேரமும் முடிவு செய்யுங்க. ஒரு பொது இடத்தைத் தேர்ந்தெடுங்க. ஹோட்டல், பார்க், பீச், இப்படி நாம குடும்பத்தோட போகலாம். அவங்களும் குடும்பத்தோட வரட்டும். ஒரு காஷுவல் சந்திப்பா இருக்கட்டுமே... மனம்விட்டுப் பேசலாம்; சாப்பிடலாம். சம்பிரதாயமான முறையைவிட, இந்த மாதிரி சாதாரண சந்திப்பிலே குணங்களை, மனசை இன்னும் நல்லாப் புரிஞ்சுக்க முடியும். அவங்கவங்க வீட்டுக்கு வந்து நிதானமா முடிவு செய்யலாம். இதிலே ரெண்டு பக்கத்திலேயும் யார் என்ன முடிவு எடுத்தாலும், யாருக்கும் அவமானமில்லை. மனசிலே உறுத்தல் வராது. யாரோட கேள்விகளுக்கும் பதில் சொல்ல வேண்டியதில்லை...''

வைத்தீஸ்வரன் அமைதியாக இருந்தார். பத்மினியை ஒரு தரம் நேராகப் பார்த்தார். பிறகு தன் மனைவியைப் பார்த்தார்.

''அவ சொல்றதிலேயும் தப்பு இல்லையேங்க...'' என்றாள் அம்மா.

''புரியுது. அவ என்ன நினைக்கிறாள்னு புரியுது. ஐடியாவும் நல்லாத்தான் இருக்கு. எனக்குச் சம்மதம்தான். அவங்க கொஞ்சம் பழமையிலே ஊறினவங்க... சம்மதிப்பாங்களானு தெரியலையே...''

''அப்பா, எனக்கு வர்ற கணவருக்கு விசாலமான மனசும், என்னை நல்லாப் புரிஞ்சுக்கிற மனப்பக்குவமும், கொஞ்சம் உலகம் தெரிஞ்சு நடந்துக்கிற குணமும் இருக்கணும்னு எதிர்பார்க்கிறேன். நம்ம விருப்பத்தைத் தரகர் மூலமாகவே

சொல்லிடுங்க. இதுக்குச் சம்மதிச்சாலே, பரந்த மனசுள்ள குடும்பம்னு உணர்ந்துக்க முடியும்."

"சொல்றேம்மா. அண்ணன், தம்பி ரெண்டு பேருமே படிச்சவங்க. அப்பாவும் அந்தக் காலத்து எஸ். எஸ். எல். சி-யாம். அநேகமா சரின்னு சொல்லுவாங்க. என்னிக்கு எங்கே சந்திக்கலாம்னு அவங்களையே முடிவு பண்ணச் சொல்றேன், சரிதானே...? இல்லை, அதையும் நாம் முடிவு செஞ்சிடலாமா...?" என்றார் சிரித்துக்கொண்டு.

"நான் சொன்னதிலே என்னப்பா தப்பு...?"

"சேச்சே! தப்பில்லேம்மா. நான் சும்மா கேலிக்காகக் கேட்டேன். காலம் மாறிடுச்சு. சிந்தனை மாறிடுச்சு. சம்பிரதாயங்கள்லேயும் மாற்றம் வரலாம். திடீர்னு மாற்றம் செய்யறதுதான் சிரமம். பல தலைமுறைகள் ஆகும் பக்குவமடைய... ஏழு நாள் கல்யாணம் நடத்தினாங்க. மூணு நாள் நடத்தினாங்க. இன்னிக்கு ஒருவேளை சாப்பாட்டோட முடிஞ்சுடுது. விருந்தாளிகளுக்கு முன்னாடி பொண்ணு வீட்டுக்காரங்க சத்திரத்தைக் காலி பண்ணிடறாங்க. கல்யாணத்தை சிம்பிளா கோயில்ல முடிச்சிட்டு ஆடம்பரமா வரவேற்பு மட்டும் நடத்தலையா என்ன? இதெல்லாம் மாற்றங்கள் இல்லையா? இன்னிக்கு இருக்கிற விலைவாசிக்கு கல்யாணத்துக்கு முன்னால இன்விடேஷன் கொடுக்கிறதுக்குப் பதிலா கல்யாணத்தை முடிச்சிக்கிட்டு 'இன்ஃபர்மேஷன்'னு கார்டு அனுப்பினாக் கூட ஆச்சரியமில்லை. அது மாதிரி பெண் பார்க்கிறதிலேயும் ஒரு மாற்றத்தை ஆரம்பிச்சு வைப்போமே, என்ன கஸ்தூரி...?"

அதுதான் அப்பா. வீட்டில் மற்ற எல்லோரிடத்திலும் தன் வார்த்தையில் பிடிவாதமாய் நிற்பார். குதிப்பார். பத்மினி விஷயத்தில் மட்டும் கொஞ்சம் எதிர்ப்புக் காட்டிவிட்டு உடனடியாக சரணடைந்து, அவளுக்கு அனுசரணையாகப் பேச ஆரம்பித்து விடுவார்.

காரணம் - எக்கச்சக்க பாசம் அல்ல. ஒரு வகை லேசான பயம். மூன்று வருடங்களுக்கு முன்னால் ஒரு சம்பவத்துக்குப் பின்னால் இருந்து இந்த மாற்றம்.

✯✯✯

அன்றைக்கு வீட்டில் எல்லோரும் உற்சாகம் நிறைந்திருந்தார்கள். இரவுச் சாப்பாடு மொட்டை மாடியில் என்று முடிவு செய்தார்கள். அம்மா எலுமிச்சை சாதமும் தயிர் சாதமும் தயார் செய்தாள். இரண்டு மணி நேரம் முன்னதாகவே மொட்டை மாடியைக் கூட்டி, தண்ணீர் ஊற்றிக் குளிர வைத்து, ஃப்யூஸ் ஆகிப்போயிருந்த அங்கிருந்த பல்பை மாற்றி, ஜமுக்காளம் விரித்து ஒரு பிக்னிக் போல ஏற்பாடுகள் நிகழ்ந்திருந்தன.

அப்பா, அம்மா, பத்மினி, பவானி, சந்துரு அனைவரும் மாடிக்கு வந்து சேர்ந்ததும் அரட்டை ஆரம்பமாயிற்று. குற்றாலம் போனது. கல்யாண வீட்டில் நடந்தது, வீட்டுக்கு வந்த விருந்தாளி நடந்துக் கொண்ட விதம் என்று சகலமும் பேசினார்கள்.

ஆளுக்கு ஒரு பாட்டுப் பாட வேண்டும் என்று தீர்மானித்துக் கொண்டு பாடினார்கள். சீட்டுக் குலுக்கிப் போட்டதில், முதலில் சந்துரு! முதலில் மறுத்துவிட்டுப் பிறகு ஒரு 'மலையாளப் பாடல்' பாடினான். அம்மா 'கீர்த்தனை' பாடினாள். பவானி, 'நேத்து ராத்திரி யம்மா' பாடினாள். பத்மினி பாரதியாரின் 'காக்கைச் சிறகினிலே நந்தலாலா' பாடலைக் கண்களை மூடிக்கொண்டு பாடினாள்.

"வேணாங்க. வேற எதாச்சும் சொல்லுங்க..."

"சம்பவத்தை மட்டும் சொல்றேன். காரணத்தைச் சொல்லலை... ஒரு சந்தர்ப்பத்திலே நான் கோபமா உங்கம்மாவை அடிச்சிட்டேன். அவ தடுமாறிப் பக்கத்திலே இருந்த அம்மிக் கல்லு மேல விழுந்துட்டா. முனை நெத்தியைக் கிழிச்சு ஆன காயம்தான் அது..."

பிள்ளைகள் மூவரும் உற்சாகம் வற்றிப்போய், சூழ்நிலையில் ஒரு மோசமான இறுக்கம் ஏற்பட்டு அமைதியாய் இருந்தனர்.

பத்மினி மிக அதிர்ந்து போயிருந்தாள் மற்ற இருவரைக் காட்டிலும். அப்பாவா? அடித்தாரா? அவளால் அந்தக் காட்சியைக் கற்பனை செய்யவும் முடியவில்லை. அந்தச் செய்தியை ஜீரணம் செய்யவும் முடியவில்லை. அதிர்ந்து ஒரு சொல் சொல்லாத அம்மா... தனக்கென ஆசைகள் எதுவுமே இல்லாத அம்மா.. ஏமாற்றங்களைப் புன்னகையோடு வரவேற்று ஏற்றுக் கொள்கிற அம்மா... அப்படிப்பட்டவள் அடி வாங்குமளவுக்கு என்ன சொன்னாள் அல்லது என்ன செய்தாள்? நிச்சயமாகப் பெரிய விஷயம்!

பிள்ளைகளின் அமைதியைப் பார்த்து, "ஸாரி, நீங்க எல்லாரோடும் ஜாலியா இருக்கறப்போ, நான் அதைக் கெடுத்துட்டேனா...?" என்றார்.

"கெடுத்தது கெடுத்தாச்சு... முழுசா சொல்லிடுங்க. எதுக்காக அடிச்சீங்கப்பா?" என்றாள் பத்மினி.

"வேணாம், சொல்ல வேணாம்" என்றாள் அம்மா.

"நீ சும்மா இரும்மா. நீங்க சொல்லுங்கப்பா, என்ன நடந்திச்சு...?"

"ஒண்ணும் பிரமாதமா இல்லை. எங்கம்மாவைப் பத்தி என்கிட்டேயே புகார் சொல்லிட்டிருந்தா... அவங்க வயசுக்கு மதிப்புக் கொடுத்து நீதான் அனுசரிச்சுப் போகணும்'னு சொன்னேன். என்னவோ ஒரு வார்த்தை எதிர்த்துப் பேசினா... எனக்கு ஆத்திரம் தாங்காம அறைஞ்சிட்டேன்."

திடீரென்று ஆவேசமாகப் பத்மினி பேச ஆரம்பித்துவிட்டாள்.

"அந்த ஒரு அறையிலேருந்துதான் அம்மா மாறிப் போயிட்டாங்கப்பா. தன் எதிர்ப்புச் சக்தி அத்தனையையும் சுத்தமா கழுவித் துடைச்சுப் பொம்மை ஆயிட்டாங்க. அம்மாவைப் பத்தி ஆழமா யோசனை பண்ணிப் பார்த்திருக்கீங்களாப்பா என்னிக்காவது...? அம்மா எழுதின கதைகள் அத்தனையையும்

படிச்சுப் பாருங்க மறுபடி. அதிலே உள்ள வளமான, நயமான, புரட்சிகரமான சிந்தனைகள்ல ஒண்ணுகூட அதைப் படைச்ச அம்மாகிட்ட இப்போ இல்லை. மனசுக்குள்ளே ஒரு எதிர்பார்ப்பும் கிடையாது. இன்னும் சொல்லப் போனா மனசளவில் அம்மா செத்துப் போயாச்சு. உடம்புதான் வாழுது. அம்மாவை நீங்கதான் பொம்மையாக்கிட்டிங்க... அகில இந்தியாவும் போற்றும் அற்புத ஸ்தானத்திலே இருக்க வேண்டியவங்களை ஒரு வேலைக்காரி மாதிரிதான் வெச்சிருக்கீங்க...''

வேகமாகப் பேசிய பத்மினி, சட்டென்று எழுந்து கீழே இறங்கிச் சென்றுவிட்டாள். யாரும் எதுவும் பேசாமல் கனமான இதயங்களுடன் கலைந்தார்கள்.

மறுநாளே மற்றவர்கள் எல்லோரும் சகஜமாகிவிட, பத்மினி மட்டும் நான்கு நாட்கள் அப்பாவிடம் பேசவே இல்லை. எதிரெதிரே சந்திப்பதையே தவிர்த்தாள்.

ஐந்தாம் நாள் அப்பா, தன் மில்லிலிருந்து பத்மினி அலுவலகத்துக்கு போன் செய்து அவளுடன் பேசினார்.

''பத்மினி உன் மனசு எனக்குத் தெரியும். உன் ஆத்திரம் என்னன்னு எனக்குத் தெரியும். உங்கம்மாவோட எழுத்துத் திறமையை முடக்கிப் போட்டுட்டது நான் மட்டும்தான்னு நினைக்கிறே, கோபப்படறே. என் பங்கும் அதிலே உண்டு. ஆனா, நான் மட்டும் காரணமில்லை. நிதானமா ஒருநாள் உங்கம்மாவேயே கேட்டுத் தெரிஞ்சுக்கோ. மன முதிர்ச்சிங்கிறது ஒரே நாள்ல ஒரு மனுஷனுக்கு வந்துடாது. கல்யாணமான சமயத்திலே இருந்த என் மனப்பக்குவம் ரொம்ப கம்மி. எவ்வளவோ நடந்து போச்சு, அதுக்காகப் பின்னாடி எவ்வளவோ நான் வருத்தப்பட்டாச்சு. எப்பவோ நடந்ததுக்காக இப்போ நீ என்னை வெறுக்காதே... ஒதுங்காதே... மனசு கஷ்டப்படுது. ஒரு பொண்ணுகிட்டே அப்பா இவ்வளவுதான் விளக்கம் சொல்ல முடியும். ஒரே வீட்டுக்குள்ளே அப்பாவும் பொண்ணும் எதிரி மாதிரி பேசாம இருக்கிறது நல்லா இருக்கா...? யோசி...''

அதன் பிறகு அப்பாவிடம் முன்போல் பேச, பழக ஆரம்பித்தாலும், இருவருக்குமே உள்ளுக்குள் ஒரு சின்ன தூரம் ஏற்பட்டுப் போனது.

***

பத்மினி அலுவலகத்துக்குப் புறப்பட்டாள். ஸ்டேஷனுக்குப் போகும் வழியில் லாண்டரியில் போடவேண்டிய துணிகளைச் சுருட்டி எடுத்துக்கொண்டாள். அப்பாவிடம் சொல்லிவிட்டுச் செருப்பணிந்து புறப்பட்டாள்.

''அரை மணிநேரம் முன்னாடியே புறப்பட்டுட்டே இன்னிக்கு...?'' என்றார். முன் ஹாலில் பேப்பர் படித்துக் கொண்டிருந்த அப்பா.

''ஆமாம்ப்பா. நான் சொல்லுவேனே ஜெயந்தின்னு, என் டிரெயின் ஃப்ரெண்டு. அவங்க வீட்டுக்குப் போயிட்டு ஸ்டேஷன் போறேன். நேத்து மத்தியானமே லீவு போட்டு வீட்டுக்குப் போயிட்டாங்களாம். உடம்பு சரியில்லையோ என்னவோ, அதான் பார்த்துட்டு...''

''சரிம்மா, போயிட்டு வா...''

பத்மினி நடந்தாள்... வழியில் லாண்டரிக் கடையில் துணி மூட்டையைப் போட்டுவிட்டு, அருகில் பத்திரிகைக் கடையில் அன்றைக்கு வந்திருந்த பெண்களுக்கான ஆங்கில வார இதழைக் கைப்பையின் ஓரத்தில் செருகிக்கொண்டு நடந்து, ஜெயந்தியின் வீட்டுக்கு வந்தாள்.

வீடு திறந்திருந்தது. உள்ளே இருட்டாய் இருந்து. அமைதியாய் இருந்தது.

''ஜெயந்தி!'' என்றாள் பத்மினி.

பதிலில்லை...

***

அத்தியாயம் 9

மீண்டும், ''ஜெயந்தி!'' என்று குரல் கொடுத்தாள் பத்மினி. உள்ளே சிறிய ஹால். அதையொட்டி ஒரு படுக்கை அறை. அதன் ஒருக்களித்திருந்த கதவு நன்றாகத் திறக்கப்பட்டு, ''யாரு?'' என்று கேட்டபடி வெளிப்பட்ட ஜெயந்தி,

''அட! வாங்க பத்மினி, உள்ளே வாங்க. இப்பதான் குளிச்சிட்டு டிரஸ் மாத்திட்டிருந்தேன். ரொம்ப நேரமா கூப்பிட்டீங்களா?'' என்றாள்.

''இல்லை. ரெண்டு தடவைதான் கூப்பிட்டேன்'' என்ற பத்மினி, தன் ரிஸ்ட் வாட்சைப் பார்த்துக் கொண்டு ''இப்பதான் குளிச்சிங்களா? எழுந்தது லேட்டா இன்னிக்கு?'' என்றாள்.

''ஆமாம். படுத்ததும் லேட். ரெண்டு மணி.''

''ஏன்? செகண்ட் ஷோவா? உங்க ஹஸ்பெண்ட்...?''

''ஊர்ல இல்லை. நேத்து ராத்திரி பத்து மணிக்குப் புறப்பட்டுப் போனார். அவர் போய் ஒரு மணிநேரத்திலே ராஜுவுக்கு திடீர்னு ஜுரம். பக்கத்து வீட்டுப் பையனை எழுப்பி ஆட்டோ கூட்டிக்கிட்டு வரச் சொல்லி, டாக்டர்கிட்டே தூக்கிட்டுப் போனேன். ரெண்டு ஊசி போட்டு மாத்திரை கொடுத்ததுல ராத்திரி ரெண்டு மணிக்கு மேலதான் ஜுரம் குறைய ஆரம்பிச்சது. உக்காருங்க. காபியா, டீயா?''

சோபாவில் செய்தித்தாளையும் பத்திரிகைகளையும் பொம்மைகளையும் ஒதுக்கிவிட்டு அமர்ந்தாள் பத்மினி.

''எதுவும் வேணாம். இப்ப எப்படி இருக்கு பையனுக்கு?''

"சுத்தமா ஜுரம் இல்லை, நல்லா தூங்கறான். காபியே போடறேன்" என்று ஜெயந்தி, சமையலறைக்குள் நுழைந்தாள்.

"சொன்னாக் கேளுங்க ஜெயந்தி, இப்பத்தான் வீட்ல காபி சாப்பிட்டுட்டுப் புறப்பட்டேன்" எனும் பத்மினியின் மறுப்பை அலட்சியப்படுத்தி...

இந்த வீட்டுக்குப் பத்மினி இரண்டாவது தடவை வருகிறாள். முதல் தடவை ஜெயந்தியின் மகன் ராஜுவின் இரண்டாவது பிறந்த நாளன்று அழைக்கப்பட்டு வந்திருந்தாள். கணவன், மனைவி இருவரின் நெருக்கமான நண்பர்களும், உள்ளூரில் இருக்கும் உறவினர்களும் வந்திருக்க... இந்தச் சின்ன ஹால் நிரம்பி வழிந்தது. ரிப்பன் கட்டி, கலர் காகிதங்கள் கட்டி, பலூன்கள் தொங்கவிட்டு, சீரியல் செட் சரம்சரமாய்த் தொங்க விட்டு... ஏக அமர்க்களமாய் இருந்தது. ரேடியோ ஸ்டாண்டின் மேல் இருக்கும் இந்தக் குடும்பப் புகைப்படம் அப்போது எடுத்ததுதான். ராஜு, கேக்கின் க்ரீம் அப்பின வாயோடு தன் அம்மாவுக்கு முத்தம் கொடுக்க... அருகில் அவன் அப்பா, எவ்வளவு சந்தோஷமாக இருந்தார்கள்.

பத்மினி எழுந்து படுக்கையறையின் கதவைத் தள்ளி அங்கு கட்டிலில் கழுத்து வரை போர்த்தப்பட்ட ராஜு, விரல் சூப்பிக்கொண்டு உறங்குவதைப் பார்த்தாள்.

"நாங்களும் என்னென்னவோ செஞ்சு பார்த்துட்டோம்... இந்த விரல் சூப்புற பழக்கத்தை நிறுத்த வைக்கவே முடியலை" என்றவாறு காபியை ஆற்றிக்கொண்டே வந்தாள் ஜெயந்தி. "இந்தச் சூடு போதுமா பாருங்க!"

வாங்கிக் கொண்டு, "சரியா இருக்கு" என்று அருந்தியவாறு "இன்னும் கொஞ்சம் வளர்ந்தா தானா பழக்கத்தை விட்டுடுவான்" என்றாள் பத்மினி.

"யாரு, இவனா? ஊஹும்... பிடிவாதம்னா அவங்கப்பாவைவிட இரண்டு மடங்கு பிடிவாதம். ஒரு உதவி செய்யணுமே நீங்க."

"சொல்லுங்க..."

"உங்க ஆபிஸுக்குப் போனதும் எங்க ஆபிஸுக்கு போன் செஞ்சு இன்னிக்கு நான் லீவுன்னு சொல்லிடறீங்களா?"

"இவ்வளவுதானே! சொல்லிடறேன். நேத்து அரைநாள் லீவு போட்டுட்டு வீட்டுக்கு வந்துட்டிங்க போலிருக்கு. என் ஆபீஸ் வர்றதா சொன்னீங்களா, காத்திருந்து பார்த்துட்டு போன் செஞ்சேன். விவரம் சொன்னாங்க."

"ஸாரிங்க பத்மினி! மூட் அவுட். நான் வரலேன்னு உங்களுக்கு போன் செஞ்சு சொல்லக்கூடத் தோணாம புறப்பட்டு வந்துட்டேன்."

ஜெயந்தி டிரஸ்ஸிங் மேஜையிலிருந்து சீப்பு எடுத்து, அவசரத்துக்குக் கட்டி வைத்திருந்த ரிப்பனை அவிழ்த்து விட்டுத் தனது பாப் செய்யப்பட்ட கூந்தலை வாரிக்கொண்டே சொன்னாள், "ஒரு அட்வைஸ் சொல்லட்டுமா?"

"என்ன?"

"கல்யாணமே பண்ணிக்காதீங்க."

சட்டென்று தூக்கிவாரிப் போட்டது பத்மினிக்கு.

"என்னங்க அப்படிச் சொல்றீங்க?"

"மிச்சத்தைக் குடிங்க, சொல்றேன். நேத்துக் காலைல எனக்கு அவர் ஆபீஸ்லேர்ந்து போன் செய்தாரு. 'ஆபீஸ் வேலையா தஞ்சாவூர் போகணும், வர அஞ்சு நாளாகும்'னு சொல்லிட்டு என்னை லீவு போட்டுட்டு வீட்டுக்கு வந்து அவரோட நாலு பாண்ட், சட்டையை துவைச்சுப் போட்டு, அது காய்ஞ்சதும் அயர்ன் பண்ணி வைக்கச் சொல்றார். நீங்களே சொல்லுங்க, இதுக்காக ஒருத்தி லீவு போடணுமா?"

"அவசியமில்லைதான். டிரை கிளீனர்ஸிலே அர்ஜண்ட் சலவையில் போட்டு வாங்கிக்கலாமே..."

"அதான் எனக்கும் அவருக்கும் வாக்குவாதம். புருஷன் டிரஸ்ஸைத் துவைக்கிறது ஒரு கடமைதான், மறுக்கலை சந்தர்ப்பச் சூழ்நிலை இல்லையா? என் சௌகரியம்னு ஒண்ணு இல்லையா? இதைத் தவிர்க்கலாமே. அரை நாள் திடீர்னு லீவுன்னா மாற்று ஆள்கூட ஏற்பாடு செய்ய முடியலை அங்கே. எவ்வளவு கெஞ்ச வேண்டியதா போச்சு தெரியுமா? டிரஸ் துவைச்சு வைக்கணும்னு எப்படிச் சொல்றது? குழந்தைக்கு உடம்பு சரியில்லேன்னு போன் வந்ததா பொய் சொன்னேன். பொய் சொன்னதால நிஜமாவே ஜூரம் வந்துடுச்சி. அதே மாதிரி ஊருக்குப் புறப்படற நேரம் பெரிய ரகளை நடத்தி முடிச்சுட்டுத்தான் புறப்பட்டுப் போனார்."

பத்மினி காபி டம்ளரை டபராவுக்குள் கவிழ்த்து மேஜைமேல் வைத்துவிட்டு அமர்ந்துக் கொண்டாள்.

பத்மினியின் அருகில் வந்து அமர்ந்துக் கொண்ட ஜெயந்தி, கண்களில் கலக்கத்துடன், "நான் சந்தோஷமா இல்லே பத்மினி. என் வாழ்க்கையைப் பத்தி, எனக்கு வரப்போற கணவனைப் பத்தி நிறைய கனவுகள் வெச்சிருந்தேன். முதல் ஒரு வருஷம்தான் சந்தோஷமா இருந்தேன். அப்புறம்... உப்பும் இல்லாத, உறைப்பும் இல்லாத சாப்பாடு மாதிரி வெறுமையா போய்க்கிட்டிருக்கு. ராஜூவாலதான் வாழறேன். அவன் ஒருத்தன்தான் பிடிப்பு ஏற்படுத்தறான்" என்றாள்.

"இவ்வளவு தூரம் நீங்க மனசு வெறுத்துப் பேசற அளவுக்கு எப்படி உங்களுக்குள்ளே இடைவெளி விழுந்திச்சு? அந்தரங்கம்னு நினைச்சிங்கன்னா சொல்ல வேணாம்."

"நானே சொல்றத்துக்காகத்தானே நேத்து வர்றேன்னு சொன்னேன். பத்மினி... அவர் என்னைச் சந்தேகப்படறார். ஆதாரமான நம்பிக்கை போயிடிச்சி. அதனால நான் எது செஞ்சாலும் அதைச் சந்தேகக் கோணத்திலேயே பார்க்கிறார். ஒரு சமயம் அன்பா நடந்துக்குவார். திடீர்னு ஆவேசம் வந்தவர் மாதிரி திட்டுவார். ஒவ்வொரு வார்த்தையும் சவுக்கடி!"

"அதுதான் ஏன்?"

"ஒரு சின்ன சம்பவம். அதான் இதுக்கெல்லாம் ஆரம்பம். நான் வேலை செய்யற ஆபீஸ்லே பத்ரிநாத்னு ஒரு அசிஸ்டெண்ட் மானேஜர் வேலை பார்க்கிறார். இளைஞர், கல்யாணம் ஆனவர். பக்கா ஜெண்டில்மேன். பெண்கள்கிட்டே ரொம்ப நாகரிகமா நடந்துக்குவார். அதே சமயம் ரொம்ப கலகலப்பா பேசுவார். அவர் மனைவி கர்ப்பமாயிருக்கிறதுக்கு எல்லோருக்கும் ஸ்வீட் வாங்கிக் கொடுத்தார். ஒரு நாள் ஈவினிங் வேலை முடிஞ்சு நான் புறப்பட்டுக்கிட்டிருந்தப்போ அவர் அவசரமா என்கிட்டே வந்தார், 'மேடம்... என் மனைவி இப்போ போன் செஞ்சா. திடீர்னு தாங்க முடியாத அளவுக்கு வயித்தை வலிக்குதாம். நான் டாக்டருக்கு போன் செஞ்சிருக்கேன். ஒருவேளை அபார்ஷன் ஆயிருக்குமோன்னு கவலையா இருக்கு. அங்கே பக்கத்திலே வீடுகள் இல்லை. நீங்க கொஞ்சம் என்கூட வந்தா உதவியா இருக்கும்'னார். நான் மனசு துடிக்க உடனே அவரோடு கார்ல புறப்பட்டேன். அவர் வீட்டுக்குப் போய் அவர் மனைவிக்கு உதவினேன். டாக்டர் வந்து பார்த்துட்டு, ஏதோ சாப்பாடு ஒத்துக்காம அலர்ஜி ஆகியிருக்கும். சாதாரண வயித்து வலிதான்னு சொல்லி டிரீட்மெண்ட் கொடுத்துட்டுப் போயிட்டார். பத்ரிநாத் என்னை வீட்ல கொண்டுவந்து விட்டுட்டுப் போனார். அதிலே இவருக்குப் பலமான சந்தேகம் ஆரம்பமாயிடுச்சு."

"ஒரு வருஷம், ரெண்டு வருஷம் பழகின மனைவியோட குணம் தெரியாதா? ஒரு நியாயமான காரணத்தை நம்பத் தயாராயில்லாத அளவுக்கு எப்படி வாழ்க்கை நடத்தினார்?"

"அதான் எனக்கும் புரியலை. கொஞ்சங்கூட நாகரிகம் இல்லாம, 'ரெண்டு பேரும் எந்த ஹோட்டல்ல ரூம் போட்டிருந்தீங்க?'னு கேட்டார். நான் நடந்ததைச் சொன்னேன். அவர் நம்பத் தயாரா இல்லை. 'அவங்க வீட்டுக்குப் போகலாம் வாங்க'ன்னேன். அதுக்கும் தயாரா இல்லை. அப்புறம் பத்து நாள் நாங்க பேசாம இருந்தோம். திடீர்னு

வந்து 'மன்னிச்சுக்க'ன்னார். 'வேலைக்குப் போ'னு சொன்னார். 'போகமாட்டேன்'னு சொல்லிப் பிடிவாதம் பிடிச்சேன். வற்புறுத்திப் போகச் செஞ்சிட்டார். மாசா மாசம் சுளையா நான் கொண்டுவர்ற சம்பளம் அவருக்குத் தேவை. அதே சமயம் என்மேல் நம்பிக்கை இப்பவும் கிடையாது பத்மினி. சந்தர்ப்பம் கிடைக்கிறப்போல்லாம் ஒரு குத்தல் வார்த்தை! பத்ரிநாத் எல்லாருக்கும் புது வருஷ வாழ்த்து அனுப்பியிருந்தார். எனக்கும் வந்திருந்திச்சு. அதை வெச்சுக்கிட்டு ரெண்டு நாள் என்னை நோகடிச்சார். திடீர்னு வேலை நேரத்திலே ஆபீஸுக்கு போன் செய்வார். 'ஒண்ணுமில்லை... இருக்கியா, இல்லை வெளில எங்கேயாச்சும் முக்கிய வேலையா போயிட்டியான்னு பார்த்தேன்'ம்பார். என் சேமிப்பிலே புடவை வாங்கினதைக் காண்பிச்சா, 'யார் வாங்கிக் கொடுத்தது?'ம்பார். ஒரு தடவை சகஜமான மூட்ல இருக்கிறப்போ 'எதுக்கு இவ்வளவு பெரிய மீசை? கொஞ்சம் ட்ரீம் செஞ்சிக்கிட்டா இன்னும் அழகா இருக்குமே'னு சொன்னேன். அதுக்கு 'பத்ரிநாத்துக்குச் சின்ன மீசைதானே'ன்னார். சம்மட்டியால் அடிச்ச மாதிரி இருந்திச்சு. இதுமாதிரி நிறைய பத்மினி. நாலு நாளைக்கு அமைதியா போய்க்கிட்டிருக்கும். திடீர்னு இப்படி ஒரு அணுகுண்டு வெடிக்கும்.'' என்ற ஜெயந்தி வெறுமையாகச் சிரித்தாள்.

''கேட்டா தப்பா நினைச்சுக்க மாட்டீங்களே ஜெயந்தி?''

''கேளுங்க...''

''எதுக்காக இப்படி ஒரு அவஸ்தையான வாழ்க்கை? ஏன் இந்தக் கொடுமை எல்லாத்தையும் ஜீரணிச்சிக்கறீங்க? இவ்வளவு கேவலமா உங்களை நடத்திக்கிட்டிருக்கார். அதை சகிச்சுக்கிட்டு எப்படி அவரோடு உங்களால வாழ முடியுது? ஏன் இப்படி வாழணும்? நீங்க படிச்சவங்க. 'அது என் தலைவிதி'ன்னு சொல்லாதீங்க தயவுசெஞ்சு'' என்றாள் பத்மினி கொதிப்புடன். அவள் முகம் சிவந்துபோய், அவசரமாக மூச்சுவிட்டாள்.

ஜெயந்தி மறுபடி சிரித்து, ''சொல்லுங்க. நீங்க என்ன சொல்வீங்கனு எனக்குத் தெரியும். என்னைத் தனியா வாழச் சொல்வீங்க... அவரை விவாகரத்து செய்யச் சொல்வீங்க... அதானே?''

பத்மினி ஆமாம் என்பதற்குத் தலையசைத்தாள்.

''சிந்திச்சுப் பார்த்துட்டேங்க. ரொம்ப தீவிரமா யோசனை செஞ்சு பார்த்துட்டேன். 'தெரியாத தேவதையைவிடத் தெரிஞ்ச சாத்தான் மேல்'னு ஒரு பழமொழி சொல்லுவாங்க தெரியுமா? அந்த மாதிரி... ஒரு தனியான வாழ்க்கையும் அதிலே உள்ள சிரமங்களும், பாதுகாப்பு இல்லாத தன்மையும், இன்னும் வெளியில் சொல்ல முடியாத பல விஷயங்களையும் யோசிச்சப்போ... இன்னும் கொஞ்சம் பொறுமையா இருந்து பார்க்கலாம்னு பட்டுது. நூல்கண்டுல சிக்கல் ஏற்பட்டுப் போச்சுன்னா என்ன செய்யறோம்? முதல்ல பொறுமையா சிக்கலை விடுவிக்கப் பார்க்கிறோம். சிக்கல் பெரிசா இருந்து, நம்ம பொறுமையும் தீர்ந்துபோற கட்டத்திலே வேற வழியில்லாம சிக்கலை அறுத்துப் போட்டுடறோம். அது மாதிரி என் வாழ்க்கையிலே ஏற்பட்டிருக்கிற சிக்கல் இன்னும் அந்த இறுதிக் கட்டத்தை அடையலேன்னு நினைக்கிறேன். இன்னும் கொஞ்சம் பொறுமையா போராடிப் பார்க்கலாம்; என்னைப் புரிய வெச்சுப் பார்க்கலாம். அவர் மனசைப் பக்குவப்படுத்தப் பார்க்கலாம்னு நினைக்கிறேன். அதனாலதான் அவசரப்பட்டு நான் எந்த முடிவுக்கும் வரலைங்க.''

பத்மினி கோபமாக எழுந்தாள்.

''ஜெயந்தி, இதாங்க நம்ம பெண்கள்கிட்டே காலங்காலமா வளர்க்கப்பட்டிருக்கிற அசட்டுத்தனம்! எதுக்கும் சகிச்சுப்போற, மழுங்கிப்போற இந்த குணத்தைப் பொறுத்தவரைக்கும் படிச்சவங்க, படிக்காதவங்கன்னு வித்தியாசமே இல்லை. உங்க பொறுமை எனக்கு எரிச்சல் தருதுங்க.''

''பேசறது சுலபம் பத்மினி. வாழ்க்கையில் நீங்க சொல்ற மாதிரி ஒரு உடனடி உதறல் சாத்தியமில்லைங்க. நாளைக்கு

உங்களுக்கும் கல்யாணமாகி ஒரு பிரச்னை வந்துச்சின்னா உங்களாலேயும் பட்டுன்னு ஒரு முடிவுக்கு வரமுடியாது.''

''நோ! நான் அப்படி இல்லை. என்னால வார்த்தை பொறுக்க முடியாது. மிதிக்க மிதிக்கக் குனிஞ்சு கொடுக்கிற ரகமில்லை நான். மூலையிலே உக்காந்து அழமாட்டேன். புலம்பித் தீர்க்க மாட்டேன். முடிவெடுப்பேன். உடனடியாக முடிவெடுப்பேன்'' என்றாள் பத்மினி ஆவேசமாக.

✲ ✲ ✲

அத்தியாயம் 10

அலுவலகம் வந்தும் ஜெயந்தியையே நினைத்துக் கொண்டிருந்தாள் பத்மினி.

கிராமத்துப் பெண்ணில்லை. படிக்காதவள் அல்ல... வீட்டை விட்டு வெளியேறினால் அடுத்த வேளைச் சாப்பாட்டுக்கு என்ன செய்வது என்கிற பிரச்னை கிடையாது. சுயமாகச் சம்பாதிக்கிறாள். தன் பெற்றோர் வீட்டுக்குத் திரும்பி அவர்களுக்குப் பாரமாக வேண்டும் என்கிற அவசியம் இல்லை. தனித்து வாழ முடியும். நிச்சயம் முடியும்.

பரஸ்பர நம்பிக்கை என்பதுதானே இல்லறத்தின் ஆணிவேர். அது அறுபட்டு நிற்கும்போது எப்படிப் பொறுமையாகப் போக முடிகிறது...? ஏன் போக வேண்டும்...?

ஜெயந்தியால் ஏன் ஒரு தீர்க்கமான முடிவுக்கு வரமுடியவில்லை...? எது அவளின் தயக்கம்...? தனித்து வாழத் தைரியம் இல்லை. அதுதான் காரணம்.

சிந்தித்துப் பார்த்தாளாம். தெரிந்த சாத்தான் மேலாம்! என்ன சமாதானம் இது...? கணவனைச் சாத்தான் என்று வர்ணிக்கிற அளவு மரியாதை தரைமட்டத்தில் கிடக்கிறது. தன் குடும்பப் பிரச்னைகளை ரகசியமாக வைத்திருக்க வேண்டிய எல்லையைக் கடந்து, சோகங்களைப் பரிமாறிக் கொள்கிற சுய இரக்கம் மேலோங்கி நிற்கிறது.

இந்த நிலையிலும் பொறுமையாய் இருக்கிறாளாம்! இந்தப் பொறுமைதான் ஆண்களை மேலும் மேலும் சீண்டச் சொல்லித் தூண்டுகிறது என்பது ஏன் இவளுக்குப் புரியவில்லை...?

யானை தன் பலம் உணராத காரணத்தால்தானே பாகனின் சொல்லுக்குக் கட்டுப்படுகிறது...? பெண்ணே, நீ ஏன் உன் சக்தியை உணரமாட்டேன் என்கிறாய்? உன்னை நீயே பலவீனமான பிறவியாக எதற்காகக் கற்பனை செய்து கொள்கிறாய்? பிறரைச் சார்ந்திருத்தல் என்பதைத் தாய்ப் பாலோடு சேர்த்துப் பருகி ரத்தத்தில் கரைத்து வைத்திருக்கும் இந்தப் பேதமையை என்ன சொல்வது...?

திருமணம் ஆகும் வரை பெற்றோரைச் சார்ந்திருந்து, பிறகு கணவனைச் சார்ந்திருந்து, வயதான காலத்தில் பிள்ளைகளைச் சார்ந்திருந்து... இப்படி வாழ்க்கை முழுவதும் உனக்கு ஏன் மற்றவரின் தயவு தேவைப்படுகிறது...?

ஏதாவது ஒரு கட்டத்தில் சுயமாக உன் கால்களில் நிற்கிறாயா? நிற்க முயற்சியாவது செய்கிறாயா...? அட! இப்படி நிற்பதைப் பற்றிச் சிந்தித்துத்தான் பார்த்திருக்கிறாயா...?

ஏன் இந்தப் பயம்....? குழந்தைக்குச் சொல்லிச் சொல்லி, அது 'பூச்சாண்டி' என்று இல்லாத ஒன்றை உருவகப் படுத்திக்கொண்டு, சொன்ன பேச்சைக் கேட்பது போல... வழிவழியாக 'பெண்ணே, நீ பலவீனமானவள்; சார்ந்திருக்கவே பிறந்தவள்; உனக்குச் சுய சிந்தனையோ, சுயமுடிவுகளோ அவசியமில்லை' என்று பூச்சாண்டி காட்டியே வளர்த்து விட்டார்கள்.

'இந்தப் பச்சை கலர் புடவை எடுத்துக்கிறியாம்மா...?'

'எனக்குப் பச்சை கலர் ரொம்பப் பிடிக்கும் ஆனா...'

'அப்புறமென்ன... வாங்கிக்க...'

'வேணாம். அவருக்குப் பச்சை அவ்வளவாகப் பிடிக்காது...'

'அப்படின்னா வேணாம்மா... அவருக்கு எந்த கலர் பிடிக்குமோ அதை வாங்கிக்க!'

அணியும் உடையின் நிறத் தேர்வில்கூடத் தன் விருப்பத்தைச் செயலாக்காமல், அழித்துக் கொள்வதற்குப்

பெயர் விட்டுக் கொடுத்தலா, இல்லை தியாகமா? இரண்டும் இல்லை, 'நான்' என்கிற உணர்வைக் கொஞ்சம் கொஞ்சமாக நசுக்கிக் கொல்லுதல். சுய தண்டனை!

எத்தனை ஆண் மகன்கள், தன் மனைவிக்குப் பிடித்த நிறத்தில் உடை வாங்கிக் கொடுக்கிறார்கள்...?

'உங்களுக்கு ப்ரௌன் கலர் நல்லா இருக்கும்ங்க...'

'நல்ல ரசனைடி உனக்கு... கலரா அது? நீயும் உன் டேஸ்ட்டும்!'

'இந்த நீலச் சட்டை உங்களுக்கு எடுக்கவே இல்லைங்க!'

'எங்கே போய்ச் சொல்றது இதை...? என் நண்பர்கள் அத்தனை பேரும் எவ்வளவு நல்லா இருக்குனு சொன்னாங்க தெரியுமா?'

ஒவ்வொரு கட்டத்திலும் தனது விருப்பங்களை, தனது ரசனைகளை மேம்படுத்தி, மனைவியின் ரசனைகளைக் குறை சொல்லி, தன் ரசனைகளை அவள் மேல் திணித்து...

ஒரு நிலையில்... பெண் தன் விருப்பங்கள் அத்தனையையும் தலை முழுகிவிட்டு, ஒரு 'ஆமாம் பெண்ணாக' மாற்றப்பட்ட பின்... எதிர்ப்புச் சக்தியைத் தொலைத்து விடுகிறாளோ? வாழ்க்கையில் பிரச்னை என்று வரும்போது. போதுமான அளவு அந்த எதிர்ப்புச் சக்தி இல்லாத காரணத்தாலும், தன்மீதே தனக்கு நம்பிக்கை இல்லாத காரணத்தாலும், பொறுத்துப் போக வேண்டியதாகி விடுகிறதோ...?

ஆக, சகிப்புத் தன்மை என்பது தியாக குணமில்லை, வேறு வழியில்லாதபோது, பெண்கள் அணிந்து கொள்ளும் ஒரு வேஷம்.

ஒலித்த டெலிபோன் அவள் சிந்தனை ஓட்டத்தைத் தடை செய்தது. எடுத்தாள், "ஹலோ, பத்மினி ஹியர்...!"

"வணக்கம்மா... நான் சேதுமாதவன். பெங்களூர் ஏஜென்ஸி முதலாளி. திடீர்னு ஏஜென்ஸியை ரத்து செஞ்சு தபால் வந்திச்சு.

அது சம்பந்தமா பேசத்தான் மெட்ராஸ் வந்தேன். எப்போ வரட்டும்?''

''எங்கே சார்...?''

''உங்களைப் பார்த்துப் பேசத்தான்...''

''மன்னிக்கணும். நான் உங்களை வரச்சொல்லி எழுதலேனு நினைக்கிறேன். இதில் நேர்ல பேச எதுவுமில்லை. ஒரு வருஷமா உங்க நடவடிக்கைகளைக் கண்காணிச்சு, நீங்க செய்யற தில்லுமுல்லுகளை ஆதாரத்தோட சேகரிச்சு, உங்களுக்கு ரெண்டு தடவை எச்சரிக்கை கொடுத்து கடைசியாத்தான் ஏஜென்ஸியை ரத்து செஞ்சு உத்தரவு அனுப்பிச்சேன். ஒரு வாரத்திலே நீங்க கட்டியிருக்கிற டெபாசிட் தொகை, எங்களுக்குச் சேர வேண்டியது போக அனுப்பி வைப்பாங்க. மேற்கொண்டு இதிலே எதுவும் பேசறத்துக்கு இல்லைங்க...''

''இருங்கம்மா. படபடன்னு பொரியாதிங்க... நான் கர்நாடக மாநிலத்துக்கு மொத்தம் நூத்தியேழு கன்ஸ்யூமர் அயிட்டங்களுக்கு ஏஜென்ஸி எடுத்து நடத்திக்கிட்டிருக்கேன். ஏழு பிரான்ச் இருக்கு. பதினாறு வேன் ஓடுது. மொத்தம் நானூறு பேருக்கு மேலே சம்பளம் கொடுத்து வேலைக்கு வெச்சிருக்கேன். யார்கிட்டே பேசறோம்னு யோசிச்சுப் பேசுங்க மேடம்.''

''உங்க பின்னணி தெரிய வேண்டிய அவசியம் எனக்கில்லை சார். பிரச்னை, எங்க கம்பெனி உங்களுக்குக் கொடுத்திருந்த ஏஜென்ஸியை ரத்து செஞ்சதுதான். இது சம்பந்தமா எழுத்து மூலமா எல்லா விளக்கமும் கொடுத்திருக்கோம்.''

''ஏஜென்ஸி ரத்தாகிறது கௌரவப் பிரச்னை மேடம்.''

''அப்போ தவிர்த்திருக்கலாமே... எங்க பாட்டில்களை வெச்சு நீங்களே போலிச் சரக்கு தயார் பண்ணி அடைச்சு விக்கிறதையெல்லாம் நாங்க பொறுத்துப் போகணும்னு எப்படி எதிர்பார்க்கிறீங்க சார்?''

"இனிமே அப்படி நடக்காம பார்த்துக்கறேன். என் காதுக்கு வராம கீழ்மட்டத்துல செஞ்சிட்டாங்க அப்படி..."

"ஸாரி சார்... இது நான் ஒருத்தி எடுத்த முடிவு இல்லை. நிர்வாகம் எடுத்த முடிவு. இனி அதிலே மாற்றம் செய்ய வாய்ப்பில்லை. வேற ஏஜென்ஸி நியமிக்கவும் ஏற்பாடு ஆயிடுச்சு..."

"என்னைத் தவிர, வேறே ஒருத்தனுக்குச் சரக்கு வந்துடுமா மேடம்...?"

"ஏன், வரத்தான் போகுது..."

"உங்க டெலிவரி வேன்ஸ் எங்க பார்டருக்குள்ளே வந்துட்டுத் திரும்பிடுமா?"

"சார், இந்த மிரட்டல் எல்லாம் வேணாம். உங்க ஏஜென்ஸி ரத்தானது சட்டபூர்வமா சரியில்லேனு நினைச்சிங்கன்னா, சட்ட பூர்வமா நடவடிக்கை எடுங்க... அதான் முறை. அதான் வியாபாரத்துக்கு அழகு. இந்தக் காலத்திலே மிரட்டி எல்லாம் எதுவும் சாதிச்சிட முடியாது சார்..."

"நான் சொல்லிக்கிட்டே இருக்கேன். ராங்காவே பேசறியே... ஒரு பொட்டச்சிக்கு இவ்வளவு திமிர் இருந்தா, எனக்கு எவ்வளவு திமிர் இருக்கும்...? லீகல் ஆக்ஷன் எல்லாம் சரியா வராது. லோக்கல் ஆக்ஷன்தான். புரிஞ்சுப்பே பாப்பா..."

எதிர்முனை வைக்கப்பட...

பத்மினி ஆத்திரத்தில் முகம் சிவந்தாள்.

பொட்டச்சி! வார்த்தையே அறைகிறதே... என்ன திமிர் பேசினேன்? உதவி மானேஜர் என்னும் ஸ்தானத்திலிருந்து பேச வேண்டிய முறையில் பொறுப்பாகத்தானே பேசினேன்...? இதே வார்த்தைகளை ஓர் ஆண் சொல்லியிருந்தால், திமிர் என்று சொல்லப்படுமா? 'கண்டிப்பு' என்று தானே சொல்ல வரும்...?

நேர்மையாக, குழைவில்லாமல் ஓர் ஆண் பேசினால், ரொம்ப கண்டிப்பு. அதையே ஒரு பெண் பேசினால் ரொம்பத் திமிர்!

பத்மினி இன்டர்காமில் மானேஜரைத் தொடர்புக்கொண்டு, நடந்த உரையாடலைத் தெரிவித்தாள்.

"அப்படியா சொன்னான்? இதுக்கெல்லாம் பயந்து தொழில் செய்ய முடியாது. இதுலே மறு பரிசீலனைக்கே இடமில்லை. கணக்கை செட்டில் பண்ணி செக் அனுப்பி வெச்சிடுங்க. நாம தீர்மானிச்ச புது ஏஜென்ஸிக்கு உறுதி செஞ்சு தபால் அனுப்பிடுங்க. ரெண்டு மூணு தடவை டெலிவரிக்கு போலீஸ் பாதுகாப்பு வாங்கிக்கலாம். சரக்கை இன்ஷூர் பண்ணிக்கலாம். கவலைப்பட எதுவுமில்லை பத்மினி" என்று மானேஜர் சொன்னது தெம்பாக இருந்தது.

இந்தத் துணிச்சலும் எதிர்ப்புச் சக்தியும் தேவை. பிரச்னை என்றதுமே, அதிலிருந்து தப்பிக்க வழித்தேடாமல், அதைச் சந்திக்கத் தயாராவதில்தான் மேன்மை இருக்கிறது.

திடீரென்று ஜெயந்தியின் கணவனைச் சந்திக்க வேண்டும் போலவும், அவனைச் சூடாகக் கேள்விகள் கேட்கவேண்டும் போலவும், தோன்றியது.

***

சில நாட்களுக்குப் பிறகு பத்மினி அலுவலகத்திலிருந்த தனது வீட்டுக்குத் திரும்பியபோது, தபாலில் வந்ததாக அம்மா அந்த புக் போஸ்ட் பார்சலைக் கொடுத்தாள்.

கயிற்றை அறுத்துப் புத்தகத்தை எடுத்தாள். 'உப்புச் சாரல் - ஜெயச்சந்திரன்.'

அந்தக் கட்டுரைகளைப் பற்றி ஜெயச்சந்திரன் சொன்னது நினைவுக்கு வந்தது. வெளியீட்டு விழாவுக்குச் செல்ல நினைத்து மறந்துபோனது நினைவுக்கு வந்தது. ஆனால், மறக்காமல் அவர் புத்தகம் அனுப்பி வைத்திருக்கிறார்.

படித்துவிட்டுத் தாமதமில்லாமல் ஒரு பாராட்டு கடிதமாவது எழுதவேண்டும் என்று தீர்மானித்தாள்.

பத்மினி முகம் கழுவி, வேறு சேலைக்கு மாறி, அம்மா தந்த காபியைக் குடித்துவிட்டு, பவானி கேட்ட அவள் பாடத்தின் சந்தேகத்தை விளக்கிவிட்டு, அந்தப் புத்தகத்தை எடுத்துக்கொண்டு மொட்டை மாடிக்கு வந்தாள்.

இன்னும் வெளிச்சம் இருந்தது. சூரியனைக் கண் கூசாமல் பார்க்க முடிந்தது. காலையைவிட, மாலையில் அது சற்றுப் பெரிய சைஸில் தெரிவதைச் சந்தேகிக்க முடிந்தது. சற்றுத் தள்ளி மரங்கள்... பலமாகச் சத்தமிட்டுக் கொண்டு பறவைகள்... ஒரு மொட்டைமாடியில் ஐந்தாறு சிறுவர்கள் ஓடி விளையாடிக் கொண்டிருந்தார்கள், மெயின் ரோட்டில் வாகனங்கள் விரைவதைப் பார்க்க முடிந்தது. சிலுசிலுப்பாய்க் காற்று!

அந்த மொட்டைமாடியில், மேலும் ஒரு மாடிக் கட்டடம் எதிர்காலத்தில் கட்டும் நோக்கத்தில் கட்டி வைக்கப்பட்டிருந்த சிமெண்ட் படிகளில் அமர்ந்துகொண்டாள்.

வார, மாத, தினப் பத்திரிகைகளையெல்லாம் நின்றுக்கொண்டு, நடந்துக்கொண்டு, சாப்பிட்டுக்கொண்டு, படுத்துக்கொண்டு படிக்கும் பத்மினி, மிக ஈடுபாட்டுடன் எதையாவது படிக்க விரும்பும்போது இப்படி மொட்டை மாடிக்கு வந்து விடுவாள். வெளிச்சம் தேய்ந்து முழு இருட்டானதும் மொட்டை மாடியில் அமைக்கப்பட்டிருக்கும் டியூப் லைட்டைப் போட்டுக் கொண்டு தொடர்வாள்.

பத்மினி அந்தப் புத்தகத்தைப் புரட்டினாள்.

தோழி பத்மினிக்கு,

எதிலும் வெல்ல என் வாழ்த்துக்களுடன்,

ஜெயச்சந்திரன்.

என்று முதல் பக்கத்தில் கையெழுத்திடப் பட்டிருந்தது.

முதலில் முன்னுரையைப் படித்தாள். ரத்தினச் சுருக்கமான வார்த்தைகளின் பிரயோகமும், அவற்றின் வீச்சுக்களும் அவற்றைக் கையாண்ட லாகவமும் அவளைப் பிரமிக்க வைத்தன.

முதல் கட்டுரை 'அர்த்தம் என்ன?' என்ற தலைப்பில் இருந்தது. காரண காரியங்கள் தெரியாமல், செயலின் அர்த்தங்களும் புரியாமல் வழி வழியாக நாம் கடைப்பிடித்து வரும் சம்பிரதாயங்கள் சிலவற்றைக் கடுமையாகச் சாடி எழுதப்பட்டிருந்தது.

நாசூக்காகவும் நையாண்டியாகவும் படித்ததும், அடுத்ததைப் படிக்கும் முன்பு சற்றுச் சிந்திக்க வைப்பதாகவும் அமைந்திருந்தது.

பத்மினி அடுத்தது, அடுத்தது என்று புத்தகத்தில் இடம் பெற்றிருந்த அத்தனை கட்டுரைகளையும் படித்து முடித்ததும், உடலில் புது ரத்தம் ஓடுவதைப் போல் உணர்ந்தாள். ஜெயச்சந்திரனைப் பற்றி ஒரு பிரமிப்பு வியாபித்திருந்தது.

உடனே நேரில் சென்று, வாய் வலிக்கும்வரை பாராட்ட வேண்டும் போலிருந்தது. தனது வீட்டின் அடுத்த வீட்டில் போன் இருப்பதாக ஜெயச்சந்திரன் எண் குறித்துக் கொடுத்திருந்தது நினைவுக்கு வந்தது.

பத்மினி டியூப் லைட்டை அணைத்துவிட்டுக் கீழே வந்து, தன் அறையில் எண் குறித்து வைத்திருந்த காகிதத்தை எடுத்துக்கொண்டு, அம்மாவிடம் சொல்லிவிட்டுப் பக்கத்து வீட்டுக்கு வந்தாள்.

அனுமதி பெற்று டயல் செய்து, "உங்க பக்கத்து விட்டுல மிஸ்டர் ஜெயச்சந்திரன்னு இருக்காரில்லையா, அவரோட கொஞ்சம் பேசணும்..." என்றாள்.

"புருஷனும் பொண்டாட்டியும் இப்பத்தான் வெளியில புறப்பட்டுப் போனாங்கம்மா... அவரோட அம்மா மட்டும்தான் வீட்லே இருக்காங்க..."

"சரி, பரவாயில்லை. பத்மினி போன் பண்ணாங்கன்னு சொல்லுங்க அவர்கிட்டே. நாளைக்கு நான் பேசிக்கிறேன், தாங்க்ஸ்!"

பத்மினி டெலிபோனை வைத்துவிட்டுத் திரும்ப... எதிர்ப்பட்ட கீழ்வீட்டு இளைஞன் இளங்கோ புன்னகைத்தான். "போன் ஒண்ணு செய்ய வந்தேன். அப்படியே உங்களையும் பார்க்கணும்னு இருந்தேன். ஒரு நிமிஷம்..." என்று சொல்லிவிட்டு, வீட்டுக்கார அம்மாவிடம் அனுமதி கேட்டு, நம்பரைச் சுழற்றினான். பதில் இல்லாமல் போகவே வைத்துவிட்டு, "அப்புறம் பேசிக்கிறேன். வந்து... கங்கிராஜுலேஷன்ஸ்..." என்றான்.

"எதுக்கு...?" என்றாள் பத்மினி புரியாமல்.

"சொல்றேன். கொஞ்சம் சஸ்பென்ஸோட சொல்றேனே... பத்து நிமிஷம் என் வீட்டுக்கு வந்துட்டுப் போங்களேன்... ப்ளீஸ்...!" என்றான் இளங்கோ.

✲ ✲ ✲

அத்தியாயம் 11

இந்த இளைஞன் எதற்காகத் திடீரென்று தனக்குப் பாராட்டுக் களைத் தெரிவிக்கிறான், எதற்காகத் தன் வீட்டுக்கு அழைக்கிறான் என்பது புரியாமல் இளங்கோவைப் பின்தொடர்ந்தாள் பத்மினி.

இளங்கோ தனது வீட்டை அணுகி பூட்டைத் திறந்துகொண்டே, "தம்பி கம்ப்யூட்டர் கிளாஸ் போயிருக்கான்... அப்பா மளிகைச் சாமான்கள் வாங்கப் போயிருக்கார்." என்றான்.

இரண்டு கதவுகளையும் அகலமாகத் திறந்துவிட்டு, உள்ளே சென்று டியூப் லைட்டை எரியவிட்டான்.

"உக்காருங்க" என்று மூங்கில் நாற்காலியைக் காட்டினான். அவள் அமர்ந்ததும் எதிரில் அமர்ந்துகொண்டு, "இப்ப கேளுங்க, எதுக்காக உங்களைப் பாராட்டினேன்னு" என்று சிரித்தான்.

"சொல்லுங்க" என்றாள் பத்மினி அமைதியாக.

"நீங்க கல்யாணம் பண்ணிக்கப் போறதுக்கு. அதிலேயும் உலகத்திலேயே ரொம்பத் தங்கமான ஒரு கணவரை நீங்க அடையப் போறதுக்கு."

பத்மினிக்குப் புரியவில்லை. இவனுக்கு என்ன ஆயிற்று? எனக்கு மாப்பிள்ளை பார்த்துக் கொண்டிருக்கும் விஷயத்தை இவனிடம் யார் சொன்னார்கள்? ஒருவேளை, அப்பா சொல்லியிருக்கலாம். இவன், கணவர் அது இதுவென்று உளறுகிறானே...!

"இளங்கோ சார், கொஞ்சம் தெளிவா சொன்னீங்கன்னா தேவலாம். அப்பா சொன்னாரா?"

"இல்லீங்க."

"அம்மா?"

"உங்க வீட்லேர்ந்து யாருமே சொல்லலீங்க."

"பின்னே எப்படித் தெரியும் எனக்கு மாப்பிள்ளை பார்க்கிறது?"

"விஜயகுமார் சொன்னான்."

"அது யாரு?"

"என்னங்க நீங்க, இப்படி உடனே மறந்துட்டீங்க? உங்களுக்குப் பார்த்திருக்கிற மாப்பிள்ளை விஜயகுமார் என்னோட நெருங்கின நண்பன்... சந்திச்சுப் பேசிக்கிட்டிருந்தப்போ சொன்னான். 'பொண்ணு யாருடா?'னு கேட்டேன். அட்ரஸ் சொன்னான். 'அடப்பாவி, நான் குடியிருக்கிற வீட்டுக்கு மாடி வீட்லதாண்டா அவங்க இருக்காங்க'னு சொன்னேன். உடனே உங்களைப் பத்தி விசாரிச்சான். நான் ஒரே வரியில் பதில் சொன்னேன்... இந்த இடம் முடிஞ்சா நீ அதிர்ஷ்டக்காரன்'னு..."

"அப்படியா... சந்தோஷம்" என்றாள் பத்மினி.

இளங்கோ அமைதியானான்.

வேறு ஏதாவது பதிலை எதிர்பார்த்தானா இவன்? ஏன் முகம் சுருங்கிப் போய்விட்டது? நான் வெட்கப்பட்டு நெளிய வேண்டுமா இப்போது அல்லது ஆர்வமாக அவரைப் பற்றி விசாரிக்க வேண்டுமா?

ஒரு திருமணம் அமைவதில் எவ்வளவு விஷயங்கள் இருக்கின்றன. எல்லாவற்றையும்விட இரண்டு முக்கிய விஷயங்கள். ஆண், பெண்ணைப் பார்க்க வேண்டும்; பிடிக்கவேண்டும். பெண், ஆணைப் பார்க்க வேண்டும்; பிடிக்கவேண்டும்.

இதெல்லாம் எதுவும் நிகழாமல் தரகர் மூலமாக ஒரு மாப்பிள்ளை வீட்டாருடன் தொடர்பு ஏற்பட்டுக் கொண்டிருக்கும்

இந்த ஆரம்பக் கட்டத்தில், முகம் தெரியாத அந்த விஜயகுமார்மேல் நான் எப்படி ஆர்வம் காட்ட முடியும்?

''மேடம், கேட்டா தப்பா நினைக்காதீங்க, உங்களுக்கு இப்போ கல்யாணத்தில இஷ்டம் இல்லையா?''

''அப்படி ஒண்ணும் இல்லையே... சொன்னேனா அப்படி?''

''இல்லை. உங்களுக்குப் பார்த்திருக்கிற மாப்பிள்ளை என்னோட நெருங்கின நண்பன்னு சொல்றேன். கொஞ்சம் கூட ஆர்வம் காட்டிப் பேசலையே...''

''எங்க கல்யாணம் நிச்சயம் ஆனதுக்கப்புறம் நிச்சயமாகியிருக்கிற மாப்பிள்ளை என் ஃப்ரெண்டுனு நீங்க சொன்னீங்கன்னா, எனக்குள்ளே ஆர்வம் பொங்கும். நமக்குப் புருஷனா வரப் போறவரோட எண்ணங்கள், பழக்கங்கள், விருப்பங்கள்னு நிறைய உங்க மூலம் தெரிஞ்சுக்க ஆசைப்படுவேன். ஜாதகங்கள் சரிபார்த்திருக்காங்க, அவ்வளவுதான் சார். இன்னும் ரெண்டு வீட்டுக்காரங்களும் ஒருத்தரை ஒருத்தர் சந்திச்சுப் பேசலை. முடிவாகிடலை சார்...''

''புரியுதுங்க. அநாவசியமா இவர்தான் நம்ம புருஷனாகப் போறார்னு கற்பனைகளை வளர்த்துக்கிட்டு, பின்னாடி ஏதோ காரணத்தால் நிச்சயமாகலைன்னா வருத்தப்படறதுக்குப் பதிலா எந்த எதிர்பார்ப்பும், ஆர்வமும் காட்டாம இருந்துடலாம்னு நினைக்கிறீங்க.''

''ஆமாங்க. நான் வரட்டுமா?'' என்று பத்மினி எழுந்தாள்.

''ஐயோ, ஒரு நிமிஷம் உக்காருங்க. இனிமேதான் முக்கியமான சப்ஜெக்டுக்கு வரப்போறேன். தரகரை விடுங்க. அவர் தன் வருமானத்துக்காகக் கூட்டிச் சொல்லலாம்; குறைச்சுச் சொல்லலாம். ஆனா, நான் ஒரு பொது மனுஷன். இப்போ எனக்கு ரெண்டு குடும்பங்களையும் நல்லாத் தெரியும். விஜயகுமாரோடவும், அவன் குடும்பத்தோடவும் ஏழெட்டு வருஷமாப் பழகறேன். உங்க குடும்பத்தைப்பத்தியும்

கொஞ்ச நாள்லேயே புரிஞ்சுக்கிட்டேன். எல்லாருமே ரொம்ப நல்லவங்க... வரதட்சணை எதுவுமே அவங்க எதிர்பார்க்கலை. 'எல்லாம் பொண்ணு வீட்டுக்காரங்க இஷ்டம்'னுட்டாங்க என்கிட்டே, அதனால அது ஒரு பிரச்னையே இல்லை, இந்தக் கல்யாணத்திலே. மேடம்! நான் உங்களைப் பார்த்திருக்கேன். அவனையும் பார்த்திருக்கேன். ரெண்டு பேரும் நூறு சதவீதம் பொருத்தம்ங்க. நான் அழகில மட்டும் சொல்லலை. படிப்புல, குணத்துல, எல்லாத்திலேயும் சொல்றேன். உங்ககிட்டே நேரடியா நான் அதிகம் பேசலைன்னாலும் உங்க குணங்களும், சிந்தனைகளும் காலனி பூரா பேசுதுங்க. உங்களுக்கு விஜயகுமார் ரொம்பப் பொருத்தம்ங்க..."

பத்மினிக்கு லேசாக எரிச்சல் எழுந்தது.

"இளங்கோ சார், திடீர்னு என் கல்யாணத்துல உங்களுக்கு இவ்வளவு ஆர்வம் ஏற்பட்டிருக்கிறதுக்குச் சந்தோஷம். இடம், பணம், தராதரம் எல்லாம் சரிப்பட்டு வரும்னு சொல்றீங்க, சரி, முக்கியமான விஷயம் வேற இருக்குங்க. அவருக்கு என்னை, என் குணத்தைப் பிடிக்கணும். எனக்கு அவரை, அவர் குணத்தைப் பிடிக்கணும்."

"அங்கதான் வர்றேன் நானும். நீங்க சொன்ன ரெண்டு விஷயங்கள்ல ஒண்ணு 'ஓகே' ஆயிடுச்சு. விஜயகுமாருக்கு உங்களைப் பிடிச்சுப் போச்சு, 'பொண்ணு பார்க்கக்கூட நான் வரவேண்டியதில்லை. நீங்க போய் முடிச்சிட்டு வந்துடுங்கன்னு அப்பா, அம்மாகிட்டே சொல்லட்டுமா?'னு கேக்கறான்னா பார்த்துக்குங்க..."

பத்மினி புரியாமல் நிமிர்ந்தாள்.

"என்ன சொல்றீங்க சார்? அவர் எப்போ என்னைப் பார்த்தார்?" அமைதியாகக் கைகளை மார்புக்குக் குறுக்கே கட்டிக்கொண்டு இளங்கோ சொன்னான்.

"நேத்து!"

"என்ன சார் விளையாடறீங்க?"

"விளையாடலீங்க. சீரியஸாத்தான் சொல்றேன். வீட்ல 'சம்பிரதாயமா பொண்ணு பார்க்கிறது பிடிக்கலை. ஒரு பொது இடத்திலே ரெண்டு குடும்பமும் சந்திச்சு மனம்விட்டுப் பேசலாம்'னு நீங்க அபிப்பிராயப்பட்டீங்களா? அதை உங்கப்பா, தரகர் மூலமா சொல்லி அனுப்பினாரா?"

"ஆமாம்" என்றாள் ஆச்சரியமாய்.

"அதைப் பத்தி அவங்க குடும்பத்திலே இன்னும் முடிவெடுக்கலையாம். என் வீட்டுக்கு மாடிலதான் நீங்க குடியிருக்கிறீங்கனு நான் சொன்னதும் விஜயகுமார் 'எனக்கு ஒரு உதவி பண்ணு'ன்னான். 'பத்மினியோட ஆபீஸ் வாசல்ல சாயங்காலம் காத்திருக்கலாம். அவங்க வெளியில வர்றப்போ எனக்கு அடையாளம் காட்டு. முதல் இம்ப்ரஷன்லயே ஒரு வேளை ஏதாவது ஒரு காரணத்தினால அந்தப் பொண்ணை எனக்குப் பிடிக்காமல் போச்சுன்னா... பொது இடத்துக்குக் குடும்பத்தோடு வரச் சொல்ற அந்தச் சந்திப்பையும், நேரத்தையும் கூடத் தவிர்க்கலாமே'ன்னான். 'சரி'னு நேத்து ஈவினிங் உங்க ஆபீஸ் வாசல்ல ரெண்டுபேரும் காத்திருந்தோம். நீங்க பீச் ஸ்டேஷனுக்கு நடந்து, ரயில் ஏறிப் புறப்படறவரைக்கும் கவனிச்சோம். உங்களைப் பார்க்கிறதுக்கு முன்னாடியே உங்களைப் பத்தி நிறைய சொல்லியிருந்தே அவனுக்குப் பிடிச்சிருந்தது. உங்களைப் பார்த்ததும் ரொம்ப இம்ப்ரெஸ் ஆகிட்டான். அவன் சொன்ன வார்த்தைகளை அப்படியே சொல்லட்டுமா?"

இளங்கோ சற்று நிறுத்தினான்.

லேசான பிரமிப்புடன், ஒருவகைக் குறுகுறுப்புடன் கேட்டுக்கொண்டிருந்த பத்மினிக்கு, அவன் இடைவெளிவிட்டது ஒரு சின்ன கோபத்தை உண்டு பண்ணியது.

அவன் சொல்லிக்கொண்டே வந்ததில் விஜயகுமார் சொன்னதாகச் சொன்ன அந்த பாயிண்ட் அவளைக்

கவர்ந்தது... 'ஏதாவது ஒரு காரணத்தால் முதல் பார்வையில் அந்தப் பெண் என்னைக் கவராமல் போனால், குடும்ப சந்திப்பைக் கூடத் தவிர்க்கலாமே!'

இதை நிச்சயம் மெல்லிய இதயம் மட்டும்தான் சிந்திக்கும். டஜன் டஜனாகப் பெண்களைப் பார்த்துவிட்டு ஸ்டைலாக உதட்டைப் பிதுக்கும் ஆண்கள் மத்தியில், தான் பார்க்கப்படுகிறோம் என்பதுகூட அந்தப் பெண்ணுக்குத் தெரியாமல் நளினமாகப் பார்த்து முதல் இம்ப்ரஷன் பதிவு செய்துகொள்ள விழையும் இந்த ஆண்மகனிடம் நிச்சயம் பெருந்தன்மை இருக்கிறது.

''சொல்லுங்க'' என்றாள் பத்மினி.

''அப்பாடா! இப்பதான் கொஞ்சம் ஆர்வம் காட்டியிருக்கீங்க. 'ஒரு பெரிய கம்பெனில உதவி மானேஜரா இருக்கிறதுக்கான பந்தா எதுவுமே இல்லாம, ரொம்ப சிம்ப்பிளா, அடக்கமா, அதேசமயம் நடையிலேயும் பார்வையிலேயும் ஒரு சத்தியம் தெரியுதடா இளங்கோ. சில பேர் நடக்கிறப்பவே ஐயோ, பாவம்னு நினைப்பு வரும். இவங்க நடந்து வர்றப்போ எழுந்து நிக்கணும் மாதிரி இருக்கு'ன்னான்...''

''இளங்கோ சார், உங்க ஃப்ரெண்டு என்னைச் சந்திக்கணும்னு விரும்பினப்போ நீங்க எனக்கு போன் பண்ணி நேரடியா கேட்டிருக்கலாமே! ரெண்டு பேருமே நேரா என் ஆபீஸுக்கே வந்து என்னோட பேசியிருக்கலாமே...! அதை விட்டுட்டு இதென்ன திருட்டுத்தனமான வேலை?'' என்றாள் மிக லேசான கோபத்துடன்.

''மன்னிச்சுக்குங்க, நீங்க சொன்ன மாதிரி நேரா தெரிவிச்சிட்டுப் போய்ப் பேசலாம்னுதான் விஜயகுமார் சொன்னான். நான்தான் அவன் யோசனையை மாத்தினேன்.''

''ஏன்?''

''நீங்க சரியாப் பேசுவீங்களோ மாட்டீங்களோங்கற சந்தேகம்தான். நாங்க வந்து அறிமுகப்படுத்திக்கிட்டதும்,

'இதெல்லாம் குடும்ப விஷயம். முறைப்படி வீட்ல வந்து எங்கப்பாகிட்டே பேசுங்க'னு நீங்க சொல்லிட்டா பெரிய அவமானமாயிடும், இல்லையா?''

''சேச்சே! நான் யாரையும் எடுத்தெறிஞ்சுப் பேசற டைப் இல்லீங்க.''

''தெரியும்ங்க. இருந்தாலும் ஒரு தயக்கம்... இப்போ விஜயகுமாருக்கு முழு திருப்திங்க. தரகர் மூலமா தகவல் தருவாங்க சந்திச்சுப் பேச! நீங்க அவனைப் பார்த்து, பேசி உங்களுக்கும் பிடிச்சுப் போச்சுன்னா... இந்தக் கல்யாணம் தொண்ணூத்தொன்பது சதவிகிதம் நிச்சயமான மாதிரிதான்.''

''பார்க்கலாங்க.''

சற்றுத் தயங்கிவிட்டுக் கேட்டான் இளங்கோ, ''ஆபீஸ்ல உங்களுக்குத் தனி ரூம்தானே?''

''ஆமாம்.''

''நாளைக்குக் காலைல உங்க ஆபீஸுக்கு வரலாம்னு விஜயகுமார் விரும்பறான். ரெண்டுபேரும் அறிமுகமாகிட்டு கொஞ்சம்நேரம் பேசுங்களேன். அதுக்கப்புறம் குடும்பங்கள் சந்திச்சுப் பேசட்டும். இது அவங்களுக்குத் தெரிய வேணாம். உங்க அஃபிஷியல் கஸ்டமரைச் சந்திக்கிற மாதிரி... ஒரு அறிமுகமா... இதுகூட உங்களுக்கு விருப்பம் இருந்தாத்தான். பத்து நிமிஷம் பேசறதாலே முழுக்கப் புரிஞ்சுக்க முடியாது. ஆனா, ஒரு மாதிரி கேரெக்டரை யூகம் செய்யறதுக்குப் பத்து நிமிஷம் போதும், எந்த மாதிரி மனுஷன்னு ஒரு பாதை புரியும். என்ன சொல்றீங்க?''

என்ன சொல்வது என்று கொஞ்சம் திணறினாள். கொஞ்சம் முன் நேராக வந்து சந்தித்திருக்கலாமே என்று கேட்ட வேகத்தில் இப்போது பதில் சொல்ல வராமல் லேசாகத் தடுமாறினாள்.

''உங்களுக்குத் தயக்கமா இருந்தா வேணாம். குடும்பத்தோட சந்திக்கிறப்போ பேசிக்குங்க. ஒண்ணும் பிரச்னை இல்லை.

நான் அவன்கிட்டே பக்குவமா சொல்லிடறேன். உங்களுக்கு இஷ்டமில்லேனு.''

''நோ நோ'' என்றாள் அவசரமாக. ''இதிலே என்ன தப்பு? தாராளமா வரச் சொல்லுங்க. பன்னிரண்டு மணி வரைக்கும் பிஸியா இருப்பேன். பன்னிரண்டுக்கு மேல ரெண்டுக்குள்ளே வரச் சொல்லுங்க. நீங்க சொன்ன மாதிரி ஒரு சின்ன ஐடியா கிடைக்கும். நேரமாச்சு, நான் புறப்படறேன்'' என்று எழுந்துக்கொண்டாள் பத்மினி.

''சரிங்க, நான் சொல்லிடறேன். நாளைக்கு விஜயகுமார் வந்து சந்திப்பான். ஒரு விஷயம். 'நம்ம கல்யாணத்துலே இவனுக்கென்ன இவ்வளவு அக்கறை?'னு யோசிக்காதீங்க. என் ஃப்ரெண்டுக்குப் பொருத்தமான மனைவி அமையணும்ங்கிற ஆர்வம்தான். நாளைக்கு நீங்க சந்திச்சதுக்கப்புறம் அவனைப்பத்தி நிறைய சொல்றேன்... அவனை மாதிரி நீங்களும் ஒரு திருட்டுத்தனம் செய்யறீங்களா?''

''என்ன?''

''நானும் அவனும் சேர்ந்து எடுத்துக்கிட்ட போட்டோ என்கிட்டே இருக்கு. பார்க்கிறதானா காட்டறேன்.''

''பரவாயில்லீங்க. நாளைக்குத்தான் நேர்லயே பார்க்கப் போறேனே...'' அவனிடம் விடைபெற்றுக்கொண்டு வீட்டுக்கு வந்து கட்டிலில் விழுந்தபோது...

அந்த போட்டோவை வாங்கிப் பார்த்திருக்கலாமோ என்று பத்மினிக்குத் தோன்றியது. அவளை அறியாமல் சிரிப்பு வந்தது; 'என்ன இது... வெட்கமா? நான்தானா?'

✲ ✲ ✲

அத்தியாயம் 12

அறையில் இளம் நீலநிற இரவு விளக்கு மட்டும் எரிந்து கொண்டிருக்க, கட்டிலில் படுத்திருந்த பத்மினி உறங்க மிகவும் முயற்சித்துக் கொண்டிருந்தாள்.

அருகே திறந்திருந்த ஜன்னல் வழியாக நிலா தயவில் இருட்டை எதிர்த்துக் கொண்டிருந்தன அந்தத் தென்னை மரங்கள். ஓலையின் கீற்றுகளின் மெல்லிய அசைவில் நளினம் இருந்தது.

பத்மினி இதுவரை திருமணம் என்பதை ஒரு ரிஸ்க்கான விஷயமாக, பயமான விஷயமாக, சூதாட்ட விஷயமாக நினைத்துக் கொண்டிருந்தவள், காரணமின்றி இது குறித்து ஓர் இறுக்கம் லேசாகத் தளர்ந்திருப்பதாக உணர்ந்தாள்.

ஏன் என்று தன்னையே கேட்டுக்கொண்டாள்.

இளங்கோ சொன்ன விஷயங்கள்! இளங்கோ பேசினதிலிருந்து விஜயகுமார் என்னும் ஓவியத்தை முகம் மட்டும் பாக்கி வைத்து ஓரளவு பென்சில் கோடுகளாக வரைந்து பார்க்க முடிகிறது.

அலுவலகத்துக்கு வந்து சந்திக்கலாம் என்றுதான் விஜயகுமார் முதலில் சொல்லியிருக்கிறான். இளங்கோதான் யோசனையை மாற்றியிருக்கிறான். சரியான அணுகுமுறை தெரிந்திருக்கிறது. சம்பிரதாயமாக உட்காரவைத்துப் பாடச் சொல்லிப் பெண் பார்த்தால் எனக்குப் பிடிக்கவில்லை என்பதைத் தரகர் மூலம் அறிந்தவுடன் ஒரு சராசரி ஆண் என்ன நினைப்பான்?

'சரியான ராங்கிக்காரியா இருப்பா போலிருக்கே... நாளைக்கு இவளைத் தொடணும்னாக்கூட அப்ளிகேஷன் கொடுத்துட்டுக்

காத்திருக்கணும் போலிருக்கே... குடும்பத்துக்கு இவ அடங்கி வரமாட்டா, சரியான அடங்காப்பிடாரியா எனக்குத் தெரியறா. இந்த எடம் வேணாம்!'- இப்படித்தான் ஒரு சராசரி மூளை சிந்திக்கும்.

'பெண் ஒரு மனுஷி, அவளுக்கும் மனசு என்று ஒன்று உண்டு; அதில் சுயமாகச் சிந்தனைகளும், கொள்கைகளும், விருப்பங்களும் இருப்பதில் தப்பில்லை' என்று விரிந்த சிந்தனையுடன் பார்ப்பவர்கள் எத்தனை பேர்?

விஜயகுமாரால் அப்படிப் பார்க்க முடிந்திருக்கிறதே! தரகர் மூலம் விஷயமறிந்தும் ஆத்திரமடையவில்லையே. தன் நண்பனிடம் ஈடுபாட்டுடன் விசாரித்து இருக்கிறானே...

பொது இடத்தில் இரண்டு குடும்பங்களும் சந்தித்துப் பேசுதல் என்கிற நவீன யோசனையையும் தாண்டிச் சிந்தித்திருக்கிறானே... 'இந்தப் பெண்ணைத் தனியாக, அவளே அறியாமல் பார்த்துவிட்டால், பொதுச் சந்திப்பைக் கூடத் தேவைப்பட்டால் தவிர்க்கலாமே!' என்பது மிகவும் நாசூக்கான எண்ணம்தான்.

இந்த எண்ணம் வரவேண்டுமென்றால் மனத்தில் ஒரு முதிர்ச்சியும், பக்குவமும், உள்ளங்களைப் புரிந்துக்கொள்கிற தன்மையும் அவசியம் தேவை.

பிறகு என்னைப் பார்த்ததும் சொன்ன வார்த்தைகள்!

'பந்தா எதுவும் இல்லாம, ரொம்ப சிம்பிளா, அடக்கமா அதே சமயம் நடையிலேயும் பார்வையிலேயும் ஒரு சத்தியம் தெரியுதுடா!'

எவ்வளவு கச்சிதமான கணிப்பு! தூரத்தில் நின்று பார்த்துவிட்டே இவ்வளவு துல்லியமாகக் கணித்துவிட எப்படி முடிந்தது.

திடீரென்று பத்மினிக்கு அந்த விஜயகுமார் என்கிற மனச் சித்திரத்துக்கு முகம் வைத்துப் பார்க்க ஆவல் பிரதானமாக எழுந்தது.

எப்படி இருப்பான்? சின்ன மீசையா... முரட்டு மீசையா, இல்லை மீசையே கிடையாதா? எந்த மாதிரி கண்கள்? உதடுகள் தடிப்பானவையா, மெலிதானவையா? எந்த மாதிரி உடுத்துவான்? ஹேர் ஸ்டைல் எப்படி? கோரை முடியா, சுருள் முடியா? வழித்து வாரியிருப்பானா? தூக்கி வாரியிருப்பானா? பற்கள் வரிசையானவையா? கோணல், மாணலா? குரல் இனிமையானதா, கரகரப்பானதா? எப்படி இருப்பான் அந்த விஜயகுமார்?

என்ன அவன், இவன் என்று நான் சிந்திக்கிறேன்? ஏன் கூடாது? இப்போது அவன் யாரோ ஒருவன்தான். சரி, ஆனாலும் வயதுக்கான மதிப்பு தந்து அவர் என்றே நினைக்கலாம்.

பத்மினி அவளுக்குள்ளேயே வினா - விடை நடத்திக்கொண்டாள். இப்படிப் புரண்டு படுத்தாள். அப்படிப் புரண்டு படுத்தாள்.

கொஞ்சம் எதிர்பார்ப்பு, கொஞ்சம் ஆர்வம் இவற்றோடு, மனசு முழுக்கக் கொஞ்சம் தித்திப்பும் உணர்ந்தாள். அலாரம் டைம்பீஸில் இரண்டு மணி பத்து நிமிடம் என்பதைப் பார்த்து வியந்தாள். சமீபத்தில் இத்தனை நேரம் விழித்திருந்ததே இல்லை.

காலையில் குளித்து, உடுத்திக் கொள்ளும்போது, கொஞ்சம் நிதானித்துத்தான் சேலையைத் தேர்ந்தெடுத்தாள். இந்த அரக்கு கலர்... வேண்டாம்! 'இது உனக்கு நல்லாவே இல்லை' என்று அப்பா ஒரு தரம் சொல்லி இருக்கிறார். இந்த மஞ்சள்? 'ரொம்பப் பளீர்னு அடிக்குது' என்று ஜெயந்தி சொன்னாள். இந்த வயலட்? 'சாயம் வெளுத்த மாதிரி இருக்கு' என்று சந்துரு சொன்னான். இந்த ப்ரௌன் காட்டன் சேலை? 'எனக்கே கடிச்சுத் திங்கணும் மாதிரி இருக்குக்கா' என்றிருக்கிறாள் பவானி.

அந்த சேலையைக் கட்டிக்கொண்டாள்.

டிரஸ்ஸிங் மேஜை முன் அமர்ந்து வழக்கம்போல் கொண்டை போட்டுக் கொண்டபோது...

'எதுக்கு இந்தக் கொண்டை, ஸ்கூல் டீச்சர் மாதிரி? கையில பிரம்பு ஒண்ணுதான் பாக்கி' என்று பவானி ஒருமுறை கேட்டது நினைவுக்கு வந்தது.

'ஒரு கண்டிப்பு காட்டுதா? ஒரு ஆபீஸ்ல அசிஸ்டெண்ட் மானேஜருக்குக் கவர்ச்சி முக்கியமில்லை. கண்காணிப்புதான் முக்கியம். நான் விதவிதமா ஹேர்ஸ்டைல் செஞ்சுக்கிட்டுப் போனா என்மேலே உள்ள மரியாதையும் பயமும் நிச்சயமாகக் கொஞ்சம் குறையும். என்னை சந்திச்சுப் பேசற கஸ்டமர்களோட கவனம் சிதறும். அதுக்காகத்தான் கொண்டை' என்று தான் பதில் சொன்னதும் நினைவுக்கு வந்தது.

"பவானி...!"

"இதோ வர்றேன்க்கா" என்று வந்தாள் மூச்சிரைக்க, கையில் ஸ்கிப்பிங் கயிறுடன். "என்ன?"

"போன வாரம் நாம சினிமா போனப்போ நீ ஒரு புது விதமா ஹேர் ஸ்டைல் செஞ்சுக்கிட்டியே, நான்கூட நல்லாருக்குனு சொன்னேனே..."

"ஆமாம்."

"எனக்குப் போட்டுவிடறியா அதே மாதிரி?"

"ஓ! இன்னிக்கு ஆபீஸ் போகலியா?"

"போறேனே... ஏன், ஆபீஸுக்கு அந்த மாதிரி ஹேர் ஸ்டைல் செஞ்சுக்கிட்டு போகக்கூடாதா?"

"போகலாமே... ஆனா, நீ போனதில்லையேனு கேட்டேன்."

"உனக்குப் பதில் சொல்லிக்கிட்டிருக்க முடியாது. போட்டு விடறதுன்னா போட்டுவிடு, இல்லேன்னா, நான் அம்மாவைக் கூப்பிட்டு போட்டுக்கறேன்."

"இப்ப நான் என்ன, போட்டுவிட மாட்டேன்னா சொன்னேன்? உக்காரு."

பத்தே நிமிடத்தில் பவானி அந்தப் புதுவித சிகையலங்காரத்தைச் செய்து முடிக்க, கண்ணாடியில் பார்த்துக் கொண்டே பத்மினி திடீரென்று தன்னை மிகவும் சின்னப் பெண்ணாக உணர்ந்தாள் மிகக் கவர்ச்சியாகத் தெரிவதையும் உணர்ந்தாள்.

திடீரென்று உள்ளே கேள்விகள் புறப்பட்டன... என்ன ஆயிற்று எனக்கு? ஏன் இப்படி என் வழக்கான நிலையிலிருந்து மாறுகிறேன்? கொண்டையிலிருந்து ஏன் மாறவேண்டும்? வரப்போகிற விஜயகுமாரைக் கவர்வதற்காகவா? யார் அவன்? யாரோ! தீர்மானமாகிவிட்டதா அவன்தான் என் வாழ்க்கைத் துணை என்று? ஏன் இந்த இனம் புரியாத கிளுகிளுப்பு? இது ஹார்மோன்கள் நடத்தும் லீலை. மூளையை மழுங்கடிக்கச் செய்யும் மோகம். இப்படி ஆரம்பித்துத்தான் எல்லாப் பெண்களும் வீழ்கிறார்கள் இறுதியில்.

யாரோ ஒருவன் என்னைச் சந்திக்க வருகிறான் என்பதற்காக என் வழக்கத்திலிருந்து மாறுபட்டு இப்படி அசட்டுத்தனமாக ஓர் ஏக்கத்தை ஏற்படுத்திக் கொள்ள வேண்டுமா?

பத்மினி சட்டென்று அந்தப் புதிய சிகை அலங்காரத்தைக் கலைத்துப் போட்டாள்.

"ஏன்க்கா... நல்லாத்தானே இருந்தது?"

"எனக்குக் கொண்டைதான் பிடிக்குது."

"என் வேலையையும் கெடுத்து..." என்று முனகிக் கொண்டே பவானி செல்ல, பத்மினி கொண்டை போட்டுக்கொண்டு அலுவலகத்துக்குப் புறப்பட்டாள்.

அலுவலகத்தில் தன் வழக்கமான வேலைகளில் மனத்தைச் சற்றுச் சிரமப்பட்டுத்தான் ஈடுபடுத்திக் கொள்ள வேண்டியிருந்தது. இவள் கட்டுப்பாட்டில் அடங்காமல்

வரப்போகிற விஜயகுமாரை எதிர்பார்த்துத் திடீர் திடீரென்று எண்ணங்கள் தாவின.

பன்னிரண்டு மணியை நெருங்கும்போது... கதவு தட்டப்பட்ட போதெல்லாம் விஜயகுமாரை எதிர்பார்த்தாள். இன்டர்காம் ஒலித்தபோதெல்லாம் விஜயகுமார் வந்திருப்பதாகச் சொல்லப் போகிறாள் ரிசப்ஷனிஸ்ட் என்று எதிர்பார்த்தாள்.

தனது மனத்தின் ஆர்ப்பாட்டம் அவளுக்கே விசித்திரமாக இருந்தது. இவன்தான் என்று நிச்சயமாகிவிட்டதா? கறுப்பா, சிவப்பா என்று கூடத் தெரியவில்லை. ஏன் இந்தத் தவிப்பு? என்னை மீறி நான்! ஆச்சரியம். எனக்குள்ளே இரண்டு பேரா? ஒருத்தி வெட்கப்படுகிறாள். இன்னொருத்தி நிமிர்ந்து நிற்கிறாள். ஒருத்தியிடம் அசட்டுத்தனம். இன்னொருத்தியிடம் கம்பீரம். ஒருத்தி மிகவும் சராசரி. இன்னொருத்தி வித்தியாசமானவள். இதில் எது உண்மையான நான்? இரண்டும் கலந்த கலவையா? அசட்டுத்தனத்தைக் கம்பீரம் வெல்லும்போது நான் வித்தியாசமானவள். கம்பீரம் தோற்றுப் போகும்போது நான் சராசரி. நேற்று இளங்கோவைச் சந்தித்துப் பேசினதிலிருந்து நான் சராசரி மாதிரி நடந்து கொள்கிறேன் என்னையும் மீறி.

இந்த அசட்டுத்தனம்தான் மூளையைக் கொஞ்சம் கொஞ்சமாக மழுங்கடிக்கும் என் அம்மாவைப் போல். ஜெயந்தியைப் போல். இதை அனுமதிக்க முடியாது. இதைச் சகிக்க முடியாது. இதை நான் வெல்லவேண்டும். மீண்டும் என் உண்மை நிலைக்குத் திரும்ப வேண்டும்.

பத்மினி தனக்குள்ளேயே போராட்டம் நடத்திக் கொண்டிருந்த போது...

இன்டர்காம் ஒலித்தது.

"ஹலோ மேடம், உங்களைப் பார்க்க மிஸ்டர் விஜயகுமார்னு ஒருத்தர் வந்திருக்கிறார்."

"என் ரூமுக்கு வரச் சொல்லுங்க."

ரிஸீவரை வைத்துவிட்டு, பத்மினி மேஜையின் காகிதங்களை, ஃபைல்களை ஒழுங்குபடுத்தினாள். கைக்குட்டையை எடுத்து நெற்றியோரங்களில் ஒற்றிக்கொண்டாள். மேஜைமேல் இருந்த க்ளாஸில் இருந்த தண்ணீரைக் குடித்துவிட்டு வைத்தாள்.

அறையின் கதவில் மெலிதான தட்டலும், தொடர்ந்து, ''எக்ஸ்கியூஸ் மீ'' என்ற ஆணின் குரலும் கேட்க...

''யெஸ். கமின் ப்ளீஸ்!'' என்றாள்.

அவன் உள்ளே வந்தான். தன் நாற்காலியை விட்டு எழுந்து நின்று, ''வாங்க'' என்றாள்.

அவன் கைகளைக் குவித்து, ''வணக்கம். நான் விஜயகுமார்'' என்று சொல்லிவிட்டு, மேஜைக்கு இந்தப் பக்கத்து நாற்காலியில் அமர்ந்தான். கைகளைத் தன் மார்புக்குக் குறுக்கே கட்டிக் கொண்டான்.

''வணக்கம்'' என்ற பத்மினி மரியாதைக்காக, ''நான் பத்மினி'' என்று சொல்லிவிட்டுத் தன் நாற்காலியில் அமர்ந்து அவனைப் பார்த்தாள்.

பளிச்சென்று இருந்தான். மாநிறத்தில் இருந்தான். க்ரீம் நிற முழுக்கை சட்டை அணிந்திருந்தான். உள்ளே அணிந்திருக்கும் முண்டா பனியன் லேசாகத் தெரிந்தது. சின்ன மீசை வைத்திருந்தான். தலையை க்ளோஸாக வெட்டியிருந்தான். பாண்ட்டுக்குள் சட்டையைச் செலுத்தியிருந்தான். முகத்தில் ஓர் உற்சாகமும், சுறுசுறுப்பும் தெரிந்தது.

இரண்டு பேரும் சில விநாடிகள் மௌனமாக இருந்தார்கள்.

''என்ன சாப்பிடறீங்க நீங்க?'' என்று பியூனை அழைக்கப் பித்தான் அழுத்தினாள்.

''டீ'' என்றான்.

பியூன் வர, ''ரெண்டு டீ கொண்டா'' என்று அனுப்பிவிட்டு, ''மிஸ்டர் இளங்கோ உங்களுக்கு ரொம்ப நாள் ஃப்ரெண்டா?'' என்றாள், சகஜமாய்ப் பேச்சைத் துவக்கி.

“என் காலேஜ் நாட்கள்ல அறிமுகம். அதுக்கப்புறம் ரொம்ப நெருக்கமாயிட்டோம். நீங்க எந்த காலேஜ்ல படிச்சீங்க?”

“க்வீன் மேரீஸ்.”

மறுபடி மௌனம். பியூன் டீ கொண்டுவந்து வைத்துவிட்டுப் போனதும், இருவரும் அமைதியாக அருந்தி முடித்தார்கள்.

“நான் ஒண்ணு சொன்னாக் கோவிச்சுக்க மாட்டீங்களே?” என்றான் விஜயகுமார்.

✲ ✲ ✲

அத்தியாயம் 13

"நான் ஒண்ணு சொன்னாக் கோவிச்சுக்க மாட்டீங்களே?" என்று விஜயகுமார் தயவாய்க் கேட்டதும், டீ கோப்பையை வைத்துவிட்டு, கர்சீப்பால் உதடுகளை ஒற்றிக்கொண்டு, "சொல்லுங்க" என்றாள் பத்மினி.

"ஒரு அரை மணிநேரம் அனுமதி வாங்கிக்கிட்டு உங்களால வெளியில் வர முடியுமா? இங்கே என்னால சகஜமாப் பேச முடியும்னு தோணலை."

தன் கைக்கடிகாரத்தைப் பார்த்துக் கொண்டே பத்மினி, "எதுவும் பிரச்னை இல்லை. ரெண்டு நிமிஷம் காத்திருங்க. போகலாம்" என்றவள், இன்டர்காமில் அலுவலகச் சம்பந்தமான சில குறிப்புகள் சொன்னாள். பியூனை அழைத்து, இரண்டு ஃபைல்களை அக்கௌண்டண்டிடம் சேர்க்கச் சொன்னாள். டெலிபோன் எடுத்து ஆபரேட்டரிடம் கிருஷ்ணகிரிக்கு புக் செய்திருக்கும் டிரங்க்காலை ஒரு மணிநேரம் தாமதப்படுத்தித் தொடர்பு வாங்கச் சொன்னாள். மேஜையின் டிராயரைப் பூட்டிச் சாவியைத் தன் ஹாண்ட் பேக்கில் போட்டுக் கொண்டு, நாற்காலியைப் பின் தள்ளி எழுந்தாள். ஏர்கண்டிஷனரை நிறுத்திவிட்டு, "வாங்க, போகலாம்" என்றாள் பத்மினி.

லிஃப்டில் கீழே இறங்கும்போது, "எங்கே போகலாம்? நீங்களே சொல்லிடுங்க" என்றான் விஜயகுமார்.

"நான் இன்னிக்கு லஞ்ச் எடுத்துட்டு வரலை. ஹோட்டல்தான். உங்களுக்கு மறுப்பு இல்லேன்னா ரெண்டுபேரும் சாப்பிட்டுக்கிட்டே பேசலாம்."

லிஃப்டை விட்டு வெளியேறிக் கட்டட வாசலுக்கு வந்து எந்த ஹோட்டல் என்று தீர்மானித்தார்கள். பத்மினி, சாலையில் சென்ற காலியான ஆட்டோவுக்குக் கைதட்ட...

''எக்ஸ்கியூஸ் மீ, நான் கார்ல வந்தேன்.''

''அப்படியா! நான் இங்கேயே நிக்கறேன். போய் எடுத்துக்கிட்டு வாங்க'' என்றவள், திரும்ப யத்தனித்த அந்த அழைக்கப்பட்ட ஆட்டோவை, 'வேண்டாம்' என்று சைகை காட்டிப் போகச் சொன்னாள்.

தூரத்தில் பார்க்கிங் பகுதியில் நிறுத்தியிருந்த தனது க்ரீம் நிற ஃபியட் வண்டியை லாகவமாக ரிவர்ஸ் எடுத்து, கியர் மாற்றி அவள் அருகில் சீறாமல் சிணுங்காமல் நிறுத்திவிட்டு முன்பக்கக் கதவைத் திறந்துவிடுவதா அல்லது பின்பக்கக் கதவைத் திறந்து விடுவதா என்று விஜயகுமார் ஒரு விநாடி தயங்க...

பத்மினி முன்பக்கக் கதவைத் திறந்து அமர்ந்துக் கொண்டாள். காருக்குள் இதமான வாசனை இருந்தது. டேஷ்போர்டில் வெங்கடாஜலபதி ஸ்டிக்கர் ஒட்டப்பட்டிருந்தது.

''வண்டி எந்த வருஷத்து மாடல்?''

அவன் சைடில் திரும்பி, ''போன வருஷம் கம்பெனியில எனக்குக் கொடுத்தாங்க'' என்று சொன்னபோது, நெருக்கத்தில் பார்த்ததில் நெற்றியில் மெலிதாக விபூதி வரி தெரிந்தது. சாலையில் கலந்து நிதானமாக ஓட்டினான்.

''கிவ்ராஜ் இந்தியா லிமிடெட் தானே?''

''ஆமாம்.''

''உங்க உத்தியோகம் என்ன?''

''சீனியர் ஆட்டோமொபைல் இன்ஜினீயர்.''

''இது மாதிரி கார் சலுகை கம்பெனியில் எத்தனை பேருக்கு?''

"இது சலுகை இல்லை, பரிசு. ஸ்கூட்டரோட கார்ப்பரேட்டர் இருக்குது பாருங்க, அதிலே ஒரு அட்வான்ஸ்ட் மாடல் போன வருஷம் டிஸைன் செஞ்சேன். புது மாடல்ல தயாரிப்புச் செலவு இருபத்தஞ்சு சதவீதம் குறையும். அந்த டிஸைனை அறிமுகப்படுத்தினதிலே கம்பெனிக்கு வருடத்துக்கு ஏழு லட்ச ரூபாய் லாபம். அதுக்காக கம்பெனிக்குள்ளே ஒரு சின்ன விழா மாதிரி ஏற்பாடு செஞ்சு, பாராட்டி இந்த காரைக் கொடுத்தாங்க."

"அப்பாவுக்கு என்ன வியாபாரம்?"

"கெமிக்கல் பௌடர் மொத்த வியாபாரம். கோவிந்தப்ப நாயக்கன் தெருவுல கோடௌன்ஸ் இருக்கு. ஆபீஸ் இருக்கு. நேரடியா தயாரிப்பு கம்பெனிகள்லேந்து மொத்தமா வாங்கித் தமிழ்நாடு முழுக்க சப்ளை செய்யறாங்க. அப்பாவும் அண்ணனும் அதைப் பார்த்துக்கறாங்க."

"உங்களுக்கு வியாபாரத்திலே ஆர்வம் இல்லையா?"

"உண்மையாச் சொல்லணும்னா... அறவே இல்லை..."

"ஏன்?"

"சின்ன வயசிலேந்தே என் புத்தி கொஞ்சம் துறுதுறு. வாங்கித் தர்ற விளையாட்டுப் பொம்மையை எல்லாம் அக்குவேறு ஆணி வேறாக கழட்டி அதோட 'இன்னர் மெக்கானிசம்' தெரிஞ்சுக்கலேன்னா தலை வெடிச்சுடும். பெரியவனானதும் எங்கப்பா எனக்கு வாங்கிக் கொடுத்த புது ஸ்கூட்டரை மறுநாளே ஸ்குரூ டிரைவர் வெச்சுக்கிட்டு கடைசி ஆணிவரைக்கும் பிரிச்சுப் போட்டுட்டு மறுபடியும் அசெம்பிள் செஞ்சேன். எதைப் பார்த்தாலும் இதோட மெக்கானிசம் என்னன்னு தெரிஞ்சுக்கணும்னு ஆர்வமாயிடுவேன். பிடிவாதம் பிடிச்சுத்தான் மெட்ராஸ் இன்ஸ்டிடியூட் ஆஃப் டெக்னாலஜில் சேர்ந்தேன். தொண்ணூறு சதவீதம் பேர் வேலை வாய்ப்பு அதிகங்கறதாலே அதிலே படிச்சாங்க. நான் இயந்திரங்களைப்

பற்றிக் காதலோட படிச்சேன். இப்ப கூட என் ரூம்ல புத்தக அலமாரியில எங்கே தொட்டாலும் மெஷின்ஸ் பத்தியும், மெக்கானிசம் பத்தியும்தான் புத்தகம் கிடைக்கும். என் புத்தியில் இந்த நாட்டம் அதிகமா இருந்ததால வியாபாரம் பிடிக்கலை.''

கார் ஒரு சிக்னல் நிறுத்தத்தில் நின்று பச்சைக்குக் காத்திருந்தபோது திரும்பி அவளைப் பார்த்து, ''தலையிலே ஏதோ குப்பை இருக்குங்க'' என்றான்.

பத்மினி தன் தலையைக் கையால் லேசாகத் தட்டி விட்டுக்கொண்டு, ''போயிடுச்சா?'' என்றாள்.

''இல்லை, இன்னும் இருக்கு.'' மீண்டும் முயன்றாள்.

''அங்கே இல்லீங்க'' என்று 'ரியர் வ்யூ' கண்ணாடியை அவள் பக்கமாகத் திருப்பி, ''இதிலே பார்த்துக்குங்க'' என்றான். சிக்னல் மாற, காரை நகர்த்தினான்.

''உங்க குடும்பத்தைப் பத்திச் சொல்லுங்களேன்.''

''சின்ன குடும்பம்தான். அப்பா, அம்மா, அண்ணன், அண்ணி, நான் அண்ணன் பொண்ணு பரணி, ரெண்டு வயசுதான் ஆகுது. அப்பா, அம்மா ரெண்டு பேருமே கொஞ்சம் அந்தக் காலம். சுத்தம், நாணயம், சம்பிரதாயம், ஒழுக்கம் இதிலே எல்லாம் பிடிவாதமா இருக்கிறவங்க. ஆர்த்தடாக்ஸுனு சொல்லுவாங்களே, அப்படிப் பழமையில ஊறினவங்க. அப்பான்னா இன்னிக்கும் எனக்கு ஒருவித... என்ன சொல்றது...? பயம்னுகூடச் சொல்லலாம்.

அண்ணனும் சரி, நானும் சரி, அப்பா நின்னுக்கிட்டிருந்தா நாங்க உட்காரமாட்டோம். அப்பா வீட்டிலே இருந்தா சத்தம் போட்டுப் பேசமாட்டோம். சமீபத்திலே அப்பாவுக்குத் தெரியாம நான் செய்யற காரியம் உங்களை இப்படி சந்திச்சுப் பேசறதுதான். அம்மா ஒரு இதய நோயாளி. பெரும்பாலும் ரெஸ்ட்லதான் இருக்காங்க. அதிகமா வேலை செய்ய

மாட்டாங்க. மாடிப்படி ஏறமாட்டாங்க. உரக்கப் பேசமாட்டாங்க. வீட்ல முழுப் பொறுப்பும் அண்ணிதான்.''

''அப்பாவுக்குத் தெரியாம ஏன் என்னைச் சந்திக்கணும்னு நினைச்சிங்க?''

''அப்பாவை மதிக்கிறேன். ஆனா, அவரோட கருத்துக்கள் எல்லாத்தையும் என்னால ஏத்துக்க முடியாது. எனக்கு வித்தியாசமான பெண்களைப் பிடிக்கும்.''

''வித்தியாசம்னா?''

''ஆம்பளைங்களுக்கு நாங்க எந்த விதத்திலேயும் குறைச்சல் இல்லேனு நிமிர்ந்து நடக்கிற பெண்களை, காரோட்டற பெண்களை, வேலைக்குப் போற பெண்களை, மாடர்ன் டிரஸ் போடற பெண்களை, மேடையில் பேசற பெண்களை, கதை, கவிதை எழுதற பெண்களை, ஆண்கள்கிட்டே தயக்கம் இல்லாம பளீர்னு பேசற பெண்களை, கால்மேல் கால் போட்டு ரிலாக்ஸ்டா உட்கார்ந்திருக்கும் பெண்களை, இன்ஃபாக்ட் சிகரெட் குடிக்கும் பெண்களைக் கூடப் பார்க்கிறப்போ என்னையறியாமல் சந்தோஷமா உணர்வேன். சம்பிரதாயமா பெண் பார்க்கிறது பிடிக்கலேனு நீங்க தகவல் சொல்லி அனுப்பினது சத்தியமா எனக்குச் சந்தோஷமா இருந்திச்சு. ரெண்டு குடும்பங்களும் ஒரு இடத்திலே சந்திச்சு மனம்விட்டுப் பேசலாம்னு சொன்ன பிராக்டிகலான, நாசூக்கான ஐடியா எனக்கு ரொம்பப் பிடிச்சிருந்தது. என் ஃப்ரெண்ட் இளங்கோவுக்கு உங்களைத் தெரியும்னு தெரிஞ்சதும் இன்னும் த்ரில் ஆயிட்டேன். உங்களை உடனே பார்க்கணும் மாதிரி இருந்திச்சி. இளங்கோ சொல்லியிருப்பான். உங்களைத் தொந்தரவு செய்யாம உங்களைப் பார்த்தது உங்க மனசைப் புண்படுத்தியிருந்தா மன்னிச்சுக்குங்க...''

''அதெல்லாம் ஒண்ணுமில்லை.'' என்றாள் அவசரமாக.

ஹோட்டல் கட்டடத்தின் முன்பகுதியில் காரை நிறுத்தி இறங்கினான் விஜயகுமார்.

பத்மினி தன் பக்கத்துக் கதவின் கண்ணாடியை ஏற்றி விட்டு இறங்கிச் சாத்தினாள். மனத்தில் ஒருவித நிறைவு இடம் பெற்றிருந்தது. 'இரு இரு அவசரப்படாதே. உடனடியாகக் கற்பனைகளை அடுக்காதே மனமே. இந்தச் சந்திப்பு முழுமையாக நிறைவுறட்டும். பிறகு சாவகாசமாக உட்கார்ந்து அசை போடலாம். அதுவரை அவசரக் குதூகலம் வேண்டாம்.'

இருவரும் ஹோட்டலின் உள்ளே வந்தார்கள்.

குளிர் செய்யப்பட்டிருந்த அந்த ரெஸ்டாரண்ட் பகுதியில், நிறைய மேஜைகள் காலியாய் இருக்க, "எங்கே உட்காரலாம்?" என்றான். நடுப்பகுதியில் செயற்கை நீருற்று அமைந்திருந்த இடத்துக்கு அருகிலிருந்த மேஜையைத் தேர்ந்தெடுத்தாள். எதிரெதிரே அமர்ந்தார்கள். அவள் விருப்பத்தைக் கேட்டுக்கொண்டு இரண்டு பாம்பே மீல்ஸுக்க ஆர்டர் செய்தான் விஜயகுமார்.

"என்னைப் பத்தி எதுவுமே நீங்க கேக்கலையே?" என்றாள்.

"இளங்கோ நிறையச் சொல்லிட்டான், ரெண்டாவது..." என்று தயங்கினான்.

"ரெண்டாவது?"

"நீங்க சந்தர்ப்பமே தரலை" என்று மென்மையாகச் சிரிக்க... இவளுக்கும் சிரிப்பு வந்தது, லேசாக வெட்கம் கலந்து.

உண்மைதானே! அவரை எங்கே கேட்கவிட்டேன்? வேலைக்கான இன்டர்வியூ மாதிரி நானேதானே கேள்வி கேட்டுக் கொண்டிருந்தேன்.

"இப்ப கேட்கலாமே" என்றாள்.

"என்ன கேட்கறதுன்னு தெரியலை. உங்க குடும்பத்தைப் பற்றித் தரகரும் இளங்கோவும் நிறைய சொல்லிட்டாங்க. உங்களைப் பத்தி ரெண்டு மணி நேரம் சொன்னான் இளங்கோ."

''ரெண்டு மணி நேரமா?''

''நிஜமாங்க, வேணும்னா அவனையே கேளுங்களேன். நீங்க காலைல எத்தனை மணிக்கு எந்திருப்பீங்க, எத்தனை மணிக்கு பால்பூத் போவீங்க, எத்தனை மணிக்கு ஆபீஸ் புறப்படுவீங்க, எப்போ திரும்புவீங்க, எல்லாம் தெரியும். நிறைய படிக்கிற ரகம். நிறையத் தெரிஞ்சுக்கணும்னு துடிக்கிற ரகம். கதை, கவிதைகள்ல ஆர்வம் உண்டு. பொதுவா ஆண்கள் மேலே கோபம் உண்டு. அதே மாதிரி அடங்கிப் போற கோழைப் பெண்கள் மேலேயும் கோபம் உண்டு... தகவல் எல்லாம் சரிதானாங்க?''

மௌனமாக இருந்தாள். பிறகு சொன்னாள்:

''ஒரே ஒரு பாயிண்ட் தப்பு. எல்லா ஆண்களையும் கண்மூடித்தனமா சாடற அளவுக்குப் பக்குவம் இல்லாதவளில்லை நான். பொம்பளைன்னா அவளை ஒரு செல்லாக் காசு மாதிரி நடத்தற ஆண்கள் மேலேதான் எனக்கு ஆத்திரம் வரும்.''

''இப்ப எவ்வளவோ மாறிப் போச்சுங்க. பெண்கள் எவ்வளவோ முன்னேறிட்டாங்க... ஆனாலும் நீங்க சொல்ற மாதிரி சில ஆண்கள், அவங்களுக்குச் சரியான அங்கீகாரம் தர்றதில்லேன்னுதான் சொல்லணும். பெண்களை முன்னேற விடாமப் பின்னுக்கு இழுக்கற சக்தி ஆண் மட்டும் இல்லீங்க; சில பெண்களும்தான். மாமியார் கொடுமையும் நாத்தனார் கொடுமையும்தான் நாம பார்க்கிறோமே. மாமனார் கொடுமையும் கொழுந்தனார் கொடுமையும் பொதுவா கிடையாதுங்க.''

''பரவாயில்லையே... பெண்கள் பிரச்னையைப் பற்றியெல்லாம் தீவிரமா சிந்திச்சிருக்கீங்களே...''

''நல்லவேளை, 'என்கிட்டே பேசறதுக்காகவே தயார் பண்ணிக்கிட்டு வந்திங்களோ'னு கேக்காம விட்டீங்களே!''

பத்மினி நளினமாகச் சிரித்தாள். தட்டுகளில் சாப்பாடு வர... மௌனமாக சாப்பிட ஆரம்பித்தார்கள்.

சாப்பிட்டு முடித்துக் கை கழுவிக்கொண்டு வந்து பணம் எடுத்த அவளை மென்மையாகத் தடுத்துவிட்டு விஜயகுமார் எடுத்துக்கொடுத்தான்.

இருவரும் காருக்கு வந்தார்கள்.

"உங்களை உங்க ஆபீஸ்ல விட்டுட்டு நான் போறேன், உட்காருங்க. பீடா போடுவீங்களா?" என்றான்.

"பிடிக்கும். இப்ப வேணாம்."

"ஏங்க? இருங்க, வாங்கிட்டு வர்றேன்."

விஜயகுமார் சென்று ஹோட்டல் வாசலில் பளபளக்கும் பித்தளை டப்பாக்களுடன் உட்கார்ந்திருந்தவரிடம் ஸ்வீட் பீடா வாங்கிக்கொண்டு வந்து கொடுத்துவிட்டு காரை ஸ்டார்ட் செய்தான்.

"தரகர்கிட்டே உங்க அப்பா என்ன பதில் சொல்லியிருக்கார்?" என்றாள் வெளியே வேடிக்கை பார்த்துக்கொண்டு.

"நாலு நாள் கழித்து வாங்க. யோசிச்சுச் சொல்றோம்னு சொல்லியிருக்கார். குடும்பங்கள் சந்தித்துப் பேசறது அவ்வளவு முக்கியமில்லே... வீட்ல சந்திச்சாலும் சரி, வெளியில் சந்திச்சாலும் சரி அதை அப்புறம் முடிவு செஞ்சுக்கலாம். எனக்குக் கல்யாணத்தைப் பற்றியும், வரப் போற மனைவியைப் பற்றியும் ஆரம்பத்திலேர்ந்தே பெரிய கனவுகள் எதுவும் இல்லைங்க. ரொம்ப சிம்பிளான எதிர்பார்ப்புகள்தான். என் மனைவி லட்சணமானவளா, புத்திசாலியா, நல்ல முதிர்ச்சியான மனசுள்ளவளா, அன்பானவளா, என்னைப் புரிஞ்சுக்கிறவளா அமையணும், அவ்வளவுதான். வெளிப்படையாச் சொல்லிடறேனே... நான் எதிர்பார்க்கிறதெல்லாம் உங்ககிட்டே இருக்குனு நினைக்கிறேன், நீங்க என் மனைவியானா என் வாழ்க்கை சந்தோஷமா அமையும்னு நினைக்கிறேன். இதிலே என் விருப்பம் மட்டும் முக்கியம் இல்லை. உங்களோட மனம் திறந்த அபிப்பிராயமும் முக்கியம். உங்க வாழ்க்கை பற்றி,

உங்களுக்கு வரும் கணவனைப் பற்றி நீங்க எவ்வளவோ எண்ணங்கள் வெச்சிருப்பீங்க. உங்க எதிர்பார்ப்புக்கு நான் இருக்கேனான்னு தெரியாது. ஒரு மணிநேரச் சந்திப்புல அதிகம் புரிஞ்சுக்கவும் முடியாது. தேவையான நேரத்தைத் தாராளமா எடுத்துக்குங்க'' என்று, காரை பத்மினியின் அலுவலகக் கட்டட வாசலில் நிறுத்தினான்.

பத்மினி மௌனமாக இறங்கிக் கொள்ள, ஒரு விலாச அட்டையை எடுத்து நீட்டினான். ''இது என் ஆபீஸ் அட்ரஸ். இதிலே போன் நம்பர் இருக்கு. நீங்க ஒரு முடிவுக்கு வந்தப்புறம் போன் செஞ்சாப் போதும். வர்றேங்க'' என்று கைகூப்பிவிட்டுப் புறப்பட்டுச் சென்ற விஜயகுமாரின் கார் கண்களிலிருந்து விலகும்வரை பார்த்துக் கொண்டிருந்து விட்டுப் பிறகுதான் உள்ளே நடந்தாள் பத்மினி.

✲ ✲ ✲

அத்தியாயம் 14

பத்மினி தனது அறைக்குத் திரும்பினாள். அவள் இல்லாதபோது அவளுக்கு வந்த தொலைபேசிக் குறிப்புகள் மூன்று எழுதி மேஜைமேல் வைக்கப்பட்டிருந்தன.

முதல் இரண்டும் அலுவலகச் சம்பந்தப்பட்டவை. மூன்றாவது ஜெயச்சந்திரன் என்று இருந்தது. அருகில் ஒரு போன் நம்பர் எழுதப்பட்டு, 'மாலை 5 மணிவரை இந்த எண்ணில் தொடர்பு கொள்ளலாம்' என்று டெலிபோன் ஆபரேட்டர் குறிப்பு எழுதியிருந்தாள்.

பத்மினி உடனே அந்த நம்பரை முயன்றாள்.

"மிஸ்டர் ஜெயச்சந்திரன் ப்ளீஸ்!"

"ஸ்பீக்கிங்..."

"சார், நான் பத்மினி பேசறேன். நான் போன் செஞ்சப்போ நீங்க உங்க மனைவியோட வெளியில போயிட்டதா சொன்னாங்க. நீங்க அனுப்பின 'உப்புச் சாரல்' படிச்சேன். ரொம்ப அழுத்தமான சிந்தனைகள் சார். ஒரு விமரிசனமாட்டம் எழுதி அனுப்பப்போறேன் உங்களுக்கு. சில இடங்கள்ல உங்க கருத்துக்களைப் பற்றி வாதம் செய்ய இடமிருக்கு."

"வெல்கம்! எனக்கு எப்பவுமே பாராட்டைவிட விமரிசனம்தான் பிடிக்கும். அதுதான் என்னைக் கூர்தீட்டிக்க உதவும். எங்க வீட்டுக்கு வரணுமே நீங்க..."

"வந்தாப் போச்சு..."

"எப்ப வர்றீங்க? உங்க அம்மாவையும் அழைச்சிக்கிட்டு வரணுங்க..."

"நிச்சயமா வர்றேன். அம்மாவைக் கேட்டுட்டு முன்கூட்டி உங்களுக்கு போன் பண்ணிச் சொல்லிட்டு வர்றோம்."

"நாளைக்கு சாயங்காலம் வள்ளுவர் கோட்டம் வருவீங்களா...?"

"என்ன அங்கே...?"

"ஒரு கவியரங்கம் இருக்கே. போஸ்டர் பார்க்கலையா...? முன்னணிக் கவிஞர்கள் அத்தனை பேரும் கலந்துக்கறாங்க..."

"பார்க்காம விட்டுட்டேனே! முடிஞ்சா வருவேன். வந்தா சந்திக்கலாம், உங்க புத்தகத்துக்கு விமரிசனம் எழுதி நேர்லயே கொடுத்துடறேன். சில இடங்கள்லே ரொம்ப ஸ்ட்ராங்கா சாடுவேன். ஸ்போர்ட்டிவா எடுத்துக்குங்க..."

"கண்டிப்பா... எனக்கு இனிப்பைவிடக் காரம்தான் இஷ்டம். வேறே என்னங்க...?"

"ஒண்ணுமில்லை. பார்க்கலாம்."

பத்மினி போனை வைத்துவிட்டுத் தன் அலுவலக வேலையில் ஆழ்ந்தாள். மாலையில் பீச் ஸ்டேஷனில் மின்சார ரயிலில் ஏறி அமர்ந்துகொண்டு விஜயகுமாரின் சந்திப்பை நினைத்துப் பார்த்தாள்.

முதல் இம்ப்ரெஷன் என்று சொல்வார்களே, அது நிறைவாகவே மனத்தில் விழுந்திருக்கறது. அமைதியான முகம். அலட்டல் இல்லாத உடை. நாகரிகமான செய்கைகள். நிதானமான, ஆனால் தெளிவான பேச்சு. மரியாதைக் குறையாத பேச்சு. எதிரே இருப்பவர்கள் மேல் தன் எண்ணத்தைத் திணிக்காமல், ஏற்றுக்கொள்ளத்தக்க வகையில் பேசும் பேச்சு. பக்குவப்பட்ட பேச்சு. அசடு வழிதல் துளியும் இல்லாத பேச்சு.

எந்தக் கட்டத்திலும் பொறுமை மீறவில்லை. பண்பாடு மீறவில்லை. திமிரான, இளக்காரமான வார்த்தைகளே இல்லை. கோபம் என்பதே வராது போலிருக்கிறது.

எனக்கு வித்தியாசமான பெண்களைப் பிடிக்கும் என்று அவர் சொன்ன வார்த்தைகள்... என் சிந்தனையோடு இணைந்து செல்லும் வார்த்தைகள்.

இளங்கோ சார், 'கொஞ்ச நேரம் பார்த்துப் பேசினால் முழுக் குணாதிசயம் புரியாவிட்டாலும் ஒரு ஐடியாவாவது கிடைக்குமே' என்று சொன்னது போல...

விஜயகுமாரைப் பற்றி ஒரு ஐடியா கிடைத்திருக்கிறது. மனத்தில் திடீரென்று ஒரு நிறைவை, சந்தோஷத்தை உணர்கிறேன். விஜயகுமாருடன் பேசிக் கொண்டிருந்தபோது திடீரென்று ஒருவிதக் கூச்சம்கூட ஏற்பட்டது!

விஜயகுமார் வந்து சந்தித்ததை, பேசியதை இளங்கோ சாரிடம் சொல்ல வேண்டும். என் வீட்டில் அப்பாவிடம் சொல்ல வேண்டுமா?

சொல்லலாம், இதிலென்ன தவறு? மறைப்பதற்கு என்ன இருக்கிறது...?

பத்மினி வீட்டுக்கு வந்தபோது அப்பா இன்னும் வந்திருக்கவில்லை. பவானி முகம் கழுவி, உடை மாற்றி வெளியே புறப்படும் வகையில், விரல்களுக்கு நெயில் பாலிஷ் போட்டுக் கொண்டிருந்தாள்.

பத்மினி தன் அறையில் ஹேண்ட் பேகை மாட்டிவிட்டு, கொண்டையை அவிழ்த்துவிட்டு முகம் கழுவிக்கொண்டாள். லூசாகப் பின்னிக்கொண்டு, வேறு சேலை மாற்றிக்கொண்டு ஹாலுக்கு வந்தபோது முன்ஹாலில் அப்பாவின் குரல் கேட்டது. அம்மா குளித்துத் தலைசீவி சமையலறையில் இருந்தாள்.

"சந்துரு, பார்த்து நிதானமாப் போ. வண்டியை ரேஸ் பண்ணாதே. பிரேக் டைட் செய்யணும். நேரத்தோட வந்துடு."

"சரிப்பா!" என்று ஹெல்மெட்டும் ஸ்கூட்டர் சாவியும் வாங்கிக்கொண்டு பவானியை அழைத்துக் கொண்டு புறப்பட்டுக் கொண்டிருந்தான் சந்துரு.

அவர்கள் இருவரும் ஸ்கூட்டரில் புறப்பட்டுப் போகும் வரை ஜன்னல் வழியாகப் பார்த்துக் கொண்டிருந்து விட்டு, ஜிப்பாவைக் கழற்றிக் கொண்டே உள்ளே வந்தார் வைத்தீஸ்வரன், "வந்துட்டியா பத்மினி? ஃபேனைப் போடு. இந்த ஜிப்பாவை அப்படியே என் ரூம்ல ஹேங்கர்ல மாட்டிடு, காபி கொண்டுவரச் சொல்லு..."

சொன்னதையெல்லாம் செய்துவிட்டுச் சமையலறைக்கு வந்தாள் பத்மினி.

"நகரும்மா. நான் போடறேன் காபி."

"பரவாயில்லை. இரு நான் போட்டுட்டேன்... நீ போய் ஹால்ல இரு. உனக்கும் அப்பாவுக்கும் எடுத்துட்டு வர்றேன். டப்பால முறுக்கு இருக்கு. சாப்பிடறியா?" என்றாள் அம்மா.

பத்மினி முறுக்கு எடுத்துக்கொண்டு, "எனக்கு எதுவும் தபால் வந்திச்சா?"

"வரலேம்மா. கீழ் வீட்ல இருக்கிற அந்த இளங்கோ தம்பிதான் அரை மணி நேரத்துக்கு முன்னால உன்கிட்டே ஏதோ பேசணும்னு வந்திச்சு. நீ இன்னும் வரலேன்னதும் அப்புறம் வர்றேன்னு சொல்லிட்டுப் போச்சு..."

ஹாலில் சோபாவில் வைத்தீஸ்வரன் இடுப்பில் வேஷ்டியும், மேலே வெற்றுடம்பாகவும் ஓய்வாகச் சாய்ந்து அமர்ந்து டைப் செய்த ஏதோ காகிதங்களைப் பார்த்துக் கொண்டிருந்தார். கஸ்தூரி வந்து காபி ஆற்றித் தர... வாங்கிக்கொண்டார்.

தன் காபியோடு எதிரே அமர்ந்த பத்மினி, "அப்பா நீங்க சொன்னீங்களே விஜயகுமார்னு ஒரு இடம்" என்று ஆரம்பித்தாள்.

"ஆமாம். நீ சொன்னதைத் தரகர் மூலமா சொல்லி அனுப்பிட்டேன். அவங்க நாலு நாள்ல யோசிச்சிச் சொல்றதாகவும் பதில் வந்து சொன்னார். கொஞ்சம் பழமையில ஊறின குடும்பம். யோசிக்கத்தான் செய்வாங்க."

''அதில்லேப்பா, அந்த விஜயகுமார் இன்னிக்கு என் ஆபீஸுக்கு வந்தார்'' என்று பத்மினி நிதானமாக முதல்நாள் இளங்கோ தன்னிடம் பேசினதிலிருந்து தன் அலுவலக நம்பர் கொடுத்துவிட்டு விஜயகுமார் புறப்பட்டுச் சென்றது வரை, அவ்வளவையும் சொல்லி முடித்தாள்.

வைத்தீஸ்வரன் உற்சாகமாக, ''பரவாயில்லையே...! பையன் ஒரு படி மேலேயே போயிட்டானே... உண்மைதான். ஜாதகப் பொருத்தம், அந்தப் பொருத்தம் இந்தப் பொருத்தம்னு ஆயிரம் பார்த்தாலும் மனப்பொருத்தம்தான் முக்கியம். இப்படி சந்திச்சு, பேசி, ஒருத்தரை ஒருத்தர் ஓரளவு புரிஞ்சிக்க எத்தனை பேருக்கு இதுமாதிரி வாய்ப்பு அமையுது? அந்தப் பையனைப் பொறுத்த வரைக்கும் உன்னைப் பிடிச்சுப்போனதா சொல்லியாச்சு. அப்படித் தானே?'' என்றார்.

''ஆமாம்'' என்றாள் சன்னமாக.

''ஜாதகம் பிரமாதமாப் பொருந்தியிருக்கும்மா. வேற லௌகீகப் பிரச்னை எதுவும் இதிலே கிடையாது. நல்ல இடம். பணம், காசு எதிர்பார்க்கலை. அழகான, பணிவான பொண்ணுதான் வேணும் அவங்களுக்கு. கல்யாணத்துக்கப்புறம் பொண்ணு வேலைக்குப் போகும்னு தரகர் மூலமாக ஏற்கெனவே சொல்லி அதுக்கும் சம்மதிச்சுட்டாங்க. பொண்ணு பார்க்கிறதுங்கறது சம்பிரதாயமா வீட்லேயா அல்லது யதார்த்தமா வெளியிலேயாங்கிறதுதான் முடிவாகணும். அதுக்கு முன்னால இப்போ நீதான் பதில் சொல்லணும். சொல்லு, விஜயகுமாரை உனக்குப் பிடிச்சிருக்கு தானே?''

''பார்த்துப் பேசினதிலே ரொம்ப நல்ல குணமுள்ளவராகத்தான் தெரியுது. அதைவிட என்னை நல்லாப் புரிஞ்சுக்குவார் மாதிரி தெரியுது...''

''நேரா சொல்லு. இந்த இடம் முடிச்சுடலாமா?''

அம்மா குறுக்கே புகுந்தாள், ''நல்லா இருக்குங்க நீங்க கேக்கறது. அதான் நல்ல குணம், புரிஞ்சிப்பார்னு நயமா சொல்றாளே... இன்னும் உடைச்சி சொல்லணுமா...?''

வாசலில் அழைப்பு மணி ஒலிக்க... அம்மா சென்று பார்த்துக் கதவைத் திறந்து, "வாங்க தம்பி" என்றாள்.

இளங்கோ உள்ளே வந்தான். "உங்க பொண்ணு ஆபீஸ் லேருந்து வந்துட்டாங்களா...?"

"வந்தாச்சு, வாங்க சார், உள்ளே வாங்க" என்றார் எல்லா வைத்தீஸ்வரன். "உக்காருங்க. பத்மினி எல்லா விஷயமும் இப்பதான் சொல்லிச்சி..."

இளங்கோ அமர்ந்து, என்ன விஷயத்தைச் சொன்னார்கள் என்று புரியாமல் பத்மினி முகத்தைப் பார்த்தான்.

"நேத்து நீங்க சொன்னதைச் சொன்னேன் சார். அப்புறம் இன்னிக்கு உங்க ஃப்ரெண்ட் ஆபீஸ் வந்தார், பேசினோம். வெளியில ஹோட்டலுக்குப் போய் சாப்பிட்டோம். அதான் அப்பாகிட்டே சொல்லிட்டிருந்தேன்."

"நல்லதுங்க. சார்! விஜயகுமாருக்கு உங்க பொண்ணைப் பிடிச்சுப் போச்சு. மத்தியானம் அவங்களை சந்திச்சி பேசிட்டுத் திரும்பினதுமே எனக்குப் போன் செஞ்சிட்டான். 'ஒண்ணும் அவசரம் இல்லை, அவங்க நிதானமா யோசிச்சுப் பதில் சொல்லட்டும்'னு சொன்னான். நான்தான் ஆர்வம் தாங்க முடியாம வந்தேன்."

பத்மினி அமைதியாய்த் தரையைப் பார்க்க, வைத்தீஸ்வரன் சொன்னார், "அதெல்லாம் யோசிச்சாச்சு. முடிவும் செஞ்சாச்சு, பாக்கு, வெத்தலை மாத்த வேண்டியதுதான் பாக்கி..."

உடனே பரவசமாய் பத்மினியைப் பார்த்து, "கங்கிராஜுலேஷன்ஸ். விஜயகுமார் நிச்சயமா அதிர்ஷ்டம் செஞ்சவன். விடுங்க, அவங்களுக்கு எப்படிச் சொல்லணும், எப்படி முடிக்கணும், எல்லாம் நான் பார்த்துக்கறேன்" என்று எழுந்தான் இளங்கோ.

***

மறுநாள் காலையில் ஆறு மணிக்கு பத்மினி பல் தேய்த்துக் கொண்டிருந்தபோது அம்மா அழைத்தாள்.

"பத்மினி, இங்கே வா. உனக்கு பூங்கொத்து வந்திருக்கு. கையெழுத்துப் போட்டு வாங்கிக்கோ..."

பத்மினி முன் ஹாலுக்கு வந்தாள். ஒரு பையன் நின்று கொண்டிருந்தான். அவன் கைகளில் சலஃபன் காகிதம் சுற்றிய வண்ண, புதிய மலர்க்கொத்து.

"நீங்கதானே மிஸ் பத்மினி...?"

"ஆமாம்..."

"இதிலே 'பெற்றுக்கொண்டே'னுக்குக் கீழே கையெழுத்துப் போடுங்க." என்று தனது நோட்புக்கில் கையெழுத்து வாங்கிக் கொண்டு, ரிப்பன் கட்டிய அந்த அழகான பூக்கொத்தை அவளிடம் கொடுத்தான்.

யார் அனுப்பியது, எதற்காக? இன்றைக்கு எனக்குப் பிறந்தநாள்கூட இல்லையே என்று பத்மினி குழப்பமாகத் திருப்பித் திருப்பிப் பார்க்க...

மலர்க்கொத்துக்கு நடுவில் ஓர் அட்டை பின்செய்யப்பட்டிருந்தது அதில் 'Happy' என்று எழுதப்பட்டு கீழே 'அன்புடன், விஜயகுமார்' என்று கையெழுத்திட்டிருந்தது.

அந்தக் கையெழுத்தும், காலை நேர மலர்க்கொத்தும், மகிழ்ச்சி வெளிப்படுத்தப்பட்ட அந்த நளினமான விதமும் பத்மினிக்குள் ஒரு குளிர்ச்சியான அலையை உற்பத்தி செய்தது. உதடுகளில் புன்னகை தப்பிக்க...

"அம்மா இதை யார் அனுப்பியிருக்கா தெரியுமா?" என்றாள் சற்றே சந்தோஷமாக.

"தெரியும். நான் பார்த்துட்டுத்தான் உன்னைக் கூப்பிட்டேன். இந்தப் பூ மாதிரி அவருக்கு மனசுன்னு புரியுதுடி. நீ கொடுத்து வச்சிருக்கணும். எல்லாம் நல்லபடியா நடக்கணும்."

திறந்திருந்த கதவை மெள்ளத் தட்டிவிட்டு, "குட்மார்னிங்...!" என்று சொல்லிக் கொண்டு உள்ளே வந்தான் இளங்கோ.

"குட்மார்னிங்..." என்றாள் பத்மினி.

"சார் இன்னும் எந்திரிக்கலையா? அம்மா, நீங்க இருங்க. நேத்திக்கு நான் நேரா விஜயகுமார் வீட்டுக்குப் போனேன். அவங்கப்பாகிட்டே 'எங்க வீட்டு மாடியிலதான் பத்மினி இருக்காங்க. ரொம்ப நல்ல குடும்பம்; பொண்ணு ரொம்ப நல்ல மாதிரி, நிச்சயம் முடிங்க. விஜயகுமாருக்குப் பொருத்தமான இடம்'னு சொன்னேன். அவங்களும் தயாரா இருக்காங்க. ஆனா, முறையா வீட்டுக்குப் போய்ப் பொண்ணைப் பார்த்துப் பேசி நிச்சயம் செய்யறதைத்தான் அவங்க விரும்பறாங்க. வெளியில் சந்திக்கிற ஐடியாவை அவங்க விரும்பலை. நீங்க சரின்னு சொன்னா, வர்ற ஞாயிற்றுக்கிழமை வீட்டுக்கு வர்றதா சொல்லச் சொன்னாங்க..."

"நீதான் சொல்லணும் பத்மினி" என்றாள் அம்மா.

"அவர் என்னை ஆபீஸ்லே சந்திச்ச விஷயத்தை ஏன் விட்டுட்டீங்க...? வீட்ல சொல்லியிருக்கலாமே..."

"நியாயம்தான் மேடம். உங்க வீடு மாதிரி அவங்க வீடு இல்லை. சம்பந்தம் பார்த்துக்கிட்டிருக்கிற பொண்ணைத் தனியாய்ப் போய்ப் பார்த்துப் பேசறதுங்கறதை எல்லாம் அவங்களால ஜீரணிக்க முடியாது. கல்யாணம் நிச்சயமானதும் சொல்லிடலாம்னு விஜயகுமார் சொல்றான். மேடம்... உங்களைப் பெண் பார்க்க வந்து யாராவது ரிஜெக்ட் பண்ணிட்டா அவமானமாயிடும்னுதானே சம்பிரதாயமா நடக்க வேணாம்னு சொன்னீங்க? அதுக்கு இப்போ வாய்ப்பே இல்லையே. அவங்க வரப்போறாங்க. பார்க்கப் போறாங்க. சரின்னு சொல்லி நிச்சயம் செய்யப்போறாங்க. நீங்க பாட வேணாம். சும்மா வந்து உக்காருங்க, போதும். இதிலே ஒண்ணும் தப்பில்லைங்களே..."

பத்மினி சற்றுத் தயங்கினாள். கையிலுள்ள மலர்க் கொத்தைப் பார்த்தாள். விஜயகுமாரின் சிரித்த முகம் நினைவில் வந்து விலகியது.

"சரிங்க. ஞாயிற்றுக்கிழமை அவங்க வரலாம்" என்றாள்.

✲ ✲ ✲

அத்தியாயம் 15

ஞாயிற்றுக்கிழமை அவர்கள் சொன்ன நேரத்துக்கு காரில் வந்து இறங்கினார்கள். விஜயகுமார்தான் காரை ஓட்டி வந்தான். அவன் அப்பா ராஜகோபால் கல்யாணம், வீட்டில் விசேஷம் எனும் சந்தர்ப்பங்களில் மட்டும் கட்டும் ஜரிகை போட்ட பட்டு வேஷ்டியும், பட்டு முழுக்கைச் சட்டையும் அணிந்து கழுத்தில் அங்கவஸ்திரம் போட்டிருந்தார்.

அண்ணன் செல்லபாண்டியன், மில் வேஷ்டி கட்டி, அரைக்கை கலர் சட்டை அணிந்திருந்தான். கண்ணாடி போட்டிருந்தான். நெற்றியில் குங்குமம் வைத்திருந்தான். அவசரமாக காரை விட்டிறங்கி அப்பா அமர்ந்திருந்த பகுதியில் காரின் கதவைத் திறந்துவிட்டான். மனைவியிடமிருந்து குழந்தை பரணியைத் தூக்கிக் கொண்டான்.

விஜயகுமாரின் அம்மா பரமேஸ்வரியும், அண்ணி விஜயாவும் ஒரே மாதிரி பட்டுச் சேலை கட்டியிருந்தார்கள். பரமேஸ்வரி மாடிப்படிகளில் ஒவ்வொரு படியாக ஏறி, சில விநாடிகள் ஓய்வெடுத்து மீண்டும் ஏற, அவரின் ஒரு கையைப் பற்றிக்கொண்டு மெதுவாக அவரோடு ஏறினாள் விஜயா.

வைத்தீஸ்வரனும், கஸ்தூரியும் ஒவ்வொருவரையும் தனித்தனியாகக் கைகூப்பி "வாங்க" என்று அழைத்து அமர வைத்தார்கள்.

ஹாலில் இருந்த ஜன்னல்களின் அத்தனை கதவுகளும் திறந்து வைக்கப்பட்டிருந்தன. திரைச்சீலைகள் சலவை மணத்துடன் அசைந்தன. நான்கு ஊதுவத்திகள் வாசனை

பரப்பிக் கொண்டிருக்க... டேப் ரிக்கார்டரில் சன்னமாக நாதசுர இசை ஒலித்துக் கொண்டிருந்தது.

ஏற்கெனவே வந்திருந்த இளங்கோ, விஜயகுமாரின் அருகில் அமர்ந்துகொண்டான். விஜயகுமார், அனைவரும் காலணிகளை வாசலில் கழற்றிப் போட்டுவிட்டு உள்ளே வந்திருப்பதை அப்போதுதான் கவனித்து, எழுந்து சென்று ஷூக்களைக் கழற்றிவிட்டு சாக்ஸ் கால்களோடு வந்து அமர்ந்துகொண்டான்.

ஒரு சோபா செட், ஒரு சோபா கம் பெட், நான்கைந்து மடக்கு நாற்காலிகள் என்று விரித்து இருந்ததால் யாருமே தரையில் அமர வேண்டியிருக்கவில்லை.

பவானி ஹாலின் ஓரமாக நின்றுகொண்டு புகையும் ஊதுவத்திகளில் விழாமல் நின்ற சாம்பலைத் தட்டிவிட்டுக் கொண்டிருந்தாள். சந்துரு பெரிய மனிதனாட்டம் தன் அப்பாவின் அருகில் அமர்ந்திருந்தான்.

"நான்தான் ராஜகோபால், இவன் என் மூத்த பையன் செல்லபாண்டியன், என்னோட சேர்ந்து தொழில் செய்றான். இவன்தான் ரெண்டாவது பையன், விஜயகுமார். சீனியர் ஆட்டோமொபைல் இன்ஜினீயரா இருக்கான். இது என் சம்சாரம். இது என் மருமகள், இது என் பேத்தி" என்று முறையாக அறிமுகத்தில் ஆரம்பித்தார் ராஜகோபால்.

வைத்தீஸ்வரனும் பதிலுக்குத் தன் மனைவியையும், பவானியையும், சந்துருவையும் அறிமுகப்படுத்திவிட்டு, "பெரிய பொண்ணுதான் பத்மினி. எம்.பி.ஏ., படிச்சுட்டு வேலைக்குப் போய்க்கிட்டிருக்கா. அஸிஸ்டெண்ட் மானேஜர். கஸ்தூரி, போ பத்மினியை அழைச்சுக்கிட்டு வா." என்றார்.

கஸ்தூரி, பத்மினியின் அறைக்குள் வந்தபோது... அவள் தயாராய் இருந்தாள். "பூ மட்டும் வெச்சி விட்டுடும்மா" என்றாள்.

பத்மினிக்கு அம்மா பூ வைத்து, பின் குத்திவிட்டு,"வா, போகலாம்" என்றாள்.

"என்னம்மா செய்யணும் நான்? பொதுவா எல்லோருக்கும் வணக்கம் சொல்லிட்டு அப்பாவுக்குப் பக்கத்துல உட்கார்ந்துக்கட்டுமா?"

"சரி..."

"பாடச் சொல்லுவாங்களா?"

"அநேகமா மாட்டாங்க..."

"கால்ல விழுந்து நமஸ்காரம் பண்ண வேண்டியதில்லையே?"

"அவசியம் இருக்காது."

"டிபன் எடுத்துட்டு வரச் சொல்லி அப்பா சொல்றப்போ, நானும் எழுந்து சமையல் கட்டுக்கு வந்து எடுத்துக்கிட்டு வரலாமில்லையாம்மா?"

"பத்மினி, இது என்ன நாடகமா? ஒத்திகை மாதிரி கேக்கறியே... உனக்குத் தெரியாதா எங்கே, எப்படி நடந்துக்கணும்னு? இயல்பா இரு. கேக்கறதுக்குப் பதில் சொல்லு."

என்னதான் துணிச்சல், தைரியம் எல்லாம் மனத்தில் இருந்தாலும், லேசான ஒரு படபடப்பு இருக்கத்தான் செய்தது பத்மினிக்கு.

ஹாலுக்குச் செல்லுமுன் கர்ச்சீப் எடுத்துக் கையில் மடக்கி வைத்துக் கொண்டாள். பிறகு அது தேவை இல்லை என்று வைத்துவிட்டாள்.

நிதானமாக வெளியே வந்து, நடந்து, "வாங்க, எல்லோரும் வாங்க" என்று புன்சிரிப்போடு கைகூப்பினாள் பத்மினி.

"உக்காரும்மா" என்று விஜயகுமாரின் அம்மா சொன்ன பிறகு தன் அப்பா அருகில் பவ்யமாக அமர்ந்தாள்.

டார்க் ப்ரௌன் நிறச் சட்டை விஜயகுமாரின் நிறத்துக்கு மிகவும் எடுப்பாக இருப்பதாக நினைத்துக்கொண்டாள். இவள் பார்வையைச் சந்தித்ததும் விஜயகுமார் லேசாகச் சிரித்ததற்கு பதிலுக்குச் சிரிப்பது மரியாதையாகாது என்பதால் கட்டுப்படுத்திக் கொண்டாள்.

விஜயகுமாரின் அம்மாவும், அண்ணியும் பொதுவாகக் கேட்ட கேள்விகளுக்குப் பதில் சொன்னாள்.

வைத்தீஸ்வரன் பவானியை அழைத்து அவள் காதில் டிபன் எடுத்துவரச் சொன்னபோது, பத்மினியும் எழுந்து உள்ளே சென்றாள்.

டிபன் சாப்பிட்டார்கள். வாஷ்பேசினில் கை கழுவிக்கொண்டு முன்ஹாலில் நின்று பேசினார்கள்.

ராஜகோபால் தன் மூத்த மகனைப் பக்கத்தில் அழைத்து, "என்ன பாண்டியா, பொண்ணு எப்படி இருக்கு?" என்றார்.

"நீங்களும் அம்மாவும் பார்த்து முடிவு செய்யுங்க..."

"என்னப்பா விஜய், என்ன சொல்றே?"

"எனக்குப் பிடிச்சிருக்குப்பா..."

"படிச்ச படிப்பு பேச்சுல தெரியுது. நம்ம குடும்பத்துக்குச் சரிப்பட்டு வருமா?"

"அதெல்லாம் வரும்ப்பா, அடக்கத்தோடதான் பேசுது."

"அம்மாவைக் கேட்போம். அப்புறம் முடிவு செய்வோம்" என்று ராஜகோபால் நகர, "என்னடா இளங்கோ, இவர் இப்படிச் சொல்லிட்டுப் போறாரு?" என்றான் விஜயகுமார் லேசான கவலையுடன்.

"நீ பேசாம இரு. உங்கம்மா முகத்தை அப்பப்போ நான் பார்த்துக்கிட்டுத்தான் இருந்தேன். திருப்தியா, மலர்ச்சியா தலையை அசைச்சாங்க, பத்மினி பேசறப்ப எல்லாம்" என்றான் இளங்கோ.

ராஜகோபால் சற்றுத் தள்ளி நின்றிருந்த தன் மனைவியிடம் வந்தார்.

"என்ன பரமேஸ்வரி, என்ன நினைக்கிறே?"

"பொண்ணு லட்சணமாத்தான் இருக்கு."

"அது சரி... குணம் எப்படித் தெரியுது?"

"படிச்சிருக்கா. சுயமா சம்பாதிக்கிறா. அதுக்குள்ள லேசான கௌரவம் பேச்சுல தெரியத்தான் செய்யுது. வீட்ல வெச்சு பொண்ணு பார்க்கவே விருப்பமில்லாம சொல்லி அனுப்பினவதானே?"

"தரகர் வந்து அதைச் சொன்னதுமே எனக்கு இந்த இடம் சரிப்பட்டு வராதுனு பட்டுது. இளங்கோ ரொம்ப சொல்றானேன்னுதான் புறப்பட்டு வரச் சம்மதிச்சேன். அடக்கமும் இருக்கு."

"பையனைக் கேட்டீங்களா?"

"அவனுக்கென்ன தெரியும்... சிவப்பா, மூக்கும் முழியுமா இருக்கிறதைப் பார்த்துட்டு உடனே பிடிச்சிருக்குன்னுட்டான். நம்ம குடும்பத்துக்குச் சரிப்பட்டு வருமான்னு நாமதான் முடிவு செய்யணும்."

"ஜோடிப் பொருத்தம் நல்லா இருக்கும்ங்க. மத்தபடி சரியா வரும்னுதான் என் மனசுக்குப் படுது. வார்த்தைகள்ல அலட்சியம் எதுவும் இல்லை. அப்பா, அம்மாவுக்குக் கட்டுப்பட்ட பொண்ணுதான். ஆனா..."

"என்ன இழுக்கறே...?"

"கல்யாணத்துக்கப்புறம் வேலைக்குப் போக விருப்பப்படறதா முன்கூட்டியே தரகர் மூலமா சொல்லியனுப்பினாங்களே..."

"ஆமாம். போய்ட்டுப் போவுது. ஒரு ஆசைக்குச் சொல்லியிருக்கும். பரமேஸ்வரி, இந்த வீட்ல கொஞ்சம் வசதியா இருக்கணும்னா ரெண்டு சம்பளம் தேவை. பொண்ணும் வேலைக்குப் போச்சு. நம்ம வீட்டுக்கு வந்ததும்

அங்கே இருக்கிற சௌகரியங்களைப் பார்த்துட்டு நாம எதுக்க வேலைக்குப் போகணும்னு அந்தப் பொண்ணே முடிவெடுத்துடும் பாரேன். வளவளனு பேசாம சொல்லு. மொத்தத்திலே என்ன சொல்றே?''

''முடிக்கலாங்க... பொண்ணு அழகா இருக்கா.''

புன்னகையுடன் உள் ஹாலுக்கு வந்த ராஜகோபால், வைத்தீஸ்வரன் அருகில் வந்தார். ''எங்க எல்லோருக்கும் பொண்ணைப் பிடிச்சிருக்கு. இனிமே ஆக வேண்டியதை நீங்கதான் சொல்லணும்.''

''ரொம்ப சந்தோஷங்க. எங்களுக்கும் மாப்பிள்ளையையும், உங்க எல்லோரையும் பிடிச்சுப் போச்சு. இப்போ சம்பிரதாயமா பாக்கு, வெத்தலை மாத்திக்கலாம். அப்புறம் கல்யாணத் தேதி பார்க்கலாம். அதுக்கு முன்னால வேற சில முக்கியமான விஷயங்கள் பேச விரும்பறீங்களா?'' என்றார் வைத்தீஸ்வரன்.

''நீங்க எதைச் சொல்றீங்கன்னு புரியுது. நாங்க எதையும் குறிப்பிட்டுச் சொல்லி வலியுறுத்த விரும்பலை. உங்க மகளுக்கு உங்க பிரியத்துக்கு என்ன செய்ய விரும்புறீங்களோ அதைச் செய்யுங்க.''

வெற்றிலை, பாக்கு தட்டில் வைத்து மாற்றிக் கொண்டார்கள்.

* * *

மறுநாள் பத்மினியின் அலுவலக முகவரிக்கு அந்த அழகான கார்டை அனுப்பியிருந்தான் விஜயகுமார்.

அதில் இரண்டு பறவைகள் ஜோடியாய், ஒன்றின் இறக்கையை மற்றொன்று தொட்டுக்கொண்டு பறந்து கொண்டிருக்க.....

எனது இணைப் பறவையே...
எல்லையில்லாதது நம் வானம்
நாம் இணைந்தே பறப்போம் – அல்லது
இணைந்தே வீழ்வோம்.

என்று ஆங்கிலத்தில் வாக்கியம் அச்சடிக்கப்பட்டிருந்தது.

விஜயகுமாரின் அலுவலக எண்ணைச் சுழற்றி...

"ஹலோ, விஜயகுமார் பேசறேன்" என்றதும்...

வேண்டுமென்றே சில விநாடிகள் மௌனமாக இருந்தாள் பத்மினி.

"ஹலோ, யார் பேசறது?"

"உங்க இணைப் பறவை."

"நீங்களா? குட்மார்னிங். கரெக்டா மறுநாளே வந்துடிச்சா கார்டு?"

"உம். இணைந்தே பறப்போம். சரி, அதென்ன இணைந்தே வீழ்வோம்? விழறதுபத்தி எல்லாம் எதுக்காக சிந்திக்கணும்?"

"சிந்திச்சா என்னங்க? காரோ, பைக்கோ எடுக்கறப்போ பெரியவங்க பார்த்து ஓட்டுன்னு சொல்றதில்லையா? எடுக்கறப்பவே எதுக்காக விபத்தை எதிர்பார்த்து எச்சரிக்கணும்னு நாம நினைக்கிறதில்லையே... சீர்திருத்தக் கல்யாணத்திலே வாழ்க்கை ஒப்பந்த வரிகள்ல என்ன வருது? 'வாழ்விலும், தாழ்விலும், இன்பத்திலும், துன்பத்திலும் இவளைப் பிரியமாட்டேன்'னு வருதா இல்லையா? கல்யாண நேரத்திலே தாழ்வு, துன்பங்கறதையெல்லாம் ஏன் நினைக்கணும்? ஏன்னா, ரெண்டும் சரிபாதி வாய்ப்பு இருக்கு வாழ்க்கையிலே. அதனால் என் கார்டுல உள்ள வாசகம் சரிதான்."

"ஒப்புக்கறேன். நேத்து உங்கப்பா சம்மதம் சொல்ற வரைக்கும் எனக்குப் பக் பக்னு இருந்திச்சு."

"எனக்கும்தான். ரொம்ப யதார்த்தமா நீங்க பேசினது எனக்குப் பிடிச்சிருந்தது."

"உங்க அப்பா, அம்மா கொஞ்சம் பழைய காலம்னு நீங்க சொல்லியிருந்தீங்களா, அதனால எனக்குள்ளே லேசா உதறல் இருந்துச்சு."

"அடர்த்தியான நீலப் புடவை உங்களுக்கு ரொம்ப எடுப்பா இருந்துச்சுங்க."

"அப்படியா? உங்களுக்குக்கூட டார்க் ப்ரௌன் பளிச்சுனு இருந்திச்சு."

"இன்னிக்கு எங்க அப்பாவும், உங்க அப்பாவும் ஒரு ஜோதிடரைப் பார்த்துக் கல்யாணத்துக்குத் தேதி குறிக்கப் போறாங்க, தெரியுமா?"

"தெரியும்."

"காலைல ஆபீஸ் வந்ததுமே என் கார்டு உங்க வேலைகளைக் கெடுத்துடிச்சாங்க?"

"அப்படித்தான் சொல்லணும்... உடனே உங்களுக்கு போன் செய்ய வெச்சிடுச்சே..."

"அப்புறங்க... இன்னொரு விஷயம்."

"இருங்க... இதென்ன வாங்க, போங்கன்னே சொல்லிக்கிட்டிருக்கீங்க?"

"இருக்கட்டுங்க. கல்யாணம் வரைக்கும் அப்படியே கூப்பிடறேன்."

"வேணாம் ப்ளீஸ்... 'வா, போ'ன்னே சொல்லுங்க..."

"பரவால்லைங்க பத்மினி."

"போனை வெச்சிடவா?"

"வேணாம்."

"அப்போ வான்னு கூப்பிடுங்க."

"வா!"

சிரித்தாள். விஜயகுமாரின் அறிமுகம், சந்திப்பு, பேச்சு, குடும்ப அளவில் திருமண நிச்சயம் தனக்குள் திடீரென்று ஏற்படுத்தியிருக்கும் சில மாற்றங்களை உணர்ந்தாள் பத்மினி.

"நான் சொல்ல வந்ததைச் சொல்லிடறேன். வந்து... பத்மினி, எனக்கு ஏற்கெனவே ஒரு பெண்டாட்டி உண்டு" என்றான் விஜயகுமார்.

✲ ✲ ✲

அத்தியாயம் 16

போனில் விஜயகுமார் தனக்கு ஏற்கெனவே ஒரு பெண்டாட்டி உண்டு என்றதும் பத்மினிக்குக் கொஞ்சங்கூட அதிர்ச்சியாக இல்லை.

“தெரியும்” என்றாள் அமைதியாக.

“தெரியுமா?” என்று தடுமாறினான்.

“உம்... உங்க ஆபீஸ்தான் உங்களுக்கு முதல் பெண்டாட்டி! சரியா?”

“சரி. எப்படி கரெக்டா சொன்னே பத்மினி? உன்னை லேசா பதற வெச்சு இந்தப் பதிலை நான் சொல்லணும்னு இருந்தேன்.”

“என்னைப் பதற வைக்கிறதிலே ஆசையா?”

“சேச்சே... ஒரு சின்ன சஸ்பென்ஸ்தானே! பத்மினி, இந்த இயந்திரங்கள் இருக்கே, அது என் கம்பெனியோட நிக்கறதில்லை. வீட்டுக்கும் துரத்திக்கிட்டு வரும். நடுராத்திரி திடீர்னு ஒரு டிசைன் உதிக்கும். உடனே உட்கார்ந்து வரைய ஆரம்பிச்சுடுவேன். அதனாலதான் என் முதல் பெண்டாட்டினு சொல்ல வந்தேன்.”

“எனக்கும் அப்படித்தாங்க.”

“எப்படி?”

“நீங்க ரெண்டாவது புருஷன். என் ஆபீஸை அவ்வளவு நேசிக்கிறேன். என் ரூமுக்குள்ளே வந்துட்டா ஒரு பெருமிதம் வந்துடும். என் ராஜ்யம் இங்கே! என் யோசனைகள் எத்தனையோ விஷயங்களை நிர்ணயிக்குது. என் உத்தரவுகள் எத்தனையோ

மாற்றங்களை ஏற்படுத்துது... எவ்வளவு விதவிதமான நபரோட பழக முடியுது... எவ்வளவு விஷயங்களைக் கத்துக்க முடியுது... அதனாலதான் கல்யாணம் என் வேலைக்குத் தடையா இருக்கக்கூடாதுனு நான் நினைச்சேன். இதைப்பத்தி நாம பேசவே இல்லையே... என்ன நினைக்கறீங்க நீங்க?''

''உன் எண்ணங்கள் எனக்குப் பிடிச்சிருக்கு பத்மினி. நீ தாராளமா வேலைக்குப் போகலாம். அதிலே எனக்கு எந்த ஆட்சேபணையும் இல்லை. ஹனிமூன் சமயத்துல மட்டும் கொஞ்சம் லீவு போட வேண்டி வரும். அப்புறம்?''

''வேற ஒண்ணுமில்லை. நீங்கதான் சொல்லணும்.''

''போனை வைக்க மனசு வரலையே...''

''அப்ப நான் வெச்சிடறேன்!''

''இன்னும் கொஞ்சநேரம் பேசணும் மாதிரி உனக்குத் தோணலையா?''

''தோணுது. கூடவே வாங்கற சம்பளத்துக்குக் கொஞ்சம் வேலை பார்க்கிறதுதான் நியாயம்னும் தோணுது. அப்புறம்... ஒரு விஷயம்...''

''என்ன?''

''உங்களை நான் எப்படிக் கூப்பிடறது?''

''எப்படிக் கூப்பிட விரும்பறே?''

''நீங்களே சொல்லுங்க.''

''நீயே சொல்லு, 'ஏங்க, என்னங்க' தேவையில்லை புருஷானு வேணும்னா கூப்பிடறியா?''

''ஜோக்கடிக்காம சொல்லுங்களேன்.''

''பத்மினி, என்னைத் தாராளமா பேர் சொல்லிக் கூப்பிடலாம். அதில் என்ன தப்பு? அடையாளத்துக்குத்தானே பேர்? பேர்

சொல்லிக் கூப்பிட்டா மரியாதை இல்லை, மதிப்பு இல்லேன்னு ஆயிடாது. விஜயகுமார் தாராளமா கூப்பிடு. புரிஞ்சுதா?''

''சுருக்கமா விஜய்னு கூப்பிடறேனே...''

''ஓ! யெஸ்!''

''வெச்சிடவா?''

''ஒரு தடவை விஜய்னு கூப்பிட்டுட்டு வையேன்!''

''விஜய்!'' என்று சொல்லி வைத்தாள். மேஜை மேல் வேலைகள் சேர்ந்திருந்ததைப் பார்த்தாள். எடுத்து வைத்துக்கொண்டு அதில் ஆழ்ந்துப்போக முயற்சித்தும் முழுக் கவனம் செலுத்த முடியவில்லை.

திடீர் திடீரென்று விஜயகுமாரின் முகமும் குரலும் மனத்தில் குறுக்கிட்டுக் கொண்டிருந்தன. என்ன ஆயிற்று எனக்கு? இந்தக் கிறக்கம் புதிது. இந்த இனிமை புதிது. இதில் என்ன தவறு? இது இயல்பானது. எனக்கு என் வாழ்க்கையைப் பற்றி பயம் கலந்த கவலை இருந்தது. இப்போது அது கரைந்திருக்கிறது. உல்லாசம் முகாமிட்டிருக்கிறது. இது என் வாழ்நாள் முழுதும் தொடர வேண்டும் அதற்கு என்ன செய்யலாம்? பிரார்த்தித்துக் கொள்ளலாமா? அட! இது என்ன திடீர் பக்தி!

***

திருமணத்துக்கு நாள் குறிக்கப்பட்டது.

பத்மினியும் விஜயகுமாரும் இரண்டு முறை சந்தித்து காபி சாப்பிட்டார்கள். தினம் ஒரு கடிதம் எழுதிக்கொண்டார்கள். தினம் ஒரு தடவை போனில் பேசிக் கொண்டார்கள். என்ன பேசினோம் என்று யோசித்துப் பார்த்தால் எதுவும் இருக்காது. பேச வேண்டும். கேட்க வேண்டும். அவ்வளவுதான்.

விஜயகுமாரோடு பேசப் பேச... அவனைப் பற்றிய அபிப்பிராயங்கள் அதிகரித்துக் கொண்டேயிருந்தன.

தினமும் ஜெயந்தியுடன் மின்சார ரயிலில் பயணம் செய்யும் போதெல்லாம் முந்தைய தினம் என்ன பேசினோம், என்ன எழுதிக்கொண்டோம் என்று நடுவில் கொஞ்ச விஷயங்களைப் பதுக்கிக்கொண்டு சொல்லுவாள் பத்மினி.

ஜெயந்தி ஒவ்வொரு முறையும் பெருமூச்சுகள் வெளியேற்றி, 'எனக்கு அமைந்தவர் போல இல்லாமல் உனக்காவது நல்ல, புரிந்துக்கொள்ளும் கணவர் அமைகிறாரே' என்று தினமும் கூறுவாள்.

தனக்குத் திருணம் நிச்சயமான செய்தியை ஜெயச்சந்திரனுக்குக் கடிதம் மூலம் தெரிவித்ததற்கு அவன் போன் மூலம் வாழ்த்துச் சொன்னதோடு, நேரிலும் வந்து பேசிவிட்டு மீண்டும் அவளைத் தன் வீட்டுக்கு அழைத்துச் சென்றான்.

பத்மினி தன் அம்மாவை அழைத்துக்கொண்டு ஒரு ஞாயிற்றுக்கிழமை ஜெயச்சந்திரன் வீட்டுக்குச் சென்றாள். ஜெயச்சந்திரனின் மனைவி ரஞ்சனி விழிகளில் ஏராள மை, உதடுகளில் நிரந்தரமாய்ச் சிரிப்பு. அன்பான உபசரிப்பு. தன் கணவனின் இலக்கிய விஷயங்கள் பற்றித் தனக்கு எதுவுமே தெரியாது என்று அப்பட்டமாக ஒப்புக்கொண்டாள். அதே சமயம் அவன் இந்தத் துறைகளில் ஆர்வமாய் இருப்பதற்குப் பெருமைப்படுவதாகவும் சொன்னாள்.

அன்றைக்கு இரவு பத்மினி நினைத்துக் கொண்டாள்.

ஜெயச்சந்திரன் மிகச் சந்தோஷமாக இருப்பதுபோல பொய் வேஷம் போடுகிறார். தனது ரசனைகளோடு ஈடுகொடுக்க முடியாத மனைவியிடம் இவர் என்ன பேசுவார்? சாப்பாடு வை. குழந்தைக்கு டிரஸ் மாத்து, சினிமா போகலாமா, ஜன்னலைச் சாத்து இப்படி உப்புசப்பில்லாமல் பேசுவாரா? தனது திடீர் சிந்தனைகளை உடனடியாகப் பகிர்ந்துகொள்ள எங்கே போவார்? ரசனைகள் ஒன்றின தம்பதி என்றால்தான் வாழ்க்கையில் சுகம்.

என்னைப் பொறுத்தவரையில் எனக்கு அமையப் போவது ஓர் அற்புதமான வாழ்க்கை விஜயகுமாருக்கும் எனக்கும் பொதுவான சிந்தனைகள், பொதுவான ரசனைகள் இருக்கின்றன. இவை மாறுபடும்போதுதான் இல்லறத்தில் சிக்கல் என்பதே எழ வாய்ப்பிருக்கிறது.

எனக்கு அப்படி வாய்ப்பே கிடையாது. தனக்கு அமையப் போகும் வாழ்க்கையை நினைத்து நினைத்து, மற்றவர்களோடு ஒப்பிட்டுப் பார்த்துப் பெருமைப்பட்டுக் கொண்டே இருந்தாள் பத்மினி.

இரண்டு குடும்பங்களும் சிலமுறை சந்தித்துப் பேசின. விலைவாசியைப் பற்றி விவாதித்தன. வடபழனி கோயிலில் எளிமையாகக் கல்யாணம்... அன்றைக்கு மாலை ஒரு ஓட்டலில் வரவேற்பு என்று தீர்மானம் ஆயிற்று. பத்திரிகைகள் இரு வீட்டார் இணைந்து அச்சடித்தார்கள். இளங்கோ இரண்டு பக்கமும் ஒத்துழைத்தான். பத்மினிக்கான உடைகளைப் பவானி தேர்ந்தெடுத்தாள். விஜயகுமாரின் உடைகள் எப்படி இருந்தால் நன்றாயிருக்கும் என்று பத்மினி போனில் அவனிடம் தெரிவித்தாள். வைத்தீஸ்வரன் வரவேற்பின் போது இலை ஒன்றுக்குப் பன்னிரண்டு ரூபாய் அடக்கம் ஆகும் அளவில் ஆர்டர் கொடுத்தார். சந்துருவின் நண்பனின் மெல்லிசைக் கச்சேரி ஏற்பாடு செய்யப்பட்டது.

***

திருமண நாள்...

மிகக் குறிப்பிட்ட உறவினர்களுடன் இரண்டு தரப்பினரும் வடபழனி கோயிலுக்கு வந்து சேர்ந்தனர்.

விஜயகுமார் அடர்த்தியான நீலத்தில் ஸஃபாரி சூட் அணிந்திருக்க... பத்மினி அதே நிறத்தில் பட்டுச் சேலையும், பவானியின் கைவண்ணத்தில் தலையில் ஒற்றை ஜடை முழுக்கப் பூக்கள் குத்தின பட்டையும் கட்டியிருந்தாள்.

அந்த அமைப்பில் அவளுக்கு அத்தனை விருப்பம் இல்லாவிட்டாலும், அம்மா மற்றும் தங்கையின் ஆசைக்காக ஒப்புக்கொள்ள வேண்டியிருந்தது. மணப்பெண் என்று தனியாக முத்திரை குத்தி மற்ற அத்தனை பெண்களிடமிருந்து வித்தியாசப்படுத்தப்பட்டதில், வந்திருப்பவர்கள் அத்தனை பேர் பார்வையும் தன் மீது பட்டுப்பட்டுத் திரும்பியதில்... வெட்கம் என்பது கட்டுப்படுத்த முடியாமலேயே வந்து ஒட்டிக்கொண்டது.

ஜெயந்தி வந்திருந்தாள். அவள் அருகில் வந்து பத்மினியின் காதில், "மாப்பிள்ளை ரொம்ப அட்டகாசம் பத்மினி... நீ அதிர்ஷ்டசாலி..." என்றாள்.

அந்த நேரத்திலும் ஜெயந்தியின் வார்த்தை, பத்மினிக்கு லேசாகச் சிரிப்பை வரவழைத்தது. இவள் கணவனும் நல்ல நிறமாக, நல்ல முக அமைப்புடன் நன்றாகத்தான் இருப்பான். வாழ்க்கையில் அதுவா முக்கியம்? கணவன் அழகு என்றால் எந்த வகையில் அதிர்ஷ்டமாகும்? மன அழகு இல்லையே அவனிடம். அந்த வகையில் புற அழகு மற்றும் அக அழகு இரண்டுமே அமையப் பெற்றுள்ள விஜயகுமார் எனக்குக் கணவனாக அமைவதில்தான் அதிர்ஷ்டம் இருக்கிறதோ!

பத்மினி அழைக்கப்பட... சென்று புரோகிதரின் எதிரில் போடப்பட்டிருந்த விரிப்பு விரித்த பலகையில் அமர்ந்தாள். விஜயகுமார் வந்து அருகில் அமர்ந்தான்.

அவள் பக்கமாக லேசாகச் சாய்ந்து, "பட்டுச் சேலைல நீ ரொம்ப பிரமாதமா இருக்கே பத்மினி" என்றான், அதிகமாக உதடுகளை அசைக்காமல் கிசுகிசுப்பாக.

புன்னகைத்துக் கொண்டாள்.

சுற்றிலும் உறவினர்கள் சூழ்ந்து நிற்க... மந்திரங்கள் உச்சரிக்க ஆரம்பிக்க... பத்மினிக்குள் லேசாக ஒரு படபடப்பு இருந்துக் கொண்டே இருந்தது. காரணம் புரியவில்லை.

மகிழ்ச்சியும் பெருமிதமும் இருந்தாலும், கூடவே ஏதோ ஒரு திகீர் என்ற உணர்வு அலைந்துக் கொண்டிருந்தது.

ஒருவேளை இந்தச் சம்பிரதாயமான முறைகளால்தான் இந்தத் திகீர் உணர்வு ஏற்படுகிறதோ? நாதஸ்வரமும், மேளமும் முழங்கும்போது மங்களகரமான சூழ்நிலை உருவானாலும் விழாவின் நாயகன், நாயகிக்கு அது ஒரு பிரமிப்பான, வித்தியாசமான உணர்வுகளை ஏற்படுத்துகிறது.

திருமணம் உறுதியானதும் அப்பாவிடமும், அம்மாவிடமும் பத்மினி லேசாக ஆரம்பித்துதான் பார்த்தாள்.

"ரெஜிஸ்ட்ரார் ஆபீஸ்ல கல்யாணம் வெச்சிக்கலாமே!"

வீட்டிலேயே அதற்கு உடனடியாக எதிர்ப்பு வந்துவிட்டது.

"என்னதான் நினைச்சுக்கிட்டிருக்கே நீ? சில விஷயங்களிலேயாவது பெரியவங்க இஷ்டத்துக்கு விட்டுடு. பிடிவாதம் பிடிக்காதே. இது நாங்க செய்து வைக்கிற கல்யாணம். வழி வழியா வர்ற சில சாஸ்திரங்கள்லேயும், சம்பிரதாயங்கள்லேயும் எங்களுக்கு நம்பிக்கை இருக்கு. சிலதிலே காலத்துக்குத் தகுந்த மாதிரி மாறிக்கலாம். அடிப்படையான விஷயங்களிலே மாறக்கூடாது!"

வைத்தீஸ்வரன் மிக ஆவேசமாக அன்றைக்குப் பேசி, பத்மினியின் எண்ணத்தை உடனே கிள்ளியெறிய வைத்துவிட்டார்.

பத்மினியும் 'ஒரு குடும்பத்தில் இருந்துக்கொண்டு பல்வேறு நம்பிக்கைகள், கருத்துகள் கொண்ட உறுப்பினர்கள் மத்தியில் வாழ்ந்துக்கொண்டு எல்லாவற்றிலும் நம் எண்ணத்தை அமல்படுத்துவது என்பது இயலாத விஷயம். சில விஷயங்களில் விட்டுக் கொடுத்துத்தான் ஆக வேண்டியிருக்கிறது' என்று தன்னையே சமாதானப்படுத்திக் கொண்டாள்.

அதே நேரம் 'நாளைக்கு நானும் விஜயகுமாரும் இணைந்து துவங்கும் எனது குடும்பத்தில்... முடிவுகள் எடுப்பதற்கு

எனக்கு முழுச் சுதந்திரம் உண்டு. அப்போது எண்ணங்களைச் செயல்படுத்த கொஞ்சம்கூட காம்ப்ரமைஸ் செய்து கொள்ளத் தேவையில்லை' என்கிற நம்பிக்கை மனத்துக்குச் சுகமாக இருந்தது.

முகூர்த்த நேரம் நெருங்க...

புரோகிதர் நாதஸ்வரக்காரரை நோக்கிக் கெட்டி மேளத்துக்குச் சைகை செய்துவிட்டு, மாங்கல்யத்தை விஜயகுமாரிடம் கொடுத்து, அதற்கான மந்திரத்தை உச்சரிக்க... அட்சதைகள் தூவப்பட.....

விஜயகுமார் பத்மினியின் கழுத்தில் தாலியைக் கட்டினான்.

மாலையில் வரவேற்பு... விசேஷமான சிகையலங்காரத்துடன் பத்மினி. ரோஜா செருகின கோட், சூட்டில் விஜயகுமார். பின்னணியில் மலரால் ஆன ஹாட்டீன். சந்துருவின் நண்பர்களின் மெல்லிசை. புன்னகை... புன்னகை... புன்னகை.

வரவேற்பு முடிந்து பத்மினியின் வீட்டுக்கு வந்து அங்கு அப்பா, அம்மாவிடம் ஆசீர்வாதம் பெற்றுக் கொண்டார்கள் பத்மினியும் விஜயகுமாரும்.

பத்மினியின் அம்மா அவளைத் தனியாக உள் அறைக்கு அழைத்துச் சென்று, கதவை லேசாகச் சாத்திவிட்டு...

"பத்மினி, இன்னிக்கு ஒரு விஷயம் சொல்றேன்" என்றாள்.

✲ ✲ ✲

அத்தியாயம் 17

"என்னம்மா?'' என்றாள் பத்மினி.

அம்மா அவளின் இரண்டு கைகளையும் பிடித்துக்கொண்டு சில விநாடிகள் எதுவுமே பேசாமல் அமைதியாக நின்றாள். எதையோ சொல்ல மிகவும் தயக்கம் காட்டுவதை முகம் அறிவித்தது.

"அட! என்னம்மா?''

"பத்மினி, உன்னோட குணங்கள் இங்கே நம்ம வீட்ல எல்லோருக்கும் நல்லாத் தெரியும். அவங்க வீட்ல நீ முழுக்க ஒரு புது மனுஷி. உன் புருஷன் மட்டும் உன்னைப் புரிஞ்சுக்கிட்டாப் போதும்னு நினைக்கக்கூடாது. மொத்த குடும்பமும் உன்னை மெச்சணும். உன்மேல எல்லோரும் பாசத்தைப் பொழியணும். அந்த அளவுக்கு நீ நடந்துக்கணும் பத்மினி.''

"இதெல்லாம் எனக்குச் சொல்லவே வேண்டியதில்லேம்மா. யார் யார்கிட்டே எப்படிப் பழகணும்னு எனக்குத் தெரியும்மா.''

"சொல்ல வேண்டியது என்கடமை பத்மினி. அப்புறம்... சில சின்னச் சின்ன விஷயங்கள்ல அனுசரித்துப் போக வேண்டி வரும்மா. சில விஷயங்கள்ல விட்டுக் கொடுக்கத்தான் வேண்டி வரும். அதுதான் வாழ்க்கை. இதையெல்லாம் நல்லா மனசில வெச்சிக்க.''

"அம்மா, வாழ்க்கைக்காகச் சில விஷயங்களை விட்டுக்கொடுக்க என்றைக்குமே நான் தயங்கினதில்லை. ஆனா, உன்னை மாதிரி வாழ்க்கையையே விட்டுக் கொடுத்துட்டு நிக்கவும் மாட்டேன்'' என்றாள் பத்மினி உறுதியான குரலில்.

“என்ன பேச்சு இது பத்மினி? என்ன விட்டுக் கொடுத்திட்டேன் நான்? நல்லாத்தான் இருக்கேன். சந்தோஷமாத்தான் இருக்கேன். சும்மா பேச்சுக்குப் பேச்சு என்னை எதுக்கு எடுத்துக்கறே?”

“எதுக்கம்மா இந்தப் பொய்? என்னைச் சமாதானப்படுத்தவா? எனக்குத் தெரியாதா உன்னை? ஒரு குடும்பத்தோட தலைவியா இயங்கற பதவி உனக்குத் தரப்பட்டிருக்கு. அந்தக் கடமையைச் சரியா செய்யறே. ஆனா, கஸ்தூரிங்கிற ஆத்மா சந்தோஷமா இருக்கா? கஸ்தூரிக்குத் தன் கற்பனைப்படியெல்லாம் வாழ்க்கை அமைஞ்சுதான்னு எனக்கில்ல தெரியும்.”

“சரி, விடு. இப்ப எதுக்கு அந்தப் பேச்சு?”

“இன்றைக்கு இல்லேம்மா, என்றைக்கும் நீதான் எனக்கு வழிகாட்டி. ஒரு மோசமான முன் உதாரணம். அதான், மொத்தமா எல்லாத்தையும் விட்டுக்கொடுத்துட்டு நின்னா என்ன ஆகும்ங்கிறதுக்கு நடைமுறை உதாரணம்.”

“கஸ்தூரி” என்று வைத்தீஸ்வரனின் குரல் கேட்டது.

“சரி, வா பத்மினி. நேரமாச்சு...”

இருவரும் அறையைவிட்டு வெளியே வந்தார்கள். புறப்படுவதற்காக விஜயகுமாரும், மற்றவர்களும் தயாராக இருந்தார்கள்.

“போயிட்டு வர்றேன்” என்று முதலில் அம்மாவிடம் சொல்ல... இத்தனை நேரம் அறிவுரையெல்லாம் சொன்ன அம்மா திடீர் என்று உடைந்து அழ ஆரம்பிக்க... அந்த அழுகை அப்பாவையும் பவானியையும் சந்துருவையும் கூடத் தொற்றிக்கொண்டு, கடைசியில் பத்மினியையும் கலங்க வைத்தது.

“என்னப்பா இது... வெளியூர் போறதா இருந்தாலும் நீங்க கவலைப்படலாம். இதே ஊரு. நினைச்சா அடுத்த அரைமணி நேரத்திலே நீங்க என்னை வந்து பார்க்கலாம்.

நான் உங்களை வந்து பார்க்கலாம். தினம் போன்ல பேசலாம். சந்தோஷமா சிரிச்சுக்கிட்டு வழியனுப்புறதை விட்டுட்டு...'' என்று தைரியமாகச் சொன்னாளே தவிர, குரல் கம்மலாகத்தான் இருந்தது.

மேல் துண்டால் வைத்தீஸ்வரன் கண்களைத் துடைத்துக்கொண்டு விஜயகுமாரிடம் வந்து அவன் கையைப் பிடித்துக்கொண்டார்.

''மாப்பிள்ளை, பத்மினி ரொம்ப பக்குவப்பட்ட மனசாயிருக்கிற மாதிரி தெரிந்தாலும், அடிப்படையிலே அவளுக்குக் குழந்தை மனசு. நீங்க ரெண்டுபேரும் எப்பவும் ஒத்துமையா சந்தோஷமா இருக்கணும்.''

''இருப்போம் மாமா.''

பத்மினி பவானியிடம் வந்தாள், ''பவானி, வரட்டுமா? உன் படிப்பு நேரம் போக மற்ற நேரத்தில் கூடமாட அம்மாவுக்கு உதவி செய்.''

''உம்...'' என்று விழிகளின் விளிம்பில் நீரை வைத்துக் கொண்டு தலையாட்டினாள் பவானி.

அவர்கள் கார்களில் புறப்பட்டார்கள். ராயப்பேட்டையிலுள்ள லாயிட்ஸ் ரோட்டில் இருந்தது விஜயகுமாரின் வீடு. தனி வீடு. பழைய கட்டடம் காம்பௌண்ட் சுவரில் 'சுவரொட்டிகள் ஒட்டக்கூடாது' என்ற எச்சரிக்கை எழுதப்பட்டிருந்தது. சகட்டுமேனிக்கு சினிமா, அரசியல், மாத நாவல் போஸ்டர்கள் ஒட்டப்பட்டிருந்தன. காம்பௌண்டை ஒட்டி உட்புறத்தில் ஏழெட்டு நெட்டிலிங்க மரங்கள் உயரமாக நின்றன.

வீட்டின் முக்கிய வாசலுக்கு முன்னால் கோலம் போடப்பட்டிருந்தது. நிலை அளவுக்கு உயரமான ஜன்னல்கள் கல்யாணத்தை முன்னிட்டு பெயிண்ட் அடிக்கப்பட்டிருந்தன. வீட்டினுள் அனைத்து விளக்குகளும் எரிந்து கொண்டிருந்தன.

முதல் காரில் சற்று முன்னதாக வந்துவிட்ட விஜயகுமாரின் அம்மாவும் அண்ணி விஜயாவும், வீட்டுக்குள் சென்று அவசர அவசரமாக ஆரத்தி கரைத்து எடுத்து வர... விஜயகுமாரும் பத்மினியும் இரண்டாவது காரில் இருந்து இறங்கினார்கள்.

பத்மினி ஆர்வமாக வீட்டைப் பார்த்தாள்.

விஜயா இருவரையும் வாசலில் நிற்க வைத்து ஆரத்தி எடுத்து நெற்றியில் குங்குமமிட... வந்திருந்த உறவினர்களில் ஒரு பெரியவர் தேங்காய் ஒன்றை எடுத்து வந்து அவர்களுக்கு முன்னால் பிரதட்சிணமாகவும், அப்பிரதட்சிணமாகவும் மூன்று மூன்று முறை சுற்றிவிட்டு, சாலைக்குச் சென்று தேங்காயை உடைத்தார்.

இருவரும் உள்ளே வந்தார்கள்.

பெரிய ஹால். உயரமான கூரை. மேலேயிருந்து கண்ணாடிகளால் ஆன பழைய டிசைகள் சாண்ட்லியர்கள் நான்கு தொங்கிக் கொண்டிருந்தன. தரையில் பூப்பூவாய் நான்கு கற்களுக்கு ஒருமுறை சேர்ந்து கொள்ளும் சலவைக் கற்கள் போடப்பட்டிருந்தன. தேக்கு மரத்தாலான பீரோக்கள், சோபாக்கள், நாற்காலிகள். ஓர் ஓரமாக ரேடியோ கிராம். பெயிண்ட் வாசனையும், வார்னிஷ் வாசனையும் வீசிக் கொண்டிருந்தன.

இருவரையும் நாற்காலியில் உட்கார வைத்துப் பால், பழம் கொடுத்தார்கள். பத்மினிக்கு இந்தச் சம்பிரதாயங்களில் எல்லாம் மனம் ஒட்டவில்லை. சுதந்திரமாக நடந்து வீட்டைச் சுற்றிப் பார்க்க வேண்டும் போலிருந்தது. விஜயகுமாரைத் தவிர மற்றவர்கள் சற்று மேம்போக்காகப் பேசுவது போலிருந்தது. ஒரு பிடிப்பு ஏற்படச் சில நாட்களாகும். யாருடனும் கொஞ்ச நேரம் தனித்துச் சுதந்திரமாகப் பேச சந்தர்ப்பமே அமையவில்லை...

விஜயகுமார் நாற்காலியில் இருந்து எழுந்துகொண்டு, "அண்ணி, பத்மினிக்கு வீட்டைச் சுத்திக் காண்பிங்க" என்று

சொல்லிவிட்டுப் பத்மினியிடம் குனிந்து, "என் ஃப்ரெண்ட்ஸ் எல்லாம் ஊருக்குப் புறப்பட்டுக்கிட்டிருக்காங்க. அனுப்பிட்டு வந்துடறேன்" என்றபடி வாசல் பக்கம் சென்றான்.

வீட்டின் வெளியே திறந்தவெளியில் வட்டமாக ஏழெட்டு நாற்காலிகளைப் போட்டுக்கொண்டு அமர்ந்து, நண்பர்கள் அரட்டையடித்துக் கொண்டிருந்தார்கள். அவர்களுடன் இளங்கோவும் இருந்தான்.

விஜயகுமார் அவர்களருகில் வந்ததும், அவர்கள் கிண்டலடிக்க ஆரம்பித்தார்கள்.

"பெண்டாட்டி பக்கத்துலே இருக்கிறப்போ நம்மையெல்லாம் நிமிர்ந்துகூடப் பார்க்கலைப்பா இவரு..."

"நீங்க காத்துக்கிட்டிருக்கீங்கன்னுதானே வந்தேன்."

"இன்னைக்கே மேற்படி விஷயம் துவக்க விழாவா?" என்று கண்ணடித்தான் ஒருவன்.

"பார்றா... அவங்க வெக்கப்பட வேண்டியதையும் சேர்த்து இவன் வெக்கப்படறான்னா, இன்றைக்குத்தான்னு அர்த்தம். விஜய், அவசரம் வேண்டாம்... மெதுவா, பக்குவமா."

"போதும், போதும். அவனுக்குத் தெரியும். தியரியோட நிறுத்திக்கோ...!"

"அது இருக்கட்டும். விஜய் உன் குடும்பம் எப்படி மதுரையா, சிதம்பரமா?"

"சிஸ்டரைப் பார்த்தா நிச்சயம் மதுரைதான், அண்ணன் அற்புதமா தலையாட்டக் கத்துக்கிட்டாப் போதும்."

விஜயகுமார் சற்றே எரிச்சலுற்று, "ஏன் இப்படிப் பார்க்கறீங்க? ஒருத்தருக்கு அடிமையா ஒருத்தர்ங்கிறதுதான் குடும்பமா? ரெண்டுபேரும் கலந்து பேசி, ரெண்டுபேரும் சொல்ற நல்ல விஷயங்களை மட்டும் எடுத்துக்கிட்டுக் குடும்பம் நடத்தினா பிரச்னை ஏது?" என்றான்.

"இன்றைக்கு பேச வேண்டிய வசனம்தான் இது. பேசு. ஆனா, லகான் உன் கையில் இருக்கணும். அப்பதான் சரியா வரும். அதுக்காக உன் பொண்டாட்டி சொல்ற எதுக்கும் நீ மதிப்புத் தராதே, எடுத்துக்காதேனு நான் சொல்லலை. எது சொன்னாலும் கேட்டுக்கோ. கடைசியில் முடிவு எடுக்கிற உரிமையை மட்டும் உன் கையில வெச்சிக்கோ. ஆரம்ப மோகத்திலே கொஞ்சநாள் வழிவே. இஷ்டத்துக்கு அவங்க போக்குக்கு வளைவே. அப்புறம் அதுவே நிரந்தரமாயிடும். இப்ப விட்டுட்டேன்னா அப்புறம் பிடிக்க முடியாது. ஆரம்பத்திலேயே ஒரு பிடிப்பு வெச்சிக்கணும் விஜய். தலைக்கு மேலே இடம் கொடுத்துடாதே. என் அனுபவத்துலே சொல்றேன்." என்ற நண்பன் மாதவனை சலனமில்லாமல் பார்த்தான் விஜயகுமார்.

இளங்கோ அவன் தோள் மேல் கைபோட்டான். "விஜய், ஆளாளுக்கு எதாச்சும் சொல்வாங்க. அட்வைஸ் தானே? அள்ளி விடறதுக்கு என்ன? இதையெல்லாம் இப்ப மனசில போட்டுக் குழப்பிக்காதே. செயற்கையா எந்தக் குணத்தையும் புதுசா பூசிக்க வேணாம். நீ எப்பவும் போல இயல்பா நடந்துக்க. உனக்குச் சரின்னு பட்டதைச் செய். இவங்க எல்லோரும் பயமுறுத்தற மாதிரி இல்லறம் ஒண்ணும் பயங்கரமான விஷயம் இல்லை. நானும் அனுபவத்துலதான் சொல்றேன்." என்ற இளங்கோவின் கண்கள் கலங்கின.

அத்தனை பேரும் அமைதியானார்கள்.

மாதவன், இளங்கோவை தொட்டான். "என் மனசில பட்டதைச் சொன்னேன். உன் மூடை அவுட் பண்ணிட்டேனா? ஸாரிப்பா இளங்கோ. ஓகே... இப்போ நண்பர்கள் எல்லோரும் இங்கே இருக்கோம். நீ தப்பா நினைச்சாலும் சரி, எந்தவிதமா கோபப்பட்டாலும் சரி. நான் கேக்கறேன்... நீ ஏன் இன்னொரு கல்யாணம் பண்ணிக்கக் கூடாது?"

இளங்கோ, மாதவன் தன் மேல் வைத்த கையைச் சட்டென்று உதறிவிட்டு, "இது சம்பந்தமா யாரும் என்கிட்டே

பேசறதை நான் விரும்பலை'' என்று கூறிவிட்டு வேகமாக வீட்டுக்குள் சென்றான்.

விஜயகுமார் சங்கடப்பட்டான்.

"என்ன மாதவன் இது, எல்லோரும் சந்தோஷமா சிரித்துப் பேசிக்கிட்டிருந்தோம். திடீர்னு இப்படிக் கேட்டுட்டே?''

"ஏன், நான் கேட்டதிலே என்ன தப்பு? முழுசா ஒரு வருஷம்கூட வாழலை. அல்பாயுசுலே பொண்டாட்டி போயிட்டா. கல்யாணத்துக்கு நினைவா குழந்தையும் இல்லை. இவன் ஆயுசு பூரா இப்படியே இருக்கணும்னு என்ன தலைவிதி? விதவைகள் விவாகமே இப்போல்லாம் கொடிகட்டிப் பறக்கிறப்போ...''

"இதெல்லாம் அந்தரங்கமான விஷயங்கள் மாதவன். விதவைகள் இன்னொரு கல்யாணம் பண்ணிக்கிறதைச் சமூகம் வரவேற்குது. ஆனா, எல்லா விதவைகளும் வரவேற்கிறாங்களா? இது தனிநபர் விஷயம். மனசு சம்பந்தப்பட்ட விஷயம். அவங்க வாழ்ந்த வாழ்க்கையைப் பொறுத்து முடிவு எடுக்கவேண்டிய விஷயம். எல்லா விதவைகளும் இன்னொரு கல்யாணம் பண்ணிக்கணும்னு பொதுப்படையா எதிர்பார்க்கிறது பக்குவமில்லாத்தனம். அதுமாதிரி ஒரு வருஷமோ, பத்து வருஷமோ காலம் முக்கியமில்லை. அந்தக் காலத்துலே வாழ்ந்த வாழ்க்கைதான் முக்கியம். இளங்கோவைப் பொறுத்தவரைக்கும் நான் பல தடவை பேசிப் பார்த்துட்டேன். அவன் சில கொள்கைகளோட இருக்கான். அதைப் புரிஞ்சுக்கிட்டு நான் அவனை வற்புறுத்தறதில்லை. பழைய வீட்ல இருந்தப்போ சுத்தி உள்ளவங்க எல்லாம் இவனைப் பரிதாபமாகப் பார்க்கிறது பிடிக்காமதான் புது வீட்டுக்கு மாறி வந்தான். கல்யாணமாயிடுச்சானு யார் கேட்டாலும் இன்னும் இல்லைனு பொய்தான் சொல்றான். ஏண்டான்னா, 'உண்மையைச் சொன்னா அடுத்து மனைவி எங்கேனு கேள்வி வரும். உடனே சோகக் கதையைக் கொட்டணும். கேட்டவங்க பரிதாபமா ஒரு பார்வை

பார்ப்பாங்க. இதெல்லாம் நான் விரும்பலை'னு சொல்றான். அப்படிப்பட்டவனை போய் எதுக்காக இப்போ வம்புக்கு இழுத்தே?'' என்று ஆத்திரமாகவே கேட்டான் விஜயகுமார்.

''ஸாரி. நான் அவன்கிட்டே மன்னிப்பு கேட்டுக்கறேன்'' என்று மாதவன் உள்ளே இளங்கோவைத் தேடிக்கொண்டு நடந்தான்.

''சரி, இதை விடு விஜய். கலகலப்பா இரு. ஹனிமூன் எங்கே போறதா ப்ளான்?'' என்று பேச்சை மாற்றினான் மற்றொருவன்.

''ஊட்டி போகலாம்னு இருக்கோம். நாளைக்கு ரெண்டு பேரும் அவங்கவங்க ஆபீஸுக்குப் போய் லீவு வாங்கிட்டு நாளை மறுநாள் புறப்படலாம்னு இருக்கோம்.'' என்றான் விஜயகுமார் கொஞ்சம் மனம் லேசாகி.

பரணியைத் தூக்கி வைத்துக்கொண்டு விஜயாவுடன் கூட நடந்தாள் பத்மினி.

''இது பூஜை ரூம். மாமா தினம் காலையில் ஒரு மணி நேரத்துக்குப் பூஜை செய்வார்'' என்று கதவுகளில் மணிகள் பதித்த அறைக்குள் அழைத்து வந்து காட்டினாள் விஜயா. ''பூஜை பண்ணாம சாப்பிடமாட்டார். ரொம்ப சுத்தம். பரணிக்கூடக் குளிக்காம பூஜை ரூமுக்குள்ளே வந்துட்டா சத்தம் போடுவார்.''

''மாமாவுக்கு கோபம் அதிகமா வருமா?'' என்றாள் பத்மினி.

''ஆமாம். எப்போ, எதுக்காகக் கோபப்படுவார்னே சொல்ல முடியாது. உன் மேல கோபம்னா உன்னை நேரா திட்டமாட்டாரு. அத்தையைச் சத்தம் போடுவாரு. இல்லேன்னா வேலைக்காரியைச் சத்தம் போடுவாரு. அவர் கோபமா இருக்கிறது தெரிஞ்சா என் வீட்டுக்காரரும் சரி, உன் வீட்டுக்காரரும் சரி; அவர் எதிரிலேயே போக மாட்டாங்க.

பின்பக்கமாக வெளியில் போயிடுவாங்க.'' என்று சிரித்தாள் விஜயா.

அந்தச் சிரிப்பில் சேர்ந்துக்கொண்ட பத்மினி, ''அந்த மாதிரி விஜய் பயந்து நழுவறதைக் கற்பனை செய்து பார்த்தேன்'' என்றாள்.

விஜயாவின் சிரிப்பு நின்றது. ''என்ன சொன்னே இப்போ?''

திகைத்தாள் பத்மினி, ''எதுவும் தப்பாகச் சொல்லிவிட வில்லையே...''

''அந்த மாதிரி விஜய் பயந்து நழுவறதைக் கற்பனை செய்து பார்த்தேன்'னு சொன்னேன்...''

விஜயா இப்போது முறைக்கவே செய்தாள். ஏதோ தவறுதலாகச் சொல்லிவிட்டாள் என்று நினைத்தால், மறுபடி அழுத்தம் திருத்தமாகப் பெயரைச் சொல்லிக் குறிப்பிடுகிறாளே...!

* * *

அத்தியாயம் 18

"என்கிட்டே சொன்னவரைக்கும் சரி. அத்தைகிட்டேயோ, மாமாகிட்டேயோ பேசறப்போ தவறிக்கூட இதுமாதிரி பேசிடாதே பத்மினி" என்றாள் விஜயா நிதானமான குரலில்.

"இப்ப நான் என்ன தப்பாப் பேசிட்டேன் அக்கா?" என்றாள் பத்மினி உண்மையிலேயே புரியாமல்.

"புருஷன் பேர் சொல்றது அவ்வளவு மரியாதை இல்லேம்மா!" சில விநாடிகள் மௌனமாக இருந்தாள் பத்மினி.

"பேர் சொல்றதாலே மரியாதை இல்லைனு ஆயிடுமா அக்கா?"

"நான் உன்னை மாதிரி படிக்கலைம்மா. என் மனசில பட்டதைச் சொன்னேன். அப்புறம் உன் இஷ்டம்!"

"நான் உங்களை எப்படிக் கூப்பிடறதுனு அவர்கிட்டேயே கேட்க, அவரேதான் 'விஜய்னே கூப்பிடு'னு சொன்னாரு!"

"அவரே சொன்னாலும் இது சரியாப் படுதா உனக்கு?"

"எனக்கு தப்பாப் படலையே..."

"அப்போ சரி. வாடா போடானு வேணும்னாலும் கூப்பிட்டுக்கோ. எனக்கு ஒண்ணுமில்லை." என்று வெடுக்கென்று சொல்லிவிட்டு பூஜை அறையைவிட்டு வெளியே போனாள் விஜயா.

பேசிக் கொண்டிருக்கும்போதே முகத்தில் அடிப்பதுபோல் அப்படி முறித்துப் பேசிவிட்டு விஜயா வெளியில் சென்றது பத்மினிக்கு மிகச் சங்கடமாய் இருந்தது.

"வா சித்தி" என்று பரணி அவள் புடவையைப் பிடித்து இழுத்த போதும் நகராமல் அங்கேயே நின்றாள்.

"பரணி, இங்கே வா" என்று வெளியிலிருந்து விஜயாவின் குரல் கேட்க... பரணி, வலது கையின் கட்டை விரலைச் சூப்பிக் கொண்டே பத்மினியைப் பார்த்தபடி வெளியே சென்றாள்.

பத்மினி அமைதியாக அந்த அறையை விட்டு வெளியே வந்து அடுத்து என்ன செய்வதென்று புரியாமல் நின்றாள். விஜயா அருகில் வந்து, "முகத்தை ஏன் இப்படி வெச்சிக்கிட்டிருக்கே? பார்க்கிறவங்க நான் ஏதோ உன்னைச் சொல்லிட்டதா நினைச்சிக்கப் போறாங்க, வா" என்றாள்.

உற்சாகம் வடிந்த நிலையில் அவள் பின்னால் நடந்தாள் பத்மினி. கேட்ட கேள்விக்கு மனத்தில் பட்ட பதிலைச் சொல்லக் கூடாதா? இவர்களின் பார்வையில் என்மேல் ஒரு மோசமான அபிப்பிராயம் விழுந்துவிட்டதோ? முதல் கோணலா இது? என்ன சொல்லிவிட்டேன் அப்படி? கணவனைப் பெயர் சொல்லிக் கூப்பிடுவது மரியாதை இல்லை என்று இவர்கள் கருதினால், எனக்கும் அதே கருத்து இருக்க வேண்டுமா? என் கருத்து மாறுபடும்போது அதைச் சொல்லாமல் எப்படி இருக்க முடியும்?

"இதுதான் சமையலறை!"

"உம்..."

"அத்தை ரொம்ப சுத்தம் பார்ப்பாங்க நானும் அப்படித்தான். அந்தந்தப் பொருள் அந்தந்த இடத்திலே இருக்கணும். சரி, சமைக்கத் தெரியுமில்லே?"

"உம்..."

"அத்தைக்கு முடியாது. எப்பவும் ஓய்வுதான். இன்னிக்கு என்ன என்ன செய்யலாம்னு யோசனை சொல்றதோட சரி. சமையல்காரி வெச்சிப் பார்த்தோம். அவ சமையல் யாருக்குமே பிடிக்கலை, நிறுத்திட்டோம். முழிச்சிருக்கிற நேரத்திலே

முக்கால்வாசி நேரம் இங்கேயேதான் என் பொழைப்பு'' என்று கூறிவிட்டு விஜயா, பத்மினியின் முகத்தைப் பார்த்தாள்.

தன்னிடமிருந்து ஆதரவாக, அனுசரணையாக ஏதோ பதில் எதிர்பார்ப்பது போலிருக்கவே, ''நான் வந்துட்டேனே... இனிமே உங்க வேலை பாதி குறைஞ்சுடும் அக்கா, ஆபீஸ் போறதுக்குள்ளே எவ்வளவு முடியுமோ அவ்வளவு தூரம் ஒத்தாசையா இருப்பேன்'' என்று பத்மினி சொன்னதும் விஜயாவின் முகத்தில் மலர்ச்சி.

''பத்மினி!''

''உம்...''

''நான் ப்ளஸ் டூதான் படிச்சிருக்கேன். உன்னளவு எனக்குப் பக்குவம் பத்தாது. மனசில எதையும் மூடி வைக்கத் தெரியாது. வெடுக்குனு ஏதாச்சும் கொட்டிடுவேன். நான் சொன்னதில உன் மூஞ்சியே சின்னதாப் போயிடுச்சு. ஏண்டா அப்படிச் சொன்னோம்னு எனக்கே கஷ்டமா இருக்கு. மனசில வெச்சிக்காதே. கலகலப்பா இரு. நான் சொன்னது நியாயமா, இல்லையானு நிதானமா யோசி. ரூமுக்குள்ளே இருக்கிறப்போ நீங்க எப்படி வேணும்னாலும் கூப்பிட்டுக்குங்க. வெளியில் கேக்கறதுக்கு நல்லாயில்லை. ஒரு மாதிரியா இருக்கு. கேக்கறவங்க உன்னைத் திமிர் பிடிச்சவனு நினைச்சுக்குவாங்க. நாம ஏன் அநாவசியமா அந்தப் பேரை வாங்கணும். என்ன, நான் சொல்றது?''

''உம்'' என்று மட்டும் சொன்னாள் பத்மினி.

வீடு முழுக்கச் சுற்றிக் காட்டிய பிறகு விஜயா, ''போய் முகம் கழுவிக்கிட்டு வா பத்மினி. உன்னை அலங்கரிக்கணும்'' என்று சொல்லிவிட்டுச் சிரித்தாள்.

நிமிடத்துக்கு ஒரு முறை தங்களை 'மூடு' மாற்றிக்கொள்ள எப்படி இவர்களால் முடிகிறது என்று ஆச்சரியப்பட்டாள் பத்மினி.

★★★

அந்த அறையின் கட்டில், மலர்களால் அலங்கரிக்கப்பட்டிருந்தது. மேஜைமேல் தட்டு நிறைய இனிப்புகளும், பழங்களும் இருக்க... ஒரு கட்டு ஊதுவத்திகள் புகைந்து கொண்டிருந்தன. திருமண வரவேற்பின்போது தரப்பட்ட பரிசு பார்சல்கள் எல்லாம் ஒரு பக்கமாக அடுக்கப்பட்டிருந்தன. பட்டு வேஷ்டி, பட்டுச் சட்டையில் இருந்த விஜயகுமார், ஒரு பார்சலின் ரிப்பனைப் பிரித்துக் கொண்டிருந்தபோது...

அறை வாசலில் கொலுசுச் சத்தம் கேட்டு, அதை அப்படியே வைத்துவிட்டு எழுந்து புன்னகை தவழும் முகத்துடன் திரும்பிப் பார்த்தான்.

பட்டுச்சேலையில் இருந்த பத்மினி பிரமாதமாக அலங்கரிக்கப் பட்டிருந்தாள். நிறைய நகைகள் அணிவிக்கப்பட்டிருந்தாள். அவளைச் சுற்றிலும் உறவுப் பெண்கள். அருகில் நின்ற விஜயா அவள் காதுகளில், "மாத்துப் புடவை மெத்தைக்கு அடியிலே வெச்சிருக்கேன். போனதும் கால்ல விழுந்து ஆசீர்வாதம் வாங்கிக்க. மத்ததெல்லாம் இந்தக் காலத்துப் பொண்ணுக்கு எதுவும் சொல்லித் தரவேண்டியதில்லை." என்று அவள் கன்னத்தைக் கிள்ளினாள்.

"மாப்பிள்ளை ரொம்ப நேரமா காத்திருக்கார். அட்வைஸ் பண்ணினது போதும். எல்லாம் அவங்க பார்த்துக்குவாங்க, வாங்க நீங்க." என்று விஜயாவின் கையைப் பற்றி ஒருத்தி இழுக்க... மற்றவர்கள் எல்லோரும் சத்தமாக வளையல்கள் குலுங்கச் சிரித்தார்கள்.

பத்மினிக்கு இந்தக் கிண்டல்களில் மனம் ஒட்டவேயில்லை, ஒப்புக்காக அவர்களோடு சேர்ந்து மென்மையாக சிரித்து வைத்தாளேயொழிய... ஒரு குறுகுறுப்போ, அசட்டு வெட்கமோ ஏற்படவில்லை.

தனக்குப் பின்னால் கதவு சாத்தப்பட்டு, தான் தனியாகி விட்டதை உணர்ந்தாள். எதிரே பார்த்தாள். கைகளை

மார்புக்குக் குறுக்கே கட்டிக்கொண்டு அவளையே பார்த்துக் கொண்டிருந்தான் விஜயகுமார்.

"வா பத்மினி."

மெதுவாக நடந்து வந்தாள். காலில் விழுந்து நமஸ்கரித்துக் கொள்ள வேண்டுமா, வேண்டாமா என்று புரியவில்லை. எதற்காக இது? நான் உன் பிரியமானவள் என்று சொல்லவா? அதை இப்படித்தான் வெளிப்படுத்த வேண்டுமா? செயற்கையா இருக்குமே! இல்லறத்தில் இரண்டுபேரும் சமமில்லையோ? லைஃப் பார்ட்னர் என்கிறோமே... காலில் விழுந்து, பெண் என்றைக்குமே ஆதரிக்கப்பட வேண்டியவள். கருணை காட்டப்பட வேண்டியவள் என்று முத்திரை குத்திக் கொள்ளும் மோசமான சம்பிரதாயங்களை எல்லாம் ஏன் எல்லோரும் கேள்வியே கேட்காமல் கடைப்பிடித்து வருகிறார்கள்?

"என்ன பத்மினி யோசனை. உட்காரு" என்றான் விஜயகுமார், கட்டிலில் தான் அமர்ந்து கொண்டு அருகில் அவளுக்கு இடம் காட்டி.

மெள்ள அமர்ந்தாள். "விஜய்! நான் உங்க கால்ல விழுந்து நமஸ்காரம் பண்ணிக்கணுமா இப்போ?" என்றாள் அவனிடமே.

"என்னத்துக்கு அதெல்லாம்? வெளியிலே சொன்னாங்களா? தேவை இல்லை. இந்த அலங்காரம் உனக்குப் பிடிச்சிருக்கா?"

"உண்மையான பதில் சொல்லட்டுமா?"

"உம்..."

"பிடிக்கவேயில்லை. பாருங்க ஆறு நெக்லஸ்மாட்டி விட்டிருக்காங்க, திருவிழா சாமி மாதிரி. ப்ளீஸ் விஜய்...! கழட்டிடறேன்..."

"ஐயோ! அதைத்தான் நானும் சொல்ல வந்தேன். அன்னிக்கு ஓட்டல்ல சுதந்திரமா உட்கார்ந்து பேசினோமே முதல் முதலா, அந்த மாதிரி இந்த விஷயம்கூட யதார்த்தமா நடக்க வேண்டிய ஒண்ணு. இன்னும் சொல்லப் போனா சாந்தி

மூகூர்த்தத்தை ஒரு ஃபங்ஷன் மாதிரி அமைக்கிறதே அபத்தமா இருக்கு... எவ்வளவு பர்சனலான விஷயம் இது? இந்தக் கட்டிலை அலங்கரிச்சவன் மனதில் ஒரு நமுட்டுச் சிரிப்பு இருந்திருக்கும். கதவைச் சாத்திட்டு வெளியிலே உட்கார்ந்து சன்னமா பாட்டுப் பாடிக்கிட்டு இருக்காங்களே கொஞ்சம் அநாகரிகமாத்தான் படுது எனக்கு. என்ன செய்யறது? சில சம்பிரதாயங்களை நமக்கு பிடிக்கலைன்னாலும் குடும்பத்தில இருக்கிற பெரியவங்களுக்காக சகிச்சுக்க வேண்டியதா இருக்கு.''

நகைகளைக் கழற்றிக் கொண்டிருந்த பத்மினி ஒரு விநாடி நிறுத்தி அவனை சந்தோஷம் வழியும் கண்களுடன் பார்த்தாள்.

''என்னம்மா அப்படிப் பார்க்கறே?''

''இப்ப நீங்க சொன்னதெல்லாம் என் சிந்தனையிலே இப்பதான் ஓடிக்கிட்டிருந்திச்சு. இதைப்போய் உங்ககிட்டே எப்படிச் சொல்றதுனு நினைச்சேன். நீங்க சொல்லிட்டீங்க.''

''என்கிட்டே நீ எதையும் தயங்காம பேசலாம் பத்மினி.''

''பட்டுச் சேலை ரொம்ப கனமா இருக்கு. மாத்திக்கறேனே...''

''கண்டிப்பா... மாத்திக்கிட்டதும் கூப்பிடு.''

விஜயகுமார் எழுந்து அறையுடன் இணைந்த பாத்ரூமுக்குள் சென்று லேசாகக் கதவைச் சாத்திக் கொண்டான். பத்மினி பட்டுப் புடவையை அவிழ்த்துவிட்டு, கட்டிலின் மெத்தைக்கு அடியில் வைக்கப்பட்டிருந்த வாயில் சேலையைக் கட்டிக்கொண்டு, ''விஜய்'' என்றதும்...

அவளருகில் வந்தான், ''நிஜமா நான் எட்டிப் பார்க்கலைப்பா'' என்றான்.

''தெரியும், நீங்க ஜென்டில்மேன்.''

''பெண்டாட்டி புடவை கட்டறப்போ பார்த்தா அவன் ஜென்டில்மேன் இல்லையா?''

"புதுப் பொண்டாட்டி பழைய பொண்டாட்டியாகணும் அதுக்கு" என்று முணுமுணுத்தாள் லேசான வெட்கத்துடன்.

நின்று கொண்டிருந்த அவளிடம் கையைப் பற்றிக் கட்டிலில் தன் பக்கத்தில் அமர்த்திக்கொண்டு, "பத்மினி தூக்கம் வருதா?" என்றான்.

"ஊஹூம்!"

"எனக்கு வருதே..."

"கொஞ்ச நேரம் பேசலாமே விஜய்."

"பேசலாமே... பேசு."

"நாம சந்திக்க ஆரம்பிச்சதிலேர்ந்து போன்ல, நேர்ல, லெட்டர்ல எல்லாத்திலேயும் நானேதான் லொடலொடன்னு நிறைய பேசியிருக்கேன் விஜய்."

அவள் கையைத் தன் மடியில் எடுத்து வைத்துக்கொண்டு, ஒவ்வொரு விரலாக நீவிக்கொண்டு, "சரி, என்ன பேசறது? கல்யாணம் ஆயிடுச்சு. நீ என் மனைவி ஆயிட்டே. தொன்று தொட்டு கேக்கற அபத்தமான கேள்வியை நானும் கேக்கணும்னு எதிர்பார்க்கறியா பத்மினி? அதான், 'என்னை உனக்குப் பிடிச்சிருக்கா'ங்கிற கேள்வி. நானும் என் ஃப்ரெண்ட்ஸ் ஏழெட்டுப் பேர்கிட்டே கேட்டுட்டேன். 'முதலிரவுலே முதல்ல என்னடா பேசினே'ன்னா இந்தக் கேள்வியைத்தான் சொல்வான். இந்தச் சூழ்நிலையிலே பிடிச்சிருக்குங்கிற பதிலைத் தவிர வேற என்ன வரும்? எவளாச்சும் ஒருத்தி,'உன்னைப் பிடிக்கத்தான் இல்லை, வேற வழியில்லாம கழுத்தை நீட்டிட்டேன்'னு சொன்னா எப்படி இருக்கும் பத்மினி?"

"நிறைய கல்யாணங்கள்ல மணப்பெண்ணோட மனசிலேர்ந்து வர்ற பதில் அதுவாகத்தான் இருக்கும் விஜய். எத்தனை பெண்களுக்குத் தன் மனசுப்படி. கற்பனைப்படி வாழ்க்கை அமையுது?"

"உனக்கு அமைஞ்சிருக்கா பத்மினி?"

"அப்படித்தான் நினைக்கறேன்."

"நினைக்கறியா? உறுதியா சொல்ல முடியாதா?"

"உடனே எப்படி உறுதியா சொல்ல முடியும்? இப்பதானே நாம ஒருத்தரையொருத்தர் புரிஞ்சுக்க ஆரம்பிச்சிருக்கோம்!"

"...மனசளவிலே..." என்றான்.

"வேற எப்படிப் புரிஞ்சுக்கணும்?"

"...உடலளவிலே இன்னும் எவ்வளவோ புரிஞ்சுக்க வேண்டியிருக்கே" என்று அவள் கை வளையல்களை நகர்த்திப் புறங்கையில் முத்தமிட...

"சீ...!" என்றாள் தலையைக் குனிந்துக்கொண்டு.

"அப்பாடா! உன்னை வெட்கத்திலே பார்த்தாச்சு. இன்னும் பக்கத்திலே பார்க்கணுமே" என்று அவள் முகத்தைத் தன் முகத்தால் நெருங்கினான். தயங்கி, விலகி, சிணுங்கி, பிறகு அவனின் முதல் முத்தத்தைத் தன் கன்னத்தில் உணர்ந்த பத்மினி கண்களை மூடிக்கொண்டாள்.

"விஜய்! ஐ லவ் யு" என்று அவள் உதடுகள் ஓசை வராமல் உச்சரித்தன. இந்த அன்பும், இனிமையும் வாழ்நாள் முழுவதும் தொடரவேண்டும் என்று அவள் மனம் உச்சரித்தது.

✯ ✯ ✯

அத்தியாயம் 19

அலுவலக விடுப்பை மேலும் ஒரு வாரம் நீட்டித்துக்கொண்டு, பத்மினியும் விஜயகுமாரும் நீலகிரி எக்ஸ்பிரஸில் தங்கள் தேனிலவுப் பயணத்தைத் துவக்கினார்கள்.

மறுநாள் காலை கோயம்புத்தூரிலிருந்து பஸ்ஸில் புறப்பட்டு, பிரதேசம் முழுக்கப் பனி மொய்த்துக் கொண்டிருந்த, சிலுசிலுவென்று பன்னீர் விசிறலாய்த் தூறிக் கொண்டிருந்த ஊட்டி வந்து சேர்ந்தார்கள். ஏற்கெனவே தபால் மூலம் பதிவு செய்திருந்த ஓட்டல் அறைக்கு வந்ததும் கைகளை உதறி, உடலை முறுக்கிச் சோம்பல் முறித்தாள் பத்மினி. ஷூவைக் கழற்றினான் விஜயகுமார்.

"பயணம் செஞ்சது ரொம்ப களைப்பா இருக்கில்லே?"

"நேத்து ரயில்ல சரியா தூக்கம் வரலை. இன்னிக்குத் தூங்கினா சரியாப் போயிடும். நேத்து புறப்படறப்போ நீங்க ஏன்'உம்'முனு இருந்தீங்க விஜய்?"

"அது ஒண்ணுமில்லை, விடு."

"என்கிட்ட சொல்ல வேண்டாத விஷயம்னா வேணாம்."

"அதில்லே பத்மினி. இந்த டூருக்கு நான் கார் எடுத்துக்கிட்டு வரலாம்னு நினைச்சிருந்தேன். அப்பாகிட்ட கேட்டப்போ, 'வேணாம், ரயில்லேயே போங்க'னுட்டார். கார்ல வந்தா அது ஒரு ஜாலிதான்."

"எடுத்துச் சொல்லியிருக்கலாமே..."

"யார்? நானா? எங்கப்பாகிட்டேயா?"

"ஏன்? முதன்முதலா வெளியூர் போறோம் கார் இருந்தா நாலு இடத்துக்குப் போக வர சௌகரியமா இருக்கும். ஒரு டிரைவரையும் அழைச்சிக்கிட்டுப் போறோம்'னு நிதானமா எடுத்துச் சொல்லியிருந்தா சரின்னுருப்பார்."

"இவ்வளவு பெரிய வாக்கியம் எல்லாம் நானும் சரி, எங்க அண்ணனும் சரி; எங்கப்பாகிட்டே பேசினது கிடையாது. எந்த விவகாரமாயிருந்தாலும் விஷயத்தைச் சொல்லுவோம். அவர் எடுக்கிறதுதான் முடிவு. அவர் முடிவு எடுத்தப்புறம் எதிர்த்துப் பேசறதில்லை."

சூட்கேஸைத் திறந்து ஒப்பனைப் பொருள்களையெல்லாம் எடுத்து அறையில் இருந்த டிரஸ்ஸிங் மேஜைமேல் அடுக்கிக்கொண்டே சன்னமாகச் சிரித்தாள் பத்மினி.

"எதுக்குச் சிரிக்கிறே?"

"நீங்களும் உங்க அண்ணனும் பள்ளிக்கூட பையன் வாத்தியார்கிட்டே நடந்துக்கறமாதிரி மாமாகிட்டே தூரமா நிற்கிறதையும், உங்க காதுக்கே கேட்காமல் பேசறதையும் நினைச்சா சிரிப்புத்தான் வருது. எதுக்காக இந்தப் பயம்?"

"பயம் இல்லை பத்மினி, மரியாதை."

"அதுக்காக இவ்வளவா? ஒரு இயல்பு இல்லை விஜய்."

"எனக்குப் புரியுது பத்மினி. எங்களுக்கு அமைஞ்சவர் ஒரு சகஜமான அப்பாவா அமையலை. சின்ன வயசிலேர்ந்தே நாங்களும் கொஞ்சம் விலகியே பழகிட்டோம். ரொம்ப அடிமட்டத்திலே இருந்தவர். சுயமா சம்பாதித்து, எங்களைப் படிக்க வெச்சு... ரொம்ப கஷ்டப்பட்டிருக்கார் பத்மினி. கலகலப்பா சிரிச்சுப் பேசிப் பழகமாட்டாரேயொழிய எல்லார்மேலயும் கொள்ளை கொள்ளையா பாசம் உண்டு. உன்கிட்டே எப்படிப் பேசறார்?"

"என்கிட்டே பேச இதுவரைக்கும் சந்தர்ப்பம் எங்கே வந்திருக்கு? நேத்து சாயங்காலம் காபி கேட்டு

அனுப்பினார். நான் எடுத்துட்டுப் போய்க் கொடுத்தேன். பேப்பர் பார்த்துக்கிட்டே குடிச்சார். குடிச்சுட்டு, 'யார் போட்டது?'னு கேட்டார். 'நான்தான்'னு சொன்னேன். மறுபடி பேப்பர் படிக்க ஆரம்பிச்சுட்டார். காபி நல்லா இருந்திச்சா, இல்லையான்னு தெரிஞ்சுக்கணும்னு எனக்கு ஆசை. அவரே எதுவுமே சொல்லலை. கேக்கறதுக்குத் தயங்கிட்டு அப்புறம் அத்தைகிட்டே கேட்டுத் தெரிஞ்சுக்கிட்டேன். நல்லா இருந்திச்சுனு அத்தைகிட்டே சொன்னாராம்.''

''அம்மாகிட்டே மட்டும்தான் அவர் எதையும் பேசுவார். அதுவும் மூடு நல்லா இருந்தாத்தான்.''

''காபி நல்லா இருக்கும்மானு என்கிட்டேயே ஒரு வார்த்தை சொல்லியிருந்தா எனக்கு எவ்வளவு சந்தோஷமா இருக்கும்!''

''இருக்கும்தான். அதான் அவர் சுபாவம். சரி, என்கிட்டே 'லொட லொட'னு வார்த்தைக்கு வார்த்தை பேசறியே... எங்கப்பாகிட்டேயே கேட்டிருக்கலாமில்லே?''

''என்னன்னு?''

''காபி எப்படி இருக்குனு சொல்லலையே மாமா?'னு கேட்டிருக்க வேண்டியது தானே?''

''அது... வந்து... அவர் பார்வை... தொனி... உடனே பேப்பர் படிக்க ஆரம்பிச்ச விதம்... இதெல்லாம் சகஜமா பேசவோ, கேக்கவோ இடம் தரலை விஜய்! தயக்கமா இருந்திச்சு, வந்துட்டேன்.''

''இதே தயக்கம்தான் எங்களுக்குக் காலங்காலமா. 'பையன்களுக்குச் செல்லம் கொடுத்து, சலுகை கொடுத்து ரொம்ப உரிமையா பழகினா தலைக்கு மேலே ஏறிடுவானுங்க'னு யாரோ ஒரு பாதிக்கப்பட்ட நபர் எங்கப்பாகிட்டே சொல்லிட்டாரோ என்னவோ! சரி... இப்போ வந்த வேலையைக் கவனிக்கலாமா?''

விஜயகுமார், பத்மினியைத் தன் மேல் சாய்த்துக் கொள்ள... சிணுங்கி விலகினாள்.

"குளிக்கணும். சாப்பிடணும். கொஞ்சம் ஊர் சுத்தணும். அப்புறம்தான் கொஞ்சல் எல்லாம்." என்று அவனது ஷேவிங் செட்டை எடுத்து நீட்டினாள்.

ஒரு மணி நேரத்தில் அவர்கள் ஓட்டலை விட்டுப் புறப்பட்டார்கள். புதிய உடைகளில் ஸ்வெட்டர் அணிந்திருந்தார்கள்.

பச்சைப் பசேல் சாய்வுச் சமவெளிகளில் கைகளைக் கோர்த்துக்கொண்டு மௌனமாக நடந்தார்கள். இருபதடி தள்ளி மழை, இங்கே வெயில் என்கிற இயற்கையின் சில்மிஷத்தை ரசித்தார்கள். மலைகளின் மாராப்பாய்ப் பனிப்புகை பணியாற்ற... மரங்களடியில் ஈரப் புல்வெளியில் சுதந்திரமாக அமர்ந்து பிஸ்கட் கடித்துக்கொண்டு பேசினார்கள். ஏரியில் படகு செலுத்தி நீர் அள்ளி ஒருவர் மேல் ஒருவர் தெளித்துச் சிலிர்த்துக் கொண்டார்கள். விதவிதமான பின்னணியில் புகைப்படங்கள் எடுத்துக் கொண்டார்கள். விரட்டிக்கொண்டு இருட்டு, அதிமாலையிலேயே வந்தபோது கூட்டுக்குத் திரும்பி தடிமனான கம்பளிப் போர்வைக் கடியில் அணைத்துக்கொண்டு இமைகள் மூடினார்கள்.

ஒரு வாரம்.

ஒருவரையொருவர் நெருக்கமாக, இன்னும் நுணுக்கமாகப் புரிந்துக்கொள்ள முடிந்த இனிய காலம். தாங்கள் வளர்ந்த விதம், குடும்பச் சூழ்நிலை, குடும்பத்தில் உள்ளவர்களின் குணங்கள், உறவினர்களின் நிலை, சின்ன வயதில் நிகழ்ந்த சுவாரஸ்ய சம்பவங்கள், ரசனைகள் என்று வாய் ஓயாமல் பேசிப் பேசி... களைப்பே ஏற்படாத அதிசய நாட்கள். ஒவ்வொரு நிமிடத்திலும் இனிமை சுமந்த தினங்கள். வாழ்வின் உச்சமான சந்தோஷப் பகுதி.

உற்சாகத் திகட்டலுடன் ஊர் திரும்பினார்கள்.

★★★

மறுநாள் காலை மணி 6-30.

குளித்து, உடை மாற்றிக் கொண்டு கட்டிலைப் பார்த்தாள் பத்மினி, தலையணையை அணைத்துக் கொண்டு உறக்கத்தில் இருந்தான் விஜயகுமார்.

மேஜைமேல் இருந்த டெஸ்க் காலண்டரில் தேதி மாற்றிவிட்டு அறையை விட்டு வெளியே வந்தாள். வீட்டின் வாசலில் சாணம் தெளித்துக் கொண்டிருந்தாள் வேலைக்காரி. ஹாலில் ரேடியோ கிராமுடன் இணைந்த ரேடியாவில் பக்திப் பாடல் ஒலித்துக் கொண்டிருக்க... ராஜகோபால், அருகிலிருந்த புத்தக ஷெல்ஃபில் துணியால் தூசி தட்டிக் கொண்டிருந்தார். கொலுசு சத்தத்தில் பத்மினியின் வருகையை உணர்ந்து நிமிர்ந்து பார்த்தார். மீண்டும் தூசி தட்ட ஆரம்பித்தார்.

பத்மினி சமையலறைக்கு வந்தாள்.

விஜயா குளித்து முடித்துவிட்டு உற்சாகமாகச் சமையல் வேலைகளில் ஈடுபட்டுக் கொண்டிருந்தவள் இவளைப் பார்த்து, "எதுக்கு இவ்வளவு சீக்கிரம் இறங்கி வந்தே? நேத்து ராத்திரிதானே ஊர்லேர்ந்து வந்தீங்க. இன்னும் கொஞ்ச நேரம் தூங்கலாமே பத்மினி" என்றாள் அக்கறையாக.

"எத்தனை மணிக்குப் படுத்தாலும் அஞ்சரைக்கெல்லாம் எழுந்திடுவேன். சொல்லுங்க அக்கா, நான் என்ன செய்யட்டும்? இன்னிக்கு என்ன டிபன்?"

"நீ எதுவும் செய்யவேணாம் பத்மினி. நான் பார்த்துக்கறேன். கொஞ்சநாள் கழிச்சு பொறுப்பு எடுத்துக்கலாம். சொல்லு... டூர் எப்படி இருந்திச்சு?"

"நல்லா இருந்திச்சு அக்கா, கல்யாணமாகி உடனே ஊர் சுத்திட்டு வந்துட்டேன். இன்னிலேர்ந்துதான் இந்த வீட்டு தினப்படி விஷயங்கள் எல்லாம் தெரிஞ்சுக்கணும். வெண்டைக்காய் கழுவி வெச்சிருக்கீங்களே, சாம்பாருக்குத்தானே, நறுக்கித் தரட்டுமா?"

பத்மினி ஈடுபாட்டுடன் சமையல் வேலைகளில் இறங்கினாள். பரணி குளித்துவிட்டு வந்து நிற்க... அவளைத் தூக்கி

வைத்துக்கொண்டு உடை அணிவித்து தலை சீவிவிட்டாள். தன் கணவனை எழுப்பிக் குளிக்க அனுப்பினாள். அனைவரும் டைனிங் டேபிளில் டிபன் சாப்பிட வந்தபோது விஜயாவோடு இணைந்து பரிமாறினாள். பிறகு சாப்பிட்டுவிட்டுத் தன் அறைக்கு வந்தாள்.

அவசரமாகக் கொண்டை போட்டுக் கொள்ள ஆரம்பித்தாள்.

விஜயகுமார் சட்டை அணிந்து கொண்டே, "உனக்குப் பத்து மணிக்குத்தானே ஆபீஸ்? டைம் ஆயிடுச்சா?"

"இன்னிக்குத்தான் கார்ல ட்ராப் பண்றேன்னு சொன்னீங்களே விஜய்?"

"ஸாரி! சுத்தமா மறந்துட்டேன். நாளையிலேர்ந்து எப்படி ஏற்பாடு பத்மினி?"

"பஸ்தான்! ராயப்பேட்டையிலேர்ந்து பாரீஸ் கார்னருக்கு பஸ்ஸுக்கா பஞ்சம்?"

"இதுவரைக்கும் எலெக்ட்ரிக் டிரெயின்ல போய்க்கிட்டிருந்தே. அது ஒரு மாதிரி. இது ஒரு மாதிரி. டிரெயினை விட பஸ்ஸுல நெரிசல் அதிகம். காலிப் பசங்களும் அதிகம்."

"அப்போ ஒண்ணு செய்யுங்க..."

"என்ன?"

"என் பொண்டாட்டி கசங்காம, அலுங்காம ஆபீஸ் போகணும், அதனால ராயப்பேட்டையிலேர்ந்து பாரீஸ் கார்னருக்கு ஒரு டிரெய்ன் ரூட் விடுங்க'னு ரயில்வே மந்திரிக்கு மனு போடுங்க."

"காலைலதான் பிரச்னை. எனக்கு ஒன்பதரை மணிக்கு ஆபீஸ். சாயங்காலம் என் ஆபீஸ் விட்டு வந்துக்கூட உன்னை அழைச்சிக்கிட்டு வந்துடலாம்..."

"அது சரி, பெட்ரோல் கிணறு வெச்சிருக்கீங்களா வீட்ல? கிண்டிலேர்ந்து பாரீஸ் வந்து என்னைத் தினம் கூட்டிக்கிட்டு

வரணும்னா கட்டுப்படியாகுமா? நான் பஸ் பாஸ் வாங்கிக்கறேன் விஜய். ஒண்ணும் பிரச்னை இல்லை. ஆமாம். அண்ணனும் அப்பாவும் கடைக்கு எப்படிப் போய்ட்டு வர்றாங்க?''

''காலைல டிபன் சாப்பிட்டுவிட்டு மோட்டார் பைக்குல அப்பாவை அண்ணன் அழைச்சுட்டுப் போயிடுவார். மத்தியானம் ரெண்டு மணிக்குச் சாப்பிட ரெண்டு பேரும் பைக்லேயே வருவாங்க. அவ்வளவுதான், அப்பா மறுபடி போகமாட்டார். அண்ணன் மட்டும் கொஞ்சநேரம் ரெஸ்ட் எடுத்துக்கிட்டு புறப்பட்டுப் போனா ராத்திரி எட்டாகும், ஒன்பதாகும் கணக்கில்லை திரும்பி வர.''

''ஆக... ஐயா நீங்க மட்டும் ஜாலியா கார்ல ஆபீஸ் போயிட்டு கார்ல வர்றீங்க?''

''கம்பெனில கார் கொடுக்கறதுக்கு முன்னாடி ஸ்கூட்டர் வெச்சிருந்தேன். காரைக்கூட அப்பாவையும் அண்ணனையும் பயன்படுத்துங்கனு சொல்லிட்டேன். ரெண்டு பேருக்கும் ஓட்டத் தெரியாது. டிரைவர் வெச்சிக்கலாம்னா அதுவும் வேணாம்னுட்டார் அப்பா. அதனால கார் என்னோட ஏகபோக உரிமையிலே இருக்கு.''

''ஆனா, வெளியூர் எடுத்துட்டுப் போகலாமா, வேணாமாங்கிற அனுமதி மட்டும் உங்க அப்பாகிட்டே இருக்கு'' என்று சிரித்த பத்மினி அவன் முகம் பதிலுக்கு மலராமல் சீரியஸானதை பார்த்து உடனே, ''விஜய்...! நான் சும்மா தமாஷுக்குச் சொன்னேன்'' என்றாள்.

விஜயகுமார் பதில் சொல்லாமல் பாண்ட்டின் லூப்களில் பெல்ட்டை நுழைத்தான். பத்மினி அவனருகில் வந்து, அவன் தாடையைத் தன் பக்கம் திருப்பி, ''என்னைப் பாருங்க, கோபமா?'' ஏய்! அட! என் முகத்தைப் பாருங்க விஜய்! கோபம்தானே?''

''இல்லை, விடு.''

“கோபம்தான் உங்களுக்கு. ஸாரிங்க! சும்மா ஜோக்கா நினைச்சுத்தான் சொன்னேன். ஹர்ட் ஆகிட்டீங்களா? ஐயோ...! ப்ளீஸ்...! சொல்லுங்களேன்...”

“நான்தான் விளக்கமா சொன்னேனே, சின்ன வயசிலேர்ந்தே எனக்கு எங்கப்பாகிட்டே பதில் பேசிப் பழக்கமில்லைனு. அப்புறமும் ஏன் குத்திக் காமிக்கிறே?”

“விஜய்... குத்திக் காமிச்சேனா? சும்மா வேடிக்கையா...”

“சில விஷயங்கள்லதான் வேடிக்கை இருக்கணும் பத்மினி” என்ற விஜயகுமாரின் குரலில் இருந்த கடுமையை முதன்முறையாக உணர்ந்தாள் பத்மினி.

✲ ✲ ✲

அத்தியாயம் 20

விஜயகுமாரின் குரலில் இருந்த கடுமை பத்மினியை சுருக்கென்று தைத்தது. 'சில விஷயங்கள்ல தான் வேடிக்கை இருக்கணும் பத்மினி' என்றவன், அதற்குமேல் அவளிடம் பேச எதுவுமில்லை என்பதுபோல், தனது அலுவலக ப்ரீஃப் கேஸைத் திறந்து வைத்துக்கொண்டு, மேஜைமேல் வைத்திருந்த சில காகிதங்களையும் பேனா, பென்சில்களையும் எடுத்து உள்ளே வைக்க ஆரம்பித்தான்.

விஜயகுமாரின் இந்தத் திடீர் கோபம் பத்மினியை வதைத்தது. 'வேடிக்கை வார்த்தையைப் புரிந்துக்கொள்ள இயலாதவரா என்ன? மனைவிக்குத் தன் கணவனை லேசாகக் கிண்டல் செய்யும் உரிமை இல்லையா? இதற்கு இப்படிப் பளிச்சென்று முகத்துக்கு நேரே கதவை மூடுவதுபோல் ஒரு சூடான பதில் அவசியமா? சொன்ன வார்த்தைகளின் விளைவாக அவர் முகம் சுருங்குவதைப் பார்த்துவிட்டுப் பதைத்துப் போய் உடனே 'ஸாரி!' சொன்னேனே... அப்படியும் ஏன் நெருப்பில் நனைத்த வார்த்தைகள்? இந்தக் கோபம் புதியது. முற்றிலும் புதியது. தேவைக்கு அதிகமானதும் கூட. இவருடன் என் அறிமுகத்தில் ஆரம்பித்து, இவ்வளவு நெருக்கமாகப் பழகிய பிறகு வாங்கும் முதல் சுடுவார்த்தைகள் இவை. இப்போதுதான் என்ன செய்ய வேண்டும்? 'ஸாரி' என்றாயிற்று. 'வேடிக்கைக்காகச் சொன்னேன்' என்று சொல்லியாயிற்று. அழ வேண்டுமா?'

பத்மினி அமைதியாக நின்றாள்.

தன் ப்ரீஃப்கேஸை மூடிக்கொண்ட விஜயகுமார் அவள் பக்கம் திரும்பி, ''புறப்படலையா?'' என்றான் முகத்தைப் பார்க்காமல்.

"உம்" என்று தன் கைப்பையை எடுத்துக்கொண்டாள்.

"இங்கேருந்து முதல் தடவையா ஆபீஸுக்குப் போறே... அப்பாகிட்டேயும் அம்மாகிட்டேயும் சொல்லிட்டுப் புறப்படு" என்று சொல்லிவிட்டு ஆணியில் மாட்டியிருந்த கார் சாவியை எடுத்துக்கொண்டு அறையை விட்டு வெளியேறினான்.

பத்மினி கைப்பையுடன் நடந்தாள். அத்தை தனது அறையில் கட்டிலில் சாய்ந்து அமர்ந்துகொண்டு காலை செய்தித்தாள் வாசித்துக்கொண்டிருந்தாள். அருகில் டீப்பாய் மேல் விதம்விதமான டானிக் பாட்டில்கள், மாத்திரைகள் கொண்ட சீஸாக்கள், பூந்தொட்டியில் புது மலர்கள் செருகப்பட்டிருந்தன. கட்டிலின் மேல் டேப்ரிக்கார்டரும் நிறைய காஸெட்டுகளும் இருந்தன.

"அத்தை!" என்றாள் பத்மினி.

நிமிர்ந்தாள். "வாம்மா, ஆபீஸ் புறப்பட்டுட்டியா?"

"ஆமாம்... போயிட்டு வர்றேன்..."

"மத்தியானத்துக்குச் சாப்பாடு?"

"இன்னிக்கு எடுத்துக்கலை. நாளையிலேர்ந்து எடுத்துட்டுப் போறேன்."

"உன் மாமாவும் செல்லபாண்டியனும் சாப்பிட வீட்டுக்கு வந்துடுவாங்க. விஜயகுமார் எடுத்துட்டுப் போறதில்லை. வர்றதும் இல்லை. அங்கேயே சாப்பிட்டுடுவான். இங்கே நம்ம வீட்டுல சமையல் வேலை முடிய பதினோரு மணிக்குமேல் ஆயிடும். நான்தான் ஒண்ணும் செய்ய முடியாதவளாயிட்டேன். சின்ன வேலை செஞ்சாலும் மூச்சு வாங்கும். விஜயாவுக்குப் பரணியை வெச்சிக்கிட்டு அதுக்கு முன்னாடி சமையல் முடிக்க முடியறதில்லை. இவ்வளவுக்கும் அஞ்சரைக்கெல்லாம் எழுந்து வந்துடுவா. அதனால, காலைல சாப்பாடு எடுத்துக்கிட்டுப் போறதுதான் கொஞ்சம் பிரச்னையா இருக்கும் இங்கே."

"அக்கா எல்லாம் சொன்னாங்க அத்தை. எங்க ஆபீசுக்கு பக்கத்து ஆபீஸ்ல காண்டீன் ஒண்ணு இருக்கு. நான் வேணும்னா அதிலே சாப்பாடு ஏற்பாடு செஞ்சுக்கட்டுமா?"

"நல்லா இருக்கும்மா, வீட்டுச் சாப்பாடு மாதிரி வருமா! நான் கொஞ்சம் கூடமாடக் காய்கறி நறுக்கிக் கொடுத்து உதவியா இருந்தா சீக்கிரம் முடிக்கலாம்."

"ஐயையோ! அதெல்லாம் வேணாம். உங்க உடம்பு பத்தி அவர் விவரமா சொன்னாரு. நீங்க ஓய்வெடுக்க வேண்டியது ரொம்ப அவசியம். நான்தான் வந்துட்டேனே... எனக்குப் பத்து மணிக்குத்தான் ஆபீஸ். ஒன்பதரைக்குப் புறப்பட்டா போதும். எங்க வீட்டுல நானும் அம்மாவும் சேர்ந்து ஒன்பது மணிக்குள்ளே பூரா சமையலுமே முடிச்சிடுவோம்."

அத்தை செய்தித்தாளை மடக்கிக் கொண்டே, "உங்க வீட்டுல ஒரு மாதிரி தோது; இந்த வீட்டுல ஒரு மாதிரி தோதும்மா. ஒன்பது மணிக்கே சமைச்சுட்டா மத்தியானம் எல்லாம் ஆறிப்போயிடும். உங்க மாமாவுக்கு எல்லாம் சுடச்சுட இருக்கணும். அதனால்தான் டிபன் வேலையைச் சீக்கிரம் முடிச்சுட்டு மத்தியான சாப்பாட்டு வேலையைக் கொஞ்சம் நிதானமாகவே செய்யறது. சரி நீ புறப்படு. பேசிக்கலாம். ஏதாச்சும் ஏற்பாடு செய்துக்கலாம்." என்றாள்.

பத்மினி சமையலறைக்கு வந்து விஜயாவிடம் சொல்லிக்கொண்டு முன் ஹாலுக்கு வந்தபோது ராஜகோபால் சலவை வேஷ்டி, வெள்ளை முழுக்கை சட்டை அணிந்து, நெற்றியில் குங்குமம் லேசாக வைத்துக்கொண்டு ஒரு லெதர் பேக்குடன் கடைக்குப் புறப்படத் தயார் நிலையில் இருந்தார்.

"மாமா! நான் ஆபீஸ் போயிட்டு வர்றேன்."

"உம். சரி..."

வீட்டுக்கு வெளியே காரில் டிரைவிங் ஸீட்டில் அமர்ந்து தயார் நிலையில் இருந்தான் விஜயகுமார். பத்மினி வாசலுக்கு

வந்து முன் கதவைத் திறந்து ஏறிக்கொண்டதும், கிளம்பினான். மௌனமாகவே ஓட்டினான். இவள் பக்கம் திரும்பவே இல்லை. சாலையையே பார்த்துக் கவனமாக ஓட்டினான்.

பத்மினிக்கு அந்த மௌனம் அவஸ்தையாக இருந்தது.

"நம்ம வீட்டுக்கு போன் வரப் போகுதாமே... அக்கா சொன்னாங்க..." என்றாள்

"ஆமாம்" என்றான்.

"இன்னும் என்மேல கோபமா இருக்கீங்களா?"

"இல்லையே..."

"பின்னே ஏன் எதுவுமே பேசமாட்டேங்கறீங்க?"

"என்ன பேசணும் இப்போ?"

மௌனமானாள் பத்மினி. விஜயகுமார் இன்னும் இறுக்கமாகவே இருப்பதை உணர முடிந்தது. கேள்விக்கு, மொண்ணையாக ஓர் உப்புச் சப்பற்ற பதில் வருகிறது. இந்த நிலையில் சகஜமாக எதுவும் பேச முடியாது.

பீச் லைன் வந்து பத்மினியின் அலுவலகக் கட்டட வாசலில் இறக்கி விட்டுவிட்டு, "சாயங்காலம் அப்போ பஸ்ஸுல வந்துடறியா?" என்றான்.

"ஆமாம்" என்றதும், ரிவர்ஸ் எடுத்த காரை சாலையில் இணைத்துக்கொண்டு சென்று மறைந்ததும், பத்மினி ஒரு பெருமூச்சை வெளியேற்றிவிட்டு உள்ளே நடந்தாள்.

அலுவலகத்தில் அனைவரும் விசேஷமாகப் புன்னகைத்தார்கள். திருமணத்திலும் வரவேற்பிலும் கலந்துகொள்ள இயலாதவர்கள் அறைக்கு வந்து வாழ்த்துத் தெரிவித்துவிட்டுச் சென்றார்கள். மானேஜர் தன் அறைக்கு அழைத்து, "ஊட்டியிலே சீசன் எப்படி....?" என்று விசாரித்துவிட்டு கம்பெனி விவகாரங்களைப் பற்றி விவாதித்தார். இறுதியாக, கம்பெனி சார்பில் சிறிய விருந்தொன்றை ஒரு

மாலை வேளையில் கொடுக்க இருப்பதாகவும், கணவனைக் கேட்டுக்கொண்டு நாள் சொல்லும்படியும் கேட்டுக்கொண்டார்.

தன் நாற்காலியில் வந்து அமர்ந்தாள். கிட்டத்தட்ட பதினைந்து நாட்கள் லீவில் சென்றதில் தேங்கியிருந்த வேலைகளில் மும்முரமாக ஈடுபட ஆரம்பித்தாள்.

உணவு இடைவேளைக்குச் சற்று முன்னால் அவளைப் பார்க்க அவள் அப்பா வைத்தீஸ்வரன் வந்திருப்பதாகத் தகவல் வர... தன் அறைக்கே அவரை வரச்சொல்லி உற்சாகமாக நாற்காலியில் இருந்து எழுந்துகொண்டாள்.

வைத்தீஸ்வரன் ஆர்வமாக உள்ளே வந்து, "பத்மினி, எப்போ வந்தீங்க ஊட்டிலேர்ந்து?" என்றார்.

"நேத்து ராத்திரிப்பா."

"உன்னைப் பார்க்கணும். பார்க்கணும்னு எல்லாரும் துடிச்சுக்கிட்டிருக்காங்க. ஒரு வார டூர்ல லேசா கறுத்த மாதிரி இருக்கே, இன்னும் ஒரு வாரம் லீவு போட்டுட்டு மெதுவா ஜாயின் பண்ணியிருக்கலாமில்லே?"

"பொறுப்பான பதவியில் இருந்துக்கிட்டு எப்படிப்பா லீவு போடறது? எவ்வளவு வேலைகள் தேங்கியிருக்கு தெரியுமா? நானே பார்க்க வேண்டிய வேலைகள்னு நிறைய இருக்கு..."

"சரிதான், மாப்பிள்ளை என்ன சொல்றார்? எப்படிப் பழகறார்? அன்பா இருக்காரா?"

"உம்" என்றாள் லேசான வெட்கத்துடன்.

"சாப்பிட்டியா?"

"இன்னும் இல்லை. இன்னிக்கு பக்கத்து ஆபீஸ் கான்டீன்லதான் சாப்பிடப் போறேன் வர்றீங்களா?"

இருவரும் கான்டீன் சென்று சாப்பிட்டுக் கொண்டே பேசினார்கள். முடித்துக் கொண்டு வைத்தீஸ்வரன் புறப்படும்போது

கேட்டார். "எப்போ வீட்டுக்கு வர்றே? மாப்பிள்ளையையும் அழைச்சுக்கிட்டு வா."

"சாயங்காலமே வரணும்போல ஆசையா இருக்குப்பா. கேக்கறேன் அவரை. அவருக்கு எதுவும் வேலை இருந்துச்சுன்னா நான் மட்டும் வர்றேன்."

"சரி, கண்டிப்பா வந்துடு."

வைத்தீஸ்வரன் புறப்பட்டுப் போனதும் மீண்டும் தனது ஸீட்டுக்கு வந்தாள் பத்மினி. டெலிபோன் ஒலிக்க... எடுத்துப் பேசினாள்.

"விஜய் பேசறேன் பத்மினி" என்றதும் உற்சாகமானாள்.

"சொல்லுங்க விஜய்..."

"காலைல கடுமையா பேசிட்டேனா பத்மினி?"

மௌனமாக இருந்தாள்.

"அப்புறம் யோசிச்சதிலே கொஞ்சம் அதிகமா நடந்துக்கிட்டோமோனு பட்டுது. மனசு கேக்கலை. வருத்தப்பட்டியா? என்னவோ தெரியலை, திடீர்னு சூடாயிட்டேன். எப்பவாச்சும் இது மாதிரி ஸ்லிப் ஆயிடறேன்."

"ஆனா, எனக்கு இந்தக் குணம் புதுசு. பரவாயில்லீங்க."

"நீயும் அப்படி ஓவரா என்னை வாரியிருக்க வேண்டாம். நானும் அப்படிக் கடுமையா சொல்லியிருக்க வேண்டாம். சரி, விடு. ஊடல்தான் வாழ்க்கையில் ருசி. மறந்துடு. மனசுல வெச்சிக்காதே. சாயங்காலம் சினிமா போகலாமா?"

"அப்பா வந்திருந்தார். அம்மா, தம்பி, தங்கை எல்லாம் என்னைப் பார்க்கணும் போல இருக்குனு சொன்னாங்களாம். எனக்கும் அப்படித்தான் இருக்கு போயிட்டு வந்துடலாமே... நாளைக்கு சினிமா போகலாம்."

"ஓகே. நானும் வரணுமா?"

“வாங்களேன்.”

“நான் இன்னொருநாள் வர்றேன். நீ மட்டும் போயிட்டு வர்றியா?”

“சரி. இங்கேயிருந்தே போயிட்டு வந்துடறேன். வீட்டில சொல்லிடுங்க.”

“ரைட். வெச்சிடட்டுமா?”

போனை வைத்த பத்மினி மனம் இப்போ நிம்மதியாக இருந்தது. விறைப்பைத் தொடராமல் அவனாக போன் செய்து பேசினவிதம் இதமாக இருந்தது. விஜய்யால் அதிக நேரம் கோபமாக இருக்க முடியாது என்பது புரிந்தது. அதே சமயம் எப்போதாவது சின்ன விஷயத்துக்குச் சடக்கென்று கோபம் ஏற்படும் குணத்தைக் கொஞ்சம் கொஞ்சமாக மாற்ற வேண்டும் என்றும் நினைத்துக் கொண்டாள்.

★★★

அலுவலகம் முடிந்து, மாலை மின்சார ரயிலில் மாம்பலம் வந்து அம்மா வீட்டுக்கு வந்தாள் ஒரு டஜன் பழங்களோடு. வீடு முழுக்க உற்சாக வெள்ளம். குடும்ப உறுப்பினர்கள் அனைவரும் வட்டமாக அமர்ந்துகொண்டு அரட்டை. கேள்விகள் ‘அவருக்குக் கோபம் வருமா? பெட் காபி சாப்பிடுவாரா? பொறுமையான ரகமா? என்ன என்ன உணவு பிடிக்கிறது?’

இரவு சாப்பாடு முடித்துக்கொண்டு புறப்பட்டாள் பத்மினி. தனியாக சென்று விடுவதாகச் சொல்லியும் யாரும் கேட்கவில்லை. சந்துரு ஸ்கூட்டரில் கொண்டு வந்து விட்டுவிட்டுச் சென்றான்.

அடுத்த ஒரே வாரத்தில்... அந்த வீட்டின் தினசரி நடவடிக்கைகள் பத்மினிக்கு அத்துபடியாகி, அத்துடன் தன்னை ஐக்கியப்படுத்திக் கொள்ள ஆரம்பித்தாள்.

காலையில் டிபன் செய்வது பத்மினியின் முழுப் பொறுப்பாக எடுத்துக்கொண்டு, மதியச் சமையலில் கொஞ்சம் உதவி விட்டுப் புறப்பட்டு விடுவாள். பன்னிரண்டு மணிக்கு வீட்டிலிருந்து சாப்பாடு எடுத்து வந்து அவள் அலுவலகத்தில் கொடுக்க ஆள் ஏற்பாடு செய்யப்பட்டது. மாலையில் பஸ்ஸில் திரும்பியதும் பரணியோடு விளையாட்டு. கொஞ்ச நேரம் டி.வி. பார்த்தல். இரவு சமையலில் ஈடுபடுதல். ஒரு நாள் டிபன். ஒரு நாள் சாப்பாடு. அத்தைக்குத் தினம் மூன்று வேளைகளுமே மாத்திரைகள் உண்டு. கர்நாடக சங்கீதம் கேட்பார். பாரதமும், ராமாயணமும் படிப்பார். இசை நிகழ்ச்சி இருந்தால் மட்டும் டி.வி. பார்ப்பார்.

மாமாவுக்கு என்று தனியறை உண்டு. அவர் இருக்கிறார் என்பதை அவர் அறையில் இருந்து வரும் ரேடியோ சத்தத்திலேயே தெரிந்துக்கொள்ளலாம். விவசாயிகளுக்கான நிகழ்ச்சி, கல்வி, ஒலிபரப்பு, திரைப்படப் பாடல், விளம்பரம் எதுவானாலும் சரி; ரேடியோ சதா இயக்கத்தில் இருக்கும். பேசுவது மிகமிகக் குறைவு. கோபம் வந்துவிட்டால் நேராக அத்தையின் அறைக்கு வந்து காட்டுக் கத்தல்தான். வீட்டின் வரவு, செலவு முழுக்க அவர்தான். அநாவசியச் செலவு என்றால் ஆத்திரமான கோபம் கொப்பளிக்கும்.

செல்லபாண்டியன் ஒரு சாதுப் பசு. அந்த வீட்டு உறுப்பினன் போலவே தெரியாது. விருந்தாளி போலத்தான் நடவடிக்கைகள். எதிலும் பட்டுக் கொள்வதில்லை. பெண்டாட்டி மேல் அதிக வாஞ்சை. தம்பி மனைவியிடம் இன்னும் முகம் பார்த்து நேருக்கு நேராக எதுவும் பேசியதில்லை.

விஜயாவுக்குச் சமையல் தவிர மற்றொரு சுவாரஸ்யமான விஷயம் டெலிவிஷன். நிகழ்ச்சிகள் முடிவடையும் வரை பார்த்தாக வேண்டும். மதியத்தில் கண்டிப்பாகத் தூங்கியாக வேண்டும்.

அன்றைக்கு அலுவலகத்தில் சம்பள நாள்.

தனது சம்பள கவரை வாங்கிக் கொண்டபோதுதான் பத்மினிக்கு, தான் இன்னும் இதைப் பற்றி விஜயகுமாரிடம் பேசி எந்த முடிவும் எடுக்கவில்லை என்பது நினைவுக்கு வந்தது.

'இந்தச் சம்பளப் பணத்தை இதுவரை கொடுத்தது போலவே அம்மா வீட்டுக்குக் கொடுப்பதா, இல்லை கணவரிடம் கொடுப்பதா?'

✲ ✲ ✲

அத்தியாயம் 21

சம்பள கவரைக் கைப்பைக்குள் வைத்துக்கொண்டு பஸ் ஸ்டாப்பில் சிந்தனையுடன் நின்று கொண்டிருந்தாள் பத்மினி.

பிடித்தமெல்லாம் போக நான் கொண்டு சென்று கொடுத்த பணம் ஆயிரத்துநானூறு ரூபாயை அப்பா இரண்டாகப் பிரித்து, எழுநூறு ரூபாயை பவானியின் திருமணத்துக்காகச் சேர்க்கும் சேமிப்புக் கணக்கில் போட்டு விட்டு, மீதியைக் குடும்பச் செலவுகளுக்கு எடுத்து கொண்டிருந்தார்.

அப்பாவின் சம்பளம் ஆயிரத்து நூறுதான். அதில் என் எழுநூறு சேர... கொஞ்சம் தெம்பாகச் செலவுகள் செய்ய முடிந்தது. வீட்டு வாடகை என்று சுளையாக நானூறு ரூபாய் போய்விடும். இரண்டு பேரின் கல்விச் செலவுகள். மளிகைச் சாமான்கள், காஸ், கரண்ட் பில், ஸ்கூட்டருக்கு பெட்ரோல், மாதத்தில் இரண்டு சினிமா, தீபாவளி, பொங்கல், நடுநடுவே உறவினர் வீட்டுத் திருமணங்களுக்குச் செல்ல பயணச் செலவு மற்றும் மொய் செலவு, இரண்டு பெண்களுக்கான மேக்கப் பொருட்கள் என்று கடன் வாங்காமலேயே அப்பா சமாளித்துவிட்டார்.

இப்போ என் சம்பளப் பணம் முழுவதும் கட்! ஆனால், கொஞ்சம் சிரமமாகத்தான் இருக்கும். வீட்டின் நியாயமான தேவைகள் நசுக்கப்படும். திடீர்ச் செலவுகள் ஏற்பட்டுப் பணம் கொஞ்சம் பற்றாக்குறையாய் இருக்கிற நேரங்களில் அப்பாவின் முகத்தைக் காணச் சகிக்காது. சொத்தைக் கடலையைத் தின்றவராட்டம் முகத்தை வைத்துக்கொண்டு எல்லாவற்றுக்கும் கடுகடுப்பார்.

கடன் வாங்கி என்னைப் படிக்க வைத்தவர் அப்பா. எனக்கு வேலைக்குப் போக விருப்பம் இருப்பதைத் தெரிவித்தவுடன் முதலில் எதிர்த்து, பிறகு என் உணர்வுகளைப் புரிந்துக்கொண்டு எவ்வளவு தீவிரமாக வேலையில் சேர்க்கப் பாடுபட்டார்! இப்போது பார்த்துக் கொண்டிருக்கும் வேலையே, பாதி தகுதி; பாதி அப்பாவுக்கு வேண்டியவரின் சிபாரிசு மூலம் கிடைத்ததுதானே...!

முப்பது நாள் உழைத்து நான் சம்பாதிக்கும் தொகையை என் விருப்பப்படி பயன்படுத்த எனக்கு உரிமை இருக்கிறதா. இல்லையா?

"ஹலோ பத்மினி!" என்று வந்தாள் ஜெயந்தி.

"வாங்க ஜெயந்தி!"

"கல்யாணத்துல பார்த்தது! அதுக்கப்புறம் பார்க்க முடியலையேனு உங்க ஆபீஸுக்குத்தான் வந்தேன். 'வேலை முடிஞ்சு புறப்பட்டாச்சு, பஸ் ஸ்டாப்ல பாருங்க'னு பியூன் சொன்னாரு. பிடிச்சுட்டேன், அவசரமா போகணுமா வீட்டுக்கு?"

பத்மினி, வாட்ச்சைப் பார்த்துக்கொண்டாள். "கொஞ்சம் முன்னே பின்னே கூடப் போகலாம்."

"அப்போ வாங்களேன், பீச் போய்க் கொஞ்சநேரம் பேசிட்டிருந்துட்டுப் புறப்படலாம். டிரெயின்ல ஆபீஸ் வந்துக்கிட்டிருந்தப்போ தினம் சந்திச்சோம். நிறையப் பேச முடிஞ்சது. எனக்கு, மனசு விட்டுப் பேச வேறே ஆளும் இல்லை... வாங்க, ஆட்டோ பிடிச்சுக்கலாம்."

மாலை - நிறம் கலங்கியிருக்க... கடலின் முனைவரைக்கும் போகாமல் சற்று முன்னதாகவே சந்தடிகள் குறைந்த மணல் வெளியில் இருவரும் புடவைகளின் தலைப்புகளை இறுக்கமாகச் செருகிக்கொண்டு, முழங்கால்களைக் கட்டிக்கொண்டு அமர்ந்தார்கள்.

"அப்புறம்... சொல்லுங்க பத்மினி" என்றாள் ஜெயந்தி. காலையில் தீற்றிய லிப்ஸ்டிக் அங்கங்கே கரைந்து போயிருந்தது.

முகத்தில், வேலை பார்த்த களைப்பு அப்பட்டமாகத் தெரிந்தது.

"என்ன சொல்றது? நீங்க சொல்லுங்க... வாழ்க்கை எப்படி இருக்கு? வீட்டுக்காரரர் இப்போ எப்படி இருக்கார்?"

"வேணாம், கேக்காதீங்க பத்மினி. அது வழக்கமான கதைதான். என் புருஷன் குணம் மாறுவதுங்கிறது நாய் வால் சமாசாரம்தான்! சோகமே பழகிப் போயிட்டா, ஒரு எல்லையிலே சொரணையே போயிடுது பத்மினி. இப்பல்லாம் எனக்கு அவர்மேல கோபமே வரமாட்டேங்குது. திட்றியா? சரி. திட்டிக்க! மூடு நல்லா இருக்கா, சிரிச்சுப் பேசறியா... சரி, பேசு! ஈகோ செத்து நாளாச்சு பத்மினி... அதை விடுங்க. இல்லறத்துல இப்பதான் நுழைஞ்சிருக்கீங்க. உங்க மூடு போயிடும். நீங்க சொல்லுங்க. கல்யாணத்துக்கப்புறம் எங்கெங்கே போயிட்டு வந்தீங்க?"

'தன் குமுறல்களை ஒரே விநாடியில் மாத்திரைபோல் விழுங்கிக்கொண்டு ஒரு சகஜநிலைக்கு வருகிறாளே... இது இயல்பா, இல்லை செயற்கையாக வரவழைத்துக் கொள்கிறாளா?'

'ஈகோ செத்து நாளாச்சு.' என்ன ஒரு வார்த்தை இது 'தான்' என்கிற சுயபிரக்ஞை இல்லாமல் 'என்' என்கிற விருப்பங்களே இல்லாமல் நிற்கும் சேலை கட்டிய ஒரு ஜவுளிக் கடை பொம்மைக்கும் இவளுக்கும் என்ன வித்தியாசம்? பேசும் பொம்மை; நடக்கும் பொம்மை; சிரிக்கும் பொம்மை; அழும் பொம்மை; சம்பாதிக்கும் பொம்மை; ஆனால், சுயசிந்தனைக்குத் தடை போடப்பட்ட பொம்மை!

"என்னங்க அப்படிப் பார்க்கறீங்க?"

"அன்னிக்குக் கேட்டதையேதான் இன்னிக்கும் திரும்பக் கேக்க நினைக்கிறேன்?"

"கேளுங்க."

"எதுக்காக இப்படி ஒரு அவஸ்தையான வாழ்க்கை?"

"அன்னிக்குச் சொன்னதையேதான் இன்னிக்கும் திரும்பச் சொல்லணும் நான். இன்னும் பொறுமையும் நம்பிக்கையும் இருக்கு சரியாயிடும்னு. விடுங்க, உங்களைக் கேட்ட கேள்விக்குப் பதிலே சொல்லலையே?"

"ஊட்டி போய் ஒரு வாரம் இருந்துட்டு வந்தோம்."

"எப்படிப் பழகறார் அவர்?"

"ரொம்ப அன்பா பழகறார் அவர்?"

மேலும் கால்மணி நேரம் இருவரும் பேசிக் கொண்டிருக்க... பத்மினியின் மனத்துக்குள் இவளைக் கேட்கலாமா, வேண்டாமா என்று தயக்கத்திலேயே இருந்த கேள்வி, கடைசியில் வெளிப்பட்டது.

"ஜெயந்தி! நீங்க கல்யாணத்துக்கு முன்னாடியிலேருந்தே வேலைக்குப் போறீங்கதானே?"

"ஆமாம்."

"கல்யாணத்துக்கப்புறம் உங்க சம்பளப் பணத்தை யார்கிட்டே கொடுக்கறீங்க?"

"இதென்ன கேள்வி? அவர்கிட்டேதான்."

"முழுசா கொடுத்துடறீங்களா?"

"முழுசா கொடுத்துட்டு அப்புறம்தான் செலவுக்கு வாங்கிக்குவேன்."

"அதிலே ஒரு பகுதிகூட உங்க அம்மா வீட்டுக்குக் கொடுக்கலையா?"

"அது சரிதான்! எந்தப் புருஷன்ம்மா ஒப்புக்குவான்?"

"சம்பளம்கிறது நாம உழைச்சு சம்பாதிக்கறது. நம் பணம்! அதை நம் இஷ்டப்படி பயன்படுத்த நமக்கு உரிமை இல்லையா?"

"எப்பவுமே ஊர்ல இல்லாத அதிசயமாத்தான் நீங்க பேசுவீங்க. கல்யாணத்துக்கப்புறம் நம் சம்பாத்தியம் புருஷன் வீட்டைத்தான் சேரும்."

"அப்படின்னு எந்தச் சட்டத்திலே இருக்கு?"

"இதெல்லாம் நடைமுறைச் சட்டம் பத்மினி."

"நியாயமில்லாத சட்டமா படலையா உங்களுக்கு? தனிக் குடித்தனம் இருக்கிற ஒரு பையன், தன்னோட அம்மா, அப்பாவுக்குத் தன் சம்பளத்திலேருந்து மாசா மாசம் பணம் தர்றதுண்டா, இல்லையா?"

"உண்டுதான். பையன் பொறுப்பானவனா, பாசமுள்ளவனா இருந்தா..."

"அதே மாதிரி பாசமுள்ள, பொறுப்புள்ள ஒரு பொண்ணு தன் அம்மா வீட்டுக்குத் தன் சம்பளத்திலேருந்து பணம் தர்றதுல என்ன தப்பு?"

"தப்புனு யார் சொன்னாங்க? பொதுவா அப்படி நடக்கிறதில்லை?"

"ஏன் நடக்கறதில்லை."

"புருஷன் சம்மதிக்க வேணாமா?"

"சம்மதம் கேக்கறதே அநாவசியமில்லையா?"

"இதோ பாருங்க பத்மினி... நீங்க பேசறதெல்லாம் மேடைக்குத்தான் சரியா வரும். நடைமுறைக்குச் சரியா வராது. என் அம்மா வீட்டிலேருந்து செலவுக்குக் கஷ்டமா இருக்கு'னு தம்பி வந்து கேட்டான். அழுதுட்டேன். அவர்கிட்டே நாலு நாளா கெஞ்சிக் கூத்தாடி ஐந்நூறு ரூபாய் வாங்கிக் கொடுத்தனுப்பிச்சேன். அதையும் கடனாகத்தான் கொடுக்கணும்னு கண்டிஷனா சொல்லிட்டாரு. இப்ப உங்களுக்கு என்ன பிரச்னை இதிலே திடீர்னு?"

பத்மினி சொல்லத் தயங்கினாள். ஆனால் சொன்னால் தேவலாம் போலிருந்தது.

"ஜெயந்தி! இன்னிக்குத்தான் கல்யாணத்துக்கப்புறம் முதல் சம்பளம் வாங்கியிருக்கேன். இதுவரைக்கும் நானும் சரி, விஜய்யும் சரி... என் சம்பளப் பணத்தைப்பத்தி எதுவுமே பேசிக்கலை... என் குடும்பத்துக்கு என் சம்பளப் பணம் முழுசும் இல்லைன்னாலும் பாதியாவது போய்ச் சேர்ந்தா உதவியா இருக்கும். இந்த விஷயத்திலே என்ன முடிவெடுக்கிறதுனு புரியாம எனக்குக் குழப்பமா இருக்கு."

"உங்க கணவருக்கு உங்களை மாதிரியே பரந்த சிந்தனைகள், பக்குவப்பட்ட மனசு, புரிஞ்சுக்கிற குணம்னு சொன்னீங்களே... அதனால அவர்கிட்டே இதமா எடுத்துச் சொல்லுங்க... அவரைக் கேக்காம நீங்களா எந்த முடிவும் எடுத்துடாதீங்க அவசரப்பட்டு."

அமைதியாக மணலில் கோடுபோட்டாள் பத்மினி. திடீரென்று வாட்சைப் பார்த்துக்கொண்டு எழுந்தாள். "ரொம்ப நேரமாச்சுங்க! புறப்படலாம்."

பஸ்ஸில் ராயப்பேட்டை சென்று தன் ஸ்டாப்பிங்கில் இறங்கும் வரை இதைப் பற்றியே சிந்தித்துக் கொண்டிருந்தாள் பத்மினி.

இந்த வீட்டில் பண நெருக்கடி என்கிற பேச்சுக்கே இடமில்லை. சொந்த வீடு. கெமிக்கல் வியாபாரத்தில் நல்ல லாபம். விஜய்யின் சம்பளம் வேறு உபரியாக! தவிர, ராயபுரத்தில் இருக்கும் இரண்டு வீடுகளை வாடகைக்கு விட்டு அதிலிருந்தும் வருமானம் வருகிறது. இதில், என் சம்பளம் என்பது ஒரு பொருட்டே இல்லை.

ஆனால், அம்மா வீட்டில் என் சம்பளம் என்பது செலவுகளை ஈடுகட்ட உதவும் ஒரு கணிசமான பகுதி. என்னதான் 'வரதட்சணை வேண்டவே வேண்டாம்' என்று இவர்கள் சொல்லிவிட்ட போதிலும், அப்பா தனது கௌரவத்தையும்

தன்மானத்தையும் விட்டுக் கொடுக்கச் சம்மதமின்றி என் திருமணத்துக்காகச் சேர்த்து வந்த சேமிப்புக் கணக்கிலிருந்து கடைசிச் சொட்டுவரை எடுத்ததோடு, எவ்வளவோ சொல்லியும் கேட்காமல் அம்மாவின் கழுத்து செயினை உருமாற்றி எனக்கு வளையல்களாக, தோடுகளாகச் செய்து போட்டிருக்கிறார். தவிரவும், கொஞ்சம் கடன் வாங்கியிருக்கிறார்.

இந்த நிலையில், அடுத்து பவானியைத் திருமணம் செய்து கொடுக்க வேண்டிய இமாலயச் செலவு சில வருடங்களில் காத்திருக்கிறது. அதனால், என் சம்பளம் முழுவதும் இல்லையென்றாலும் பாதியாவது அங்கே போனால் மிக உதவியாக இருக்கும்.

விஜய் என்ன சொல்வார்? மற்ற சராசரி ஆண்களைப் போல், 'உன் அப்பா உனக்கு இவ்வளவுதான் செய்து போட்டாரா?' என்று கேலி பேசியதில்லை. எனக்கு இதை இதைச் செய்திருக்கலாம் என்று வருத்தம் காட்டியதில்லை. சொல்லப் போனால் திருமணத்துக்குச் சீராக என் அப்பா எனக்கு என்னென்ன செய்தார்கள் என்பதுக்கூட இன்னும் சரியாகத் தெரியாது.

விஜய் பணத்துக்கு அவ்வளவாக முக்கியத்துவம் கொடுக்கிற ரகமில்லை. எனக்கு மாதச் சம்பளம் எவ்வளவு என்று ஒருவேளை புரோக்கர் மூலம் தெரிந்து கொண்டிருக்கலாம். ஆனால், என்னை இன்றுவரை நேரடியாகக் கேட்டதே இல்லை. மிக டீஸன்ட்டான ஜென்டில்மேன்.

பல விஷயங்களில் என் கருத்துக்களும் அவர் கருத்துக்களும் ஒன்றாகத்தான் இருக்கின்றன... ரசனைகளில் மட்டுமே வித்தியாசம். எனக்கு இலக்கிய ஆர்வம் உண்டு. அது அவரிடம் துளியும் கிடையாது. அதற்காக என் ரசனையைக் குறை கூறியதும் இல்லை.

அதனால், விஜய் நிச்சயமாக ஒப்புக்கொள்வார். கேட்க வேண்டும். இன்று தனிமையில் பக்குவமாகக் கேட்க வேண்டும்.

பத்மினி வீட்டுக்கு வந்தபோது முற்றிலும் இருட்டியிருந்தது. வாசலில் கார் இருந்தது. வந்துவிட்டார். மாமாவின் அறையிலிருந்து ரேடியோ அலறிக் கொண்டிருந்தது. விஜயா தன் மடியில் பரணியை வைத்துக்கொண்டு டெலிவிஷன் முன்னால் உட்கார்ந்திருந்தாள்.

பத்மினி, டிபன்பாக்ஸைச் சமையலறையில் வைத்துவிட்டுத் தன் அறைக்கு வந்தாள்.

"வா வா... என்ன இன்னிக்கு லேட்டு?"

"சொல்லியிருக்கேனில்லே, ஜெயந்தினு... பஸ் ஸ்டாப்ல அவங்க என்னைப் பார்த்து, 'பேசலாம் வா'னு கடற்கரைக்கு அழைச்சுட்டுப் போயிட்டாங்க. கல்யாணத்துல பார்த்தது... பேசிட்டிருந்துட்டுப் புறப்பட நேரமாயிடுச்சு... விஜய்! இன்னிக்கு என் சம்பளம் வாங்கினேன்."

"எங்க ஆபீஸ்லகூட இன்னிக்குத்தான் சம்பள நாள். நானும் இன்னிக்குத்தான் கவர் வாங்கினேன் பத்மினி."

"என் சம்பளப் பணத்தை என்ன செய்யட்டும் விஜய்?"

"நம்ம வீட்ல காஷியர், அப்பாதான். நான் சாயங்காலம் வந்ததுமே கவரைக் கொடுத்துட்டேன். காலைல அவர்கிட்டே கொடுத்துடு அவ்வளவுதான்."

பத்மினி எச்சில் விழுங்கினாள். தயங்கினாள்.

"என்ன பத்மினி? உன் செலவுக்குப் பணம் எதுவும் தேவைப்படுதா? அப்பாகிட்டே கொடுத்துட்டு அப்புறம் கேளு. கொடுப்பாரு. அதுதான் முறை."

"இல்லை விஜய்... என் சம்பளத்தில் பாதியை இந்த வீட்டுக்கும், பாதியை அம்மா வீட்டுக்கும் கொடுக்கலாம்னு நான் முடிவு பண்ணியிருக்கேன்."

விஜய் சட்டென்று திரும்பி அவளை உன்னிப்பாகப் பார்த்தான். "முடிவே பண்ணிட்டியா? வெரிகுட்" என்றான் உஷ்ணமாக.

✲ ✲ ✲

அத்தியாயம் 22

'முடிவே பண்ணிட்டியா?'என்று விஜயகுமார் கேட்ட பிறகுதான், தான் கேள்வியாகக் கேட்க வந்து தீர்மானமாகவே சொல்லிவிட்ட வார்த்தைகளின் அவசரத்தை உணர்ந்தாள் பத்மினி.

"இல்லீங்க. அதான் உங்களைக் கேக்கறேன். கலந்து பேசாம எப்படி ஒரு முடிவுக்கு வரமுடியும்?" என்றாள்.

"இல்லையே பத்மினி... நீ கேட்டது கேள்வி இல்லையே. ஸ்டேட்மெண்ட்! முடிவு பண்ணியிருக்கேன்'னுதான் சொன்னே."

"வார்த்தை தவறி வந்திடிச்சு விஜய்" என்றாள் லேசான பதட்டத்துடன்.

பத்மினியின் கையைப் பற்றித் தன் அருகில் அமர வைத்துக்கொண்ட விஜய், அவளுடைய முகத்தைச் சலனமில்லாமல் சில விநாடிகள் பார்த்தான். அவன் பார்வையிலிருந்து பத்மினியால் அவன் எண்ண ஓட்டங்களைப் புரிந்துக்கொள்ள முடியவில்லை.

"பத்மினி, பேசறப்போ கொஞ்சம் நிதானிச்சுப் பேசு... ஒரு நிமிஷம் எனக்கு சுர்ர்னு கோபம் வந்திடிச்சு என்னைப் பாரு... உங்கம்மா வீட்டுல பணக் கஷ்டம் இருக்கா?"

"கஷ்டம் கிடையாது விஜய். ஆனா, என் சம்பளப்பணம் கொஞ்சம் சௌகரியமா இருந்திச்சு." என்ற பத்மினி, தன் சம்பளம் வீட்டில் எந்த வகையில் பயனுடையதாய் இருந்தது என்பதை விரிவாக எடுத்துச் சொன்னாள்.

"புரியுது" என்றான். "இங்கே உன் சம்பளம் வந்துதான் குடும்பம் நடத்தியாகணும்னு எதுவும் இல்லை பத்மினி.

இன்னும் சொல்லப் போனா, இங்கே எல்லா சௌகரியங்களும் இருக்கிறப்போ, ராணி மாதிரி வீட்டுல இருக்கிறதை விட்டுட்டு, பஸ்ல போய் வந்துக்கிட்டு நீ எதற்காக வேலைக்குப் போகணும்னு இந்தக் குடும்பத்துலே நினைக்கிறாங்க தெரியுமா?''

''விஜய், நான் வேலைக்குப் போறது சம்பளத்துக்காகவா?''

''நிச்சயமா இல்லை... படிச்ச படிப்புக்கும், உன் நிர்வாகத் திறமைகளுக்கும் ஒரு தீனி வேணும். உன் சுதந்திர உணர்வுகளுக்கு ஒரு முழுமை வேணும். இதெல்லாம் என்னாலே புரிஞ்சுக்க முடியும் பத்மினி. ஆனா, எல்லாரும் புரிஞ்சுக்கணும்னு நாம எதிர்பார்க்கிறது தப்பு. வேற வேற சூழ்நிலையிலே வளர்ந்து வாழ்றவங்க அவங்க. இப்ப அதை விடு. உன் சம்பளப் பணத்தை உன் குடும்பத்துக்குக் கொடுக்க விரும்பறே, அதானே?''

''அவ்வளவும் இல்லை, பாதியாவது...!''

''மொத்தப் பணத்தையும் நீ கொடுத்தாக்கூட எனக்கு இதிலே எந்த மறுப்பும் கிடையாது பத்மினி. ஆனா, இன்னொரு விஷயத்தை யோசிச்சியா நீ?''

''எதைச் சொல்றீங்க?''

''உன் கல்யாணத்துக்கப்புறம் உன்கிட்டேருந்து பழைய உரிமைகளோடு சம்பளப் பணத்தை வாங்கிக்க, உங்கப்பாவோட தன்மானம் ஒப்புக்க வேணாமா? அவர் வாங்கிக்குவாரா பத்மினி?''

''ஏன் வாங்கமாட்டார்? இதிலே என்ன தப்பு?''

''தப்பு கிடையாதும்மா... கௌரவப் பிரச்னை. கல்யாணத்துக்கப்புறம் மகள்கிட்டேருந்து பணஉதவி வாங்கிக்கிறதைப் பொதுவா விரும்ப மாட்டாங்க.''

"கல்யாணமாகிட்டா எனக்கு மனைவிங்கிற புது ஸ்தானம் கிடைக்குது. அதுக்காக எங்கப்பாவோட மகள்ங்கிற ஸ்தானம் மாறிப் போயிடுதா விஜய்? பெற்றோருக்கு உதவி செய்யறதிலே மகனுக்கு மட்டும்தான் கடமையா? மகளுக்குக் கிடையாதா?"

"பத்மினி, உன்னோட வாதம் பண்ண என்னால முடியாது. உங்கப்பா நீ கொடுக்கிற பணத்தை வாங்கிப்பாரா? அதை மட்டும் சொல்லு."

"நிச்சயமா வாங்கிப்பார். வாங்கிக்க வைப்பேன்."

"சரி, அப்படின்னா தாராளமா கொடு. எனக்குச் சம்மதம்தான். ஆனா, இதிலே என் சம்மதம் மட்டும் பத்தாது. வீட்டுல பெரியவங்க அப்பா. அவரைக் கேக்காம இதிலே ஒரு முடிவெடுக்கிறது சரியா இருக்காது. அதனால நாளைக்கு நீ என் சம்பளப் பணம்'னு சொல்லி அவர்கிட்டே கொடுத்துடு. உன் விருப்பத்தை அவர்கிட்டே நான் சொல்றேன். அவர் அபிப்பிராயத்தைக் கேட்டுட்டு முடிவு செய்யலாம்."

விஜய் அதோடு அந்தப் பிரச்னைக்குத் தீர்வு கண்டுவிட்டவனைப் போல் எழுந்து மேஜைக்குச் சென்று தன் உத்தியோகச் சம்பந்தப்பட்ட தடியான புத்தகம், ஒன்றை அடையாளம் வைத்த பக்கத்தில் புரட்டிக்கொணடான்.

"நீ படு பத்மினி... நான் கொஞ்சம் படிச்சிட்டு வர்றேன்."

"நீங்க வர்றவரைக்கும் நானும் படிக்கிறேன்."

பத்மினி அந்தக் கவிதைத் தொகுப்பை எடுத்துக்கொண்டு, கட்டிலில் சாய்ந்து, மடியில் தலையணையை வைத்துக்கொண்டு புரட்டினாள்.

அது ஜெயச்சந்திரனின் சமீபத்திய கவிதைத் தொகுப்பு. நேற்று அலுவலக முகவரிக்குத் தபாலில் வந்த புத்தகம்!

முதல் பக்கத்தில்

திருமதி பத்மினி விஜயகுமார் அவர்களுக்கு...

ஒரு நல்ல விமரிசகியான
உங்கள் விமரிசனம் - என்
எழுத்தின் சில தூசிகளைத்
தட்டிக் கொள்ள உதவும்.

- ஜெயச்சந்திரன்

என்று எழுதியிருந்தான். அடுத்த பக்கத்தில், கவிதை என்பது செடியா, இல்லை மரமா? மார்க்கெட்டில் கிடைக்குமா அல்லது மளிகைக் கடையிலா? என்று நூறு கேள்விகள் வைத்திருக்கிற, ஆனால் நான் ஒரு கவிதைக்காரன் என்பதிலும், கற்றவர் சபையில் எனக்குக் கொஞ்சம் மரியாதை கிடைப்பதிலும், விழிகளில் பெருமிதம் கொள்ளும் என் பிரிய மனைவிக்கு இந்தப் புத்தகம் சமர்ப்பணம்' என்று இருந்தது.

மீண்டும் ஒருமுறை படித்தாள்.

ஜெயச்சந்திரன் தன் மனைவியைப் புரிந்துகொண்டிருந்தாலும், தன் ரசனைகளில் அதிக ஈடுபாடு கொள்ளாத மனைவியை அடைந்ததில் ஓர் ஏக்கம் வைத்திருப்பதை இதில் வெளிப்படுத்தியிருக்கிறார்.

திடீரென்று ஜெயச்சந்திரனை நினைத்தபோது, 'பாவம்' என்கிற சொல் மனத்தில் தோன்றியது. இந்த வரிகளை அவர் மனைவி படிக்க மாட்டார்களா? படித்தால் வருத்தப்பட மாட்டார்களா?

இந்தக் கவிதைத் தொகுப்பைப் படித்து முடித்துவிட்டு நாளை அலுவலகம் முடிந்தவுடன் ஜெயச்சந்திரன் வீட்டுக்குச் சென்று, நேரிலேயே விமர்சனம் செய்யவேண்டும் என்று தீர்மானித்துக் கொண்டாள்.

முதல் கவிதையைப் பார்த்தாள்.

ஏனோ?
மரகதப் பச்சைப்
புல்வெளியில்
நானும், சற்றுத் தள்ளி

என் நிழலும்...
நான் கையுயர்த்த
அதுவும் உயர்த்துகிறது.
நான் காலுயர்த்த

அதுவும் உயர்த்துகிறது.
நான் தலையசைக்க
அதுவும் அசைக்கிறது.
நான் பேச -
அது உதடுகளை மட்டும்தான்
அசைக்கிறது, ஏனோ?'

படித்து முடித்துவிட்டு, "என்ன அற்புதமான வரிகள்!" என்றாள் பத்மினி வாய்விட்டு.

தன் புத்தகத்திலிருந்து நிமிர்ந்தான் விஜயகுமார்.

"எதைச் சொல்றே பத்மினி?"

"ஜெயச்சந்திரன் எழுதியிருக்கிற ஒரு கவிதைங்க. கல்யாணத்தில் நான் அறிமுகப்படுத்தி வெச்சேனே..."

"ஓகோ" என்று கூறிவிட்டுத் தன் புத்தகத்தில் பார்வையை ஓட்டிய அவனைச் சற்று ஏமாற்றமாகப் பார்த்தாள். 'அப்படி என்ன வரிகள்?' என்று அவன் கேட்பான் என வெகுவாக எதிர்பார்த்தாள்.

"நான் எதை ரசிச்சேன்னு கேக்க மாட்டீங்களா?" என்று கேட்டே விட்டாள்.

"சரி, சொல்லு... கேக்கறேன்."

பத்மினி ஏற்ற, இறக்கங்களுடன் அந்தக் கவிதையைப் படித்து முடித்துவிட்டு அவன் முகத்தைப் பார்த்தாள்.

"சுத்த முட்டாள்தனமாத்தான் எனக்குப் படுது பத்மினி. கையை ஆட்டிச்சு; காலை ஆட்டிச்சு; தலையை ஆட்டிச்சு; ஆனா, பேசமட்டும் மாட்டேங்குதுன்றார். நிழல் பேசுமா? அது பேசணும்னு எப்படி எதிர்பார்க்கிறார்? பேத்தல்தானே...?"

தோட்டத்துப் பூவைக் கிள்ளி, செடியை விதவையாக்கியதோடு மட்டுமல்லாமல், பூவைக் கீழே போட்டு ஷூவால் மிதித்தது போலிருந்தது பத்மினிக்கு.

"அப்படி நேரடி அர்த்தம் எடுத்துக்கக் கூடாது விஜய். உருவகப்படுத்தியிருக்காரு. நிழலா அவர் சொல்றது தன் மனைவியை. எல்லா விஷயங்களிலேயும் இணைந்து வர்ற அவ. இலக்கிய ரசனைகள்னு வர்றப்போ எதுவும் தெரியாம கிளீன் சிலேட்டா நிக்கறாங்கறதை வெளிப்படுத்தியிருக்கார்."

"இவ்வளவு அர்த்தம் நாமே கற்பிச்சிக்கணுமா? உனக்குப் பிடிக்குது ரசி. எனக்குப் பிடிக்கலை. நான் ரசிக்கலை. என்னை விடு... நமக்கு இதெல்லாம் அவ்வளவு பரிச்சயம் இல்லாத விஷயம்."

விஜயகுமார் மீண்டும் தன் புத்தகத்தில் இறங்கிவிட, தன் கணவரைப் பற்றி தெரிந்திருந்தும் பத்மினிக்கு இவர் இந்த விஷயங்களில் கொஞ்சம் ஆர்வம் உள்ளவராக இருக்கலாமே என்று லேசாக ஓர் ஏக்கம் பிறந்தது. ஒரு நல்ல எழுத்தைப் படித்த சந்தோஷத்தை நான் உடனடியாகப் பகிர்ந்துக்கொள்ள விரும்புகிறேன். 'என்னை விட்டுவிடு' என்று ஓரேயடியாய்த் துண்டித்துக் கொள்கிறாரே!

★★★

காலையில் அலுவலகம் புறப்படுவதற்கு முன்பு, ரேடியோ கிராமில் கர்நாடக சங்கீத இசைத்தட்டுப் போட்டுக் கேட்டுக் கொண்டிருந்த மாமாவின் எதிரில் வந்து நின்றாள் பத்மினி.

சற்றுத் தூரத்தில் நின்று காபி குடித்தபடி இவளையே கவனித்துக் கொண்டிருந்தான் விஜயகுமார்.

"மாமா...!"

நிமிர்ந்தார். 'என்ன?' என்று கூடக் கேட்கவில்லை.

"நேத்து சம்பள கவர் வாங்கினேன்" என்று நீட்டினாள்.

அதை அவர் பெற்றுக்கொள்ளாமல் திரும்பி, "விஜயகுமார்!" என்றார். பாதி குடித்துக் கொண்டிருந்த காபியை அப்படியே வைத்துவிட்டு அவசரமாக வந்து,

"என்னப்பா?" என்றான்.

"அதை வாங்கிக்க" என்றார்.

வாங்கிக்கொண்டான்.

"பத்மினி பேர்லேயே ஒரு பாங்குல கணக்கு ஆரம்பிச்சு அப்படியே அதிலே போட்டுடு" என்று சொல்லிவிட்டு இசையில் லயிக்க ஆரம்பித்துவிட்டார்.

பத்மினி, தங்கள் தீர்மானத்தைச் சொல்லச் சொல்லி ஜாடை காட்டினாள் விஜயகுமாருக்கு. அவன் எச்சில் விழுங்கிக்கொண்டு,"அப்பா" என்றான்.

"உம்?" என்றார்.

"ஒண்ணுமில்லை... வா பத்மினி!" என்று இவளையும் அழைத்துக்கொண்டு வீட்டுக்கு வெளியில் வந்துவிட்டான்.

"என்னங்க கேக்கலையா?"

"காலையில் கடைக்குப் போற சமயத்துல அப்பாவுக்கு மூடு நல்லா இருக்காது. சாயங்காலம் வாக்கிங் போயிட்டு வந்தப்புறம் கொஞ்சம் நல்ல மூடுல இருப்பார் அப்போ சொல்லி, பர்மிஷன் வாங்கிடலாம். பாரு, உன் பேர்லயேதானே கணக்கில போடச் சொல்லியிருக்கார். அதனால எடுத்துச்

சொன்னா சரின்னுடுவார். உன்னை பஸ் ஸ்டாப்ல விட்டுட்டு நான் ஆபீஸ் போறேன், ஏறு.''

காரில் ஏறிக்கொண்டாள் மௌனமாக... மாமாவிடம் விஜய் கேட்பார். இது குறித்து உடனடியாக ஒரு முடிவு ஏற்பட்டுவிடும் என்று நினைத்துக் கொண்டிருந்தவளுக்கு, அவனின் தயக்கமும் பயமும் லேசாக எரிச்சலையே உண்டு பண்ணியது.

''பத்மினி, அதான் சாயங்காலம் கேட்டுடறேன்னு சொன்னேன்ல, அப்புறம் ஏன் உம்முனு இருக்கே?'' என்றான் காரை ஓட்டிக்கொண்டே.

''சரி'' என்றாள் ஒற்றை வார்த்தையில்.

அவளை பஸ் ஸ்டாப்பில் இறக்கிவிட்டுப் போனதும், தான் போகவேண்டிய பஸ் வர, ஏறிக் கொண்டாள் பத்மினி உற்சாகமில்லாமல்.

★★★

''வாங்க, வாங்க!'' என்றான் ஜெயச்சந்திரன். சோபாவைக் காட்டினான். உள்ளே திரும்பி, ''ரஞ்சனி'' என்று குரல் கொடுத்தான். பத்மினி உட்கார்ந்தாள்.

சமையலறையில் இருந்து வந்த ரஞ்சனி வரவேற்றாள்.

ஜெயச்சந்திரன் அவள் எதிரில் நாற்காலியைப் பிரித்துப் போட்டுக்கொண்டு அமர்ந்து அவனாகவே, ''அம்மா என் தம்பி வீட்டுக்குப் போயிருக்காங்க. திருவான்மியூர்ல வீடு. என் மகளையும் கூட்டிட்டுப் போயிருக்காங்க. அதான் வீடு நிசப்தம். இல்லேன்னா வீட்டையே ரெண்டு பண்ணிக்கிட்டிருப்பா ரம்யா'' என்றான்.

''என்ன சாப்பிடறீங்க?'' என்றாள் ரஞ்சனி.

''ரம்யா இருப்பானு நினைச்சு வாங்கிட்டு வந்தேன். வந்ததும் கொடுங்க.'' என்று பிஸ்கட் பாக்கெட்டை நீட்டினாள்

பத்மினி. ''காபி சாப்பிடறேன். இப்ப வேணாம்... உக்காருங்க, பேசலாம்.''

''உங்களோட உக்கார்ந்து நான் என்ன பேசப் போறேன்? துவையலைப் பத்தியும், அவியலைப் பத்தியும்தான் பேசுவேன். நீங்க பேசிட்டிருங்க. அஞ்சே நிமிஷத்திலே சூடா ரவா உப்புமா செஞ்சு கொண்டாரேன்.'' என்று தடுத்தும் கேட்காமல் உள்ளே போய்விட்டாள் ரஞ்சனி.

''புத்தகம் கிடைச்சுதாங்க?''

''ஓ! அதனாலதானே விமரிசிக்க நேர்ல வந்தேன். பிடிச்ச வரிகளைக் குறிச்சு வெச்சிக்கிட்டு எடுத்து வந்தேன்'' என்று கைப்பைக்குள்ளிருந்து புத்தகத்தை எடுத்து, ''ஆனாலும் உங்களுக்குக் கொஞ்சம் திமிர்தான் சார்... சமர்ப்பணத்தில் உங்க மனைவியை இப்படியா வாரி விடறது? அவங்க படிச்சாங்களா... கோவிச்சுக்கலையா?''

''படிச்சாளே... படிச்சிட்டு 'இப்பதான் மொதமொத என்னைப் பத்தி எழுதியிருக்கீங்க'னு சொன்னா.'' என்று சிரித்தான் ஜெயச்சந்திரன் மென்மையாக.

பத்மினி அந்தக் கவிதை நூலை புரட்டிக்கொண்டே ஒவ்வொரு கவிதையையும் விமரிசித்தாள். சிலவற்றுக்கு விளக்கம் சொன்னான். சிலவற்றை மௌனமாக ஏற்றுக்கொண்டான். பொது விஷயங்களைப் பற்றிப் பேச ஆரம்பித்தார்கள். இன்றைய சினிமாவின் நிலை, எழுத்துலகின் நிலை, சமீபத்தில் படித்த புத்தகம் என்று உப்புமாவும், காபியும் சாப்பிட்டுக் கொண்டே பேசி...

திடீரென்று தன் வாட்சைப் பார்த்தாள். மணி 7-10 'திக்'கென்று தூக்கிவாரிப் போட்டது பத்மினிக்கு! மதியம் விஜய் போன் செய்து, 'சாயங்காலம் சினிமா போகலாம்... சீக்கிரம் வந்துவிடு' என்று சொன்னது இப்போதுதான் நினைவுக்கு வந்தது.

✲ ✲ ✲

அத்தியாயம் 23

ஜெயச்சந்திரனிடமும் ரஞ்சனியிடமும் சொல்லிக்கொண்டு அவசரமாகப் புறப்பட்டாள் பத்மினி. பஸ் ஸ்டாப்பில் பதைப்புடன் காத்திருந்தாள். சோதனையாக இவளுக்கான பஸ் அரைமணி கழித்துத்தான் கிடைத்தது. வீட்டுக்கு வந்து சேர்ந்தபோது மணி எட்டரை ஆகியிருந்தது.

வாசலில் கார் இல்லை. உள்ளே நிசப்தமாக இருந்தது. மாமாவின் அறை சாத்தியிருந்தது. ஹாலில் டெலிவிஷன் மூடியிருந்தது. சமையலறைக்கு வந்தாள்.

விஜயா, பரணிக்குச் சாதம் ஊட்டிக் கொண்டிருந்தாள். இவளைப் பார்த்ததும், ''என்னம்மா, இப்பதான் வர்றியா! மணி என்ன ஆகுது?''

''எட்டரை, ஃப்ரெண்ட் வீட்ல பேசிக்கிட்டிருந்ததில் நேரமாயிடுச்சு. பஸ்ஸும் கிடைக்கலை.'' என்றாள் மெல்லிய குரலில்.

''சினிமா புரோக்ராமைச் சொல்லலையா விஜய் உன்கிட்டே?''

''சொல்லியிருக்கார்.''

''ஆறேகாலுக்குள்ளே வந்துடறேன்னு சொல்லியிருந்தேன்...''

''பின்னே?''

''பேச்சு சுவாரஸ்யத்துல சுத்தமா மறந்துட்டேன் அக்கா, சத்தம் போட்டாரா?''

''நல்லா மறந்தே போ. அஞ்சு மணிக்கெல்லாம் வந்து டிரஸ் மாத்தி தயாரா, நீ வருவே வருவேனு காத்துக்கிட்டு ஏழு

மணிக்குக் கோபமா புறப்பட்டுப் போனார். 'இங்கே போறேன். இத்தனை மணிக்கு வருவேன்'னு வழக்கமா சொல்லிட்டுத்தான் போவார். எதுவும் சொல்லாம விருட்டுனு காரை எடுத்துக்கிட்டுப் போயிட்டார். லேட்டாகும்னா முன்னாடியே அவருக்கு போன் செஞ்சு சொல்லியிருக்கலாமில்லே நீ?"

"லேட்டாகும்னு முன்னாடியே எப்படி அக்கா தெரியும்? அவங்க வீட்ல டிபன் செஞ்சு கொடுத்து சாப்பிட்டுத்தான் ஆகணும்னு கட்டாயப்படுத்தினாங்க. அதிலே வேற லேட். ஏழேகாலுக்குத்தான் திடீர்னு நினைவு வந்திச்சு. நான் அவரைச் சமாதானப்படுத்திக்கிறேன். எனக்குச் சாப்பாடு வேணாம்... நீங்க சாப்பிடுங்க."

"இத்தனை நாளாச்சி... என்ன புரிஞ்சுக்கிட்டே நீ? அவர் சாப்பிடாம எப்ப நான் சாப்பிட்டிருக்கேன்? உன் புருஷனை சமாதானப்படுத்தறது இருக்கட்டும் முதல்ல அத்தையைப் பார்த்து சமாதானப்படுத்து. அவங்களும் உன்மேலே கோபமா இருக்காங்க."

"கோபமா... எதுக்கு?"

"மன்னார்குடியிலேர்ந்து உறவுக்காரங்க வந்திருந்தாங்க. அவங்க உங்க கல்யாணத்துக்கு வரலை. மெட்ராஸ் வந்தவங்க உன்னைப் பார்த்துட்டுப் போகணும்னு சாயங்காலம் நாலரையிலிருந்து எட்டு மணி வரைக்கும் இருந்துட்டு நேரமாச்சுன்னு புறப்பட்டுப் போயிட்டாங்க."

"என்ன அக்கா இது. உறவுக்காரங்க வர்றது எனக்குத் தெரியுமா?"

"அது என்னமோம்மா, அத்தை சொல்லி வருத்தப்பட்டாங்க. சொல்லிட்டேன்."

"என்ன சொல்லி வருத்தப்பட்டாங்க?"

"அதை நீ அவங்களையே பார்த்துப் பேசிக்க... எந்திருடி பரணி" என்று சாதக் கிண்ணத்தைக் கையில் எடுத்துக்கொண்டு,

பரணிக்கு வாய் துடைத்துவிட வாஷ்பேசினுக்கு நடத்திச் சென்றாள் விஜயா.

பெருமூச்சுவிட்டாள் பத்மினி.

அத்தையின் அறைக்கு வந்தாள். அத்தை ஜன்னலின் கதவுகளை மூடிக்கொண்டிருந்தாள்.

''சாப்பிட்டீங்களா அத்தை?'' என்றாள் பத்மினி.

அத்தை திரும்பிப் பார்த்துவிட்டு, ''ஆச்சு. என்ன அவசரம் இங்கேனு இவ்வளவு சீக்கிரம் வந்துட்டே நீ?'' என்றாள் சற்றுக் காட்டமாகவே.

''இல்லை அத்தை... வந்து...''

''விஜயகுமார் உட்கார்ந்திருந்து பார்த்துட்டு கடுப்பாகி அவன்பாட்டுக்கு வெளியில் போயிட்டான். மன்னார்குடியிலேர்ந்து என் பெரியப்பா பொண்ணும் அவ புருஷனும் வந்திருக்காங்க. நீ வருவே, வருவேன்னு பார்த்துட்டு, பார்க்க முடியலையேனு குறைப் பட்டுக்கிட்டுப் போனாங்க. காலையிலே ஒன்பது மணிக்கு வீட்டை விட்டுப் போனவ. இப்ப மணி என்ன ஆகுது? சரி, புதுப்பொண்ணு எதுவும் சொல்ல வேணாம்னு நானும் பொறுமையா இருந்தேன். எத்தனை நாளைக்குப் புதுப்பொண்ணு? வந்திருக்கிற வீட்டை அனுசரிச்சு நடந்துக்க வேணாமா?''

படபடவென்று அத்தை பொரிய ஆரம்பிக்க... இத்தனை வேகமான வார்த்தைகளை அவளிடமிருந்து பெற்றுக்கொள்ளும் முதல் சூழ்நிலையில்... விக்கித்து அமைதியாக நின்றாள் பத்மினி.

நியாயங்களோ, விளக்கங்களோ எதுவுமே எடுபடாது இப்போது. எதைச் சொன்னாலும் செவி கொடுத்துக் கேட்டுக் கொள்கிற நிலையில் அத்தை இல்லை.

''கல்யாணத்துக்கு முன்னாடி நடந்துக்கிட்ட மாதிரியே கல்யாணத்துக்கப்புறமும் நடந்துக்கணும்னு நினைச்சா அது

சரியா வராதும்மா. 'உங்களுக்கென்ன, சொத்து இல்லையா சுகமில்லையா... எதுக்காக மருமகப் பொண்ணைக் கல்யாணத்துக்குப் பிறகும் வேலைக்கு அனுப்பறீங்க?'னு ஒரு சொந்தக்காரர் பாக்கி இல்லாம கேக்கறாங்க.

நாங்களா அனுப்பறோம்? அந்தப் பொண்ணு வேலைக்குப் போகப் பிரியப்படுது. போகட்டுமேனு நாங்களும் தடுக்கலை'னு பதில் சொல்லிக்கிட்டிருந்தோம். நாங்க அனுசரிச்சுப் போற மாதிரி நீயும் நடந்துக்க வேணாமா? காணோமே காணோமேனு இவன் நகத்தைக் கடிச்சுத் துப்பிக்கிட்டிருக்கான். எங்கடா போயிருக்காள்னா, ஒரு நண்பர் வீட்டுக்குப் போயிட்டு சீக்கிரம் வந்துடறதா சொன்னாங்கறான். யாருடா நண்பர்னா, கவிதை எழுதறவர்ங்கறான். வீட்டுல பெரியவங்க இருக்காங்களேங்கற நினைப்பு வேணாமா? அட! அதுகூட வேணாம். 'சினிமா போகலாம். சீக்கிரம் வந்துடு'னு புருஷன் சொல்லியிருக்கானே! அந்த வார்த்தைக்கு என்ன மரியாதை கொடுத்திருக்கே நீ? அப்படி என்ன வெட்டிப் பேச்சு வேண்டிக்கிடக்கு பொழுது வெச்சு. அதுவும் வேத்து ஆம்பளைகிட்டே. இதெல்லாம் கொஞ்சம்கூட நல்லா இல்லைம்மா. என்னடா, அத்தை இப்படி எதிரிகிட்டே பேசற மாதிரி பேசறாளேனு நீ நினைச்சாலும் சரி. மனசுக்குள்ளேயே வெச்சிப் புழுங்கிக்கிறதுக்குப் பதிலா வாயைத் திறந்து கொட்டிடறது நல்லதுன்னு பட்டது கொட்டிட்டேன்."

அத்தை கொசுவர்த்திச் சுருளை எடுத்துக் கொளுத்தி வைக்க... பத்மினி எதுவுமே பேசாமல் பேயறைந்தவள்போல் நின்றுக் கொண்டிருந்தாள். உள்ளே புயல் காற்று திமிறித் திமிறி வீசிக் கொண்டிருந்தது. தொண்டை அடைத்துக்கொண்டது. நாக்கின் நுனியில் துடித்துக் கொண்டிருந்த வார்த்தைகளையெல்லாம் சிரமப்பட்டு விழுங்கினாள்.

அத்தை அவளைத் திரும்பிப் பார்த்தாள். படுக்கையைத் தட்டிப்போட்டார். "போய்ச் சாப்பிடு" என்று மட்டும் சொல்லிவிட்டுப் படுத்துக்கொண்டார். கண்ணாடியைக் கழற்றி

மடக்கி வைத்துவிட்டு அருகிலிருந்த டேப்பில் ஒரு காஸெட்டை எடுத்துப் போட....

பத்மினி அமைதியாகத் திரும்பி நடக்க முற்பட்டாள். "இங்க பாரு" என்றாள் அத்தை. பத்மினி நின்றாள்.

"நான் சொல்றது கசப்பாப்படலாம். வெறுப்பாத்தான் இருக்கும். படிப்பு வேற... அனுபவம் வேற. நான் வாழ்ந்து அனுபவிச்சவ. காரணமில்லாமல் கோபப்படமாட்டேன். உன்னைக் கண்கலங்க வைக்கணும்னு எனக்கு ஆசை இல்லை. அந்த லைட்டை அணைச்சுட்டுப் போ."

சுவிட்சை அணைத்துவிட்டு மெதுவாக நடந்தாள். தன் அறைக்கு வந்தாள். கைப்பையை அறையின் ஒரு மூலையில் ஆத்திரமாக வீசினாள். கதவைச் சாத்திவிட்டுக் கட்டிலில் சாய்ந்தாள். அவசரமாகத் துடித்த இதயத்தைக் கட்டுப்படுத்த பெரிதும் முயன்றாள். கண்களை மூடிக்கொண்டாள். கைகளைக் கட்டிக்கொண்டாள்.

அத்தை பேசிய அத்தனை வார்த்தைகளும் மீண்டும் சாட்டை சொடுக்கினதைப் போல் 'சுளீர் சுளீர்' என்று மனத்தில் விழுந்தன.

இப்போது என்ன நடந்துவிட்டது? அப்படி நான் என்ன செய்துவிட்டேன்? இவ்வளவு தூரம் ஆத்திரப்படுமளவுக்கு என்ன இருக்கிறது இதில்? நான் வேலைக்குப் போவதில் இங்கே விஜய்யைத் தவிர மற்றவர்களுக்கு அவ்வளவு விருப்பமில்லை என்பதை 'இத்தனை நாட்களில்' மறைமுகமாக உணர்ந்தாயிற்று. இன்றைக்கு அதை வேறு ரூபத்தில் நேரடியாகச் சொல்லிவிட்டாள் அத்தை.

கல்யாணத்துக்குப் பிறகும் வேலைக்குப் போக விரும்புவதாக ஆரம்பத்திலேயே தெரிவித்து அதற்குச் சம்மதித்துத்தானே பெண் பார்க்கவே வந்தார்கள்? விஜய் இடம் நான் நேரடியாகவே கேட்டேனே... 'தாராளமாகப் போகலாம்' என்றாரே! பிறகென்ன?

வேலைக்குப் போகிற பெண் வீட்டுக்கு மருமகளாக வருவதில் விருப்பமில்லையென்றால் அதை அப்போதே அல்லவா தீர்மானித்திருக்க வேண்டும்?

என்ன மரியாதை தராமல் போய்விட்டேன் நான்? எந்த வகையில் அனுசரித்துப் போகவில்லை? என் இலக்கிய ரசனைகளையும் விவாதங்களையும் வெட்டிப் பேச்சு என்று விமரிசிக்க, இவர்களுக்கு அவற்றைப் பற்றிக் கொஞ்சமாவது தெரியுமா?

'வேத்து ஆம்பளைகிட்டே!'

என்ன ஒரு குத்தல். இதில் எத்தனை அனர்த்தங்கள் இருக்கின்றன! தன் கணவனைத் தவிர வேறு ஆண்களிடம் ஒரு பெண் பேசவே கூடாதா? என்ன ஒரு சந்தேகமான வார்த்தை இது! இவர்கள் காலத்துக் கட்டுப் பெட்டித்தனத்தை வழிவழியாக எல்லா தலைமுறைகளும் சுமக்க வேண்டுமா?

அர்த்தமில்லாத கோபங்கள்! அர்த்தமில்லாத நியாயங்கள்! என் மனம் காயப்படுமே என்றுக்கூடப் பார்க்காமல் வார்த்தைகளைக் கூர்தீட்டி 'சரக்' என்று செருகுவதில் என்ன சந்தோஷம்?

'கல்யாணத்துக்கு முன்னாடி நடந்துகிட்ட மாதிரியே! கல்யாணத்துக்கப்புறமும் நடந்துக்கணும்னு நினைச்சா அது சரி வராதும்மா!'

ஏன் சரி வராது? விஜயா அக்காபோல நானும் வீட்டிலேயே முடங்கிக் கிடக்க வேண்டும். சமையலறையையே வாழ்க்கை அறையாக மாற்றிக் கொள்ள வேண்டும். டெலிவிஷனில் மனைமாட்சி பார்த்துச் சமையல் குறிப்பு எழுதிக் கொள்ள வேண்டும். காஸ் சீக்கிரம் தீர்ந்து விடுகிறதே என்று கவலைப்பட வேண்டும். என்ன சோப்பு போட்டாலும் துணி வெள்ளையாவதில்லை என்று அங்கலாய்த்துக் கொள்ள வேண்டும். போய் வந்த கல்யணத்தில் மணமகள் கட்டியிருந்த

சேலையின் பார்டரைப் பற்றி அரைமணி நேரம் பேச வேண்டும்.

இதுதானா இவர்கள் எதிர்பார்ப்பு? இதுதானா வந்த வீட்டுக்குத் தகுந்தபடி அனுசரித்துப் போவது?

இதுதான் என்றால் என்னால் முடியாது. என்னை நானே கொலை செய்து கொள்ள முடியாது. நிச்சயமாக முடியாது.

என் அம்மாவின் மாமியார் வீட்டிலும் இப்படித்தான் ஆரம்பம் ஆகியிருக்க வேண்டும். இன்றைக்கு இவர்கள் பார்வையில் வேற்று ஆணிடம் பேசுவது குற்றம்போல் அன்றைக்குக் கதை எழுதுதல் குற்றமாகப்பட்டிருக்க வேண்டும். இப்படித்தான் அந்த மாமியார், என் பாட்டி வார்த்தைகளை அமிலத் துளிகளாக வீசியிருக்க வேண்டும். கொஞ்சம் கொஞ்சமாக, ஒவ்வாரு சிறகாகப் பிய்க்கப்பட்டிருக்க வேண்டும். இறுதியாக, பேனாவுக்கு மூடுவிழா நடத்தி, அம்மாவுக்குள் இருந்த எழுத்தாளருக்குக் கல்லறை கட்டப்பட்டிருக்க வேண்டும்.

இதோ, இன்றைக்கு என் மாமியார், வேத்து ஆம்பளையுடன் என்ன வெட்டிப் பேச்சு?'

இந்தக் கேள்வி என் சிறகுகளைப் பிய்க்கத் தொடுக்கப்பட்ட முதல் அம்பு. வேரில் ஊற்றப்பட்ட முதல் சொட்டு வெந்நீர்.

என்னால் முடியாது. அனுசரித்தல் வேறு. அழித்துக் கொள்ளுதல் வேறு. நான் என் அம்மா இல்லை. அவளின் பொறுமை எனக்குக் கிடையாது. அம்மாவுக்கு மாமியார் வார்த்தை வேதம். சட்டம், உத்தரவு. எனக்கு அப்படியில்லை. நான் அடுத்த தலைமுறை! நியாயம்தான் சட்டம்.

சொந்த மருமகளைப் பற்றி ஒரு மாமியாரே சந்தேகக் கண்ணோட்டத்தில் பேசினால் மற்றவர்கள் எவ்வளவு பேசுவார்கள்?

எல்லா பெண்களுமே இப்படித்தான் புழுங்குகிறார்களா, இல்லை நான் மட்டுமா? எனக்கு மட்டும் வார்த்தைகள் ஏன் உரக்க உறைக்கின்றன?

விஜயா அக்காவாக இருந்தால், 'மன்னிச்சுக்குங்க அத்தை... இனிமே என்னை மாத்திக்கிறேன்' என்று சொல்லியிருப்பார்களோ...!

'என்னால் சொல்ல முடியவில்லையே...! தப்பே செய்யாதபோது மன்னிப்பு எதற்கு?'

பத்மினி தனக்குள் சூடாக விவாதித்துக்கொண்டு, இன்னும் கூடப் படபடப்பு அடங்காமல் கட்டிலில் சாய்ந்திருக்க... கதவு தட்டப்பட்டது.

எழுந்து சென்று திறந்தாள். விஜய் மௌனமாக உள்ளே வந்தான். கார் சாவியைத் தூக்கி மேஜைமேல் எறிந்தான். பத்மினி அங்கேயே இல்லை என்பதுபோல் சட்டையைக் கழற்றி மாட்டினான். பாண்ட்டிலிருந்து லுங்கிக்கு மாறினான்.

"விஜய் ரொம்ப ஸாரிங்க! நீங்க சொன்னது நினைவிருந்துச்சு. அது, இதுன்னு பேசிக்கிட்டிருந்ததிலே சுத்தமா மறந்துட்டேன்."

விஜயகுமார் பதில் எதுவும் சொல்லாமல் தனது மேஜையில் அமர்ந்து டிஸைன் ஒன்றை வரைய ஆரம்பித்தான்.

"விஜய், ப்ளீஸ்...! அதான் ஸாரிங்கறேனில்லே?"

"நான் ஒண்ணும் உன்னைக் கேக்கலைம்மா. நீ ஸாரி எல்லாம் எதுவும் சொல்ல வேணாம்."

"ஏன் விஜய் இப்படி யார்கிட்டயோ பேசற மாதிரி பேசறீங்க? மறதி சகஜமில்லையா? அன்னிக்குத் திடீர்னு ரிசப்ஷனுக்கு வா, காலைல சொல்ல மறந்துட்டேன்'னு சொன்னீங்களே, எவ்வளவு அலுப்பா இருந்திச்சு தெரியுமா அன்னிக்கு! ஏதாச்சும் சொன்னேனா? உடனே வரலையா? உங்களோட சேர்ந்து சினிமாப்போக எனக்கு ஆசை இருக்காதா? நான் வேணும்னே லேட்டா வந்த மாதிரி ஏன் இப்படிக் கோபப்படறீங்க விஜய்? ஏன் என்னைப் புரிஞ்சுக்க மாட்டேங்கறீங்க?"

"பத்மினி..." என்று அவளை நேராகப் பார்த்தான். உன் சம்பளப் பணம் விஷயமா சாயங்காலம் அப்பாகிட்டே பேசினதிலேர்ந்து மூடு அவுட்டாகி இருக்கேன். நீ வேற வரலை. அம்மா வேற சில விஷயங்கள் என்கிட்டே சொன்னாங்க. ஒரே டென்ஷனா இருக்கு எனக்கு. இப்ப எதுவும் பேசாதே. எதாச்சும் 'சுருக்'குனு வார்த்தை வந்துடும். பேசாம படு. காலைல பேசிக்கலாம்."

கட்டிலில் படுத்த பத்மினிக்கு உறக்கம் வரவில்லை. மூட் அவுட் ஆகும் அளவுக்கு மாமா என்ன சொல்லியிருப்பார்? அத்தை என்ன சொன்னார்கள்? ஏன் இப்படி இந்தக் குடும்பத்தில் என்னைச் சற்று விலக்கி வைத்துப் பார்க்கிறார்கள்?

பத்மினிக்கு அழுகை வரும்போல் இருந்தது.

* * *

அத்தியாயம் 24

பத்மினி காலையில் கண் விழித்தபோது விஜயகுமார் ஒரு சூட்கேஸில் பாண்ட், சட்டைகளை எடுத்து வைத்துக் கொண்டிருந்தான். குளித்து, உடுத்தி ஒரு பயணத்துக்கான தயார் நிலையில் இருந்தான்.

'வெளியூர் போகிறாரா என்ன... சொல்லவே இல்லையே...!'

"வெளியூரா விஜய்?" என்றாள் குரலை சகஜமாக்கிக் கொண்டு,

"ஆமாம்! ஹைதராபாத் போறேன் கம்பெனி வேலையா..."

"சொல்லியிருந்தா நான் எடுத்து வெச்சிருக்க மாட்டேனா...? எப்போ புறப்படறீங்க...?"

"இன்னும் ஒருமணி நேரத்தில்... இன்னொரு இன்ஜினீயரும் கூட வர்றார்."

"திரும்ப எத்தனை நாளாகும்?" என்று கேட்டுக் கொண்டே, சூட்கேஸில் ஷேவிங் செட்டை வைத்தாள்.

"ரெண்டு நாள்ல திம்பிடுவோம். வேலை முடிஞ்சிட்டா நாளைக்கு ராத்திரியே கூட வந்துடுவோம்" என்றான் அவளைப் பார்க்காமல்.

"ஏன் விஜய் என் முகத்தைப் பார்த்தே பேசமாட்டேங்கறீங்க. என்மேல கோபமா?"

"இல்லை பத்மினி... இப்ப வேணாம். நான் ஊருக்குப் போயிட்டு வந்துடறேன். ஆபீஸ் முடிஞ்சதும் வீட்டுக்கு வந்திடு. வேறே எந்த ப்ரோகிராமும் வெச்சுக்காதே. நான் புறப்படறேன்."

விஜய்குமார் சூட்கேஸை எடுத்துக் கொண்டான்.

சம்பளப் பணம் விஷயமாக அப்பாவிடம் பேசிய விவரத்தை அவராகச் சொல்வார் என்று எதிர்பார்த்தாள் பத்மினி. அவன் நழுவலாகப் பேசி, புறப்படுவதில் தீவிரமாக இருக்க... 'இப்போது அதைப் பற்றி எதுவும் கேட்க வேண்டாம்' என்று தீர்மானித்தாள்.

வீட்டு வாசல்வரை வந்து, விஜயகுமார் ஆட்டோ பிடித்து ஏறிச் செல்லும்வரை நின்று கொண்டிருந்துவிட்டு, பிறகு குளித்துச் சமையலறைக்கு வந்தாள் பத்மினி.

விஜயா அடுப்படியில் வேலையாக இருக்க... பத்மினி கீழே அமர்ந்து காய்கறி நறுக்க ஆரம்பித்தாள்.

"விஜயாவும் செல்லபாண்டியனும் இன்னிக்குச் சாயங்காலம் சீர்காழிக்குப் புறப்படறாங்க ஒரு கல்யாணத்துக்கு" என்றாள் அங்கு வந்த அத்தை சகஜமாக. நேற்று கடுமையாகப் பேசியது வேறு யாரோ என்பதுபோல வெகுஇயல்பாக அவர் பேசியது சற்று வியப்பாகவே இருந்தது பத்மினிக்கு.

"அப்படியா?" என்ற பத்மினி திரும்பி, "யாருக்கு அக்கா கல்யாணம்?" என்றாள் விஜயாவைப் பார்த்து.

"என் மாமா பொண்ணுக்கு. முதல்ல போறதா இல்லை. இன்னிக்குக் காலைலதான் மாமா சொன்னாரு. போயிட்டு வந்துடுங்க'னு."

"பரணியையும் அழைச்சிகிட்டுத்தானே போறீங்க...?"

"எங்களை விட்டுட்டு இருக்கமாட்டா, கூட்டிக்கிட்டுத்தான் போறோம்."

***

"**பத்**மினி... புதிய லைசென்ஸ் விவகாரம் தொடர்பாக நாளை டில்லி புறப்படுகிறேன். திரும்ப நான்கு தினங்களாகும். இந்த நான்கு தினங்களில் நீங்கள் செய்து முடிக்க வேண்டிய

அவசர வேலைகளைப் பற்றி விவாதிக்க அழைத்தேன்'' என்று ஆங்கிலத்தில் ஆரம்பித்தார் மானேஜர்.

விவாதித்தார்கள். பத்மினி குறிப்புகள் எழுதிக்கொண்டாள்.

ஒரு மணி நேரம் கழித்துத் தன் அறைக்குத் திரும்பினாள். பெருமூச்சுவிட்டாள். நேற்றைக்கு அப்பா போன் செய்து 'இந்த வாரத்தில் ஒரு நாள் திருப்பதி போகலாம். மாப்பிள்ளையைக் கேட்டுச் சொல்' என்று சொல்லியிருந்தார். மாப்பிள்ளையைக் கேட்பது இருக்கட்டும்... மானேஜர் டில்லியில் இருந்து திரும்பும் வரை அப்படி இப்படி நகர முடியாது' என்று நினைத்துக் கொண்டாள் பத்மினி.

நினைத்ததை போன்செய்து அப்பாவிடம் தெரிவித்தாள். 'அடுத்த வாரம் பார்க்கலாம்' என்று நம்பிக்கையளித்தாள்.

மாலையில் சற்று அதிக அசதியுடன் வீடு திரும்பினாள் பத்மினி. அறைக்கு வந்து கொண்டையை அவிழ்த்துவிட்டு, சற்று நேரம் கட்டிலில் சாய்ந்து ஓய்வெடுத்துவிட்டு, முகம் கழுவிக்கொண்டாள். பின்னல் போட்டுக் கொண்டு, வேறு புடவை மாற்றிக் கொள்ள பீரோவைத் திறந்தாள்.

புடவை அடுக்கின்மேல் அவளின் சம்பள கவர் இருந்தது. அதன் அடியில், நான்காக மடிக்கப்பட்ட ஒரு காகிதம் இருப்பதைக் கவனித்தாள். காலையிலும் இது இருந்ததா? நான்தான் கவனிக்கத் தவறிவிட்டேனா? என்ன இது?

எடுத்துப் பிரித்தாள். விஜய்யின் கையெழுத்து.

பத்மினி,

உன் சம்பளத்தில் பாதியை உன் வீட்டில் கொடுக்க நீ விருப்பப்படுவதை அப்பாவிடம் பேசினேன். அவருக்கு அதில் சம்மதமில்லை. 'அது முறையாகாது' என்றார். அவர் வார்த்தையை மீறி முடிவு செய்யவேண்டாம் என்று நினைக்கிறேன். எனவே, அவர் சொன்னபடி

நீயே உன் பெயரில் ஒரு சேமிப்புக் கணக்குத் துவக்கி, அதில் இதைப் போட்டுவிடு

– விஜயகுமார்.

அந்தக் கடிதம் அவளுக்குப் பரபரவென்று ஓர் ஆத்திரத்தை உற்பத்தி செய்தது.

நேரில் இதைச் சொல்லத் தயக்கம். அதிலிருந்தே அப்பாவின் எதிர்ப்பில் நியாயம் இல்லை என்று விஜய் உணர்வதாகத்தானே அர்த்தம்? ஆனால், அப்பாவிடம் பேசத் தயக்கம்...

எனக்குப் பயமும் இல்லை; தயக்கமும் இல்லை. நான் கேட்கத்தான் போகிறேன்.

பத்மினி தன் அறையைவிட்டு வந்தாள். ரேடியோ கிராம் அருகில் ஈஸிசேரில் அமர்ந்து கண்மூடி லேசாக அசைந்து கொண்டிருந்த மாமாவிடம் வந்தாள். சற்றுத் தள்ளி சோபாவில் அத்தை அமர்ந்திருந்தாள்.

"மாமா" என்றாள் பத்மினி.

பத்மினி அழைத்ததும் ராஜகோபால் நிமிர்ந்தார். வழக்கம்போல் என்ன என்று கேட்காமல் அவள் முகத்தைப் பார்த்தார். பத்மினி அத்தையை ஒரு தரம் பார்த்துக்கொண்டாள். ஏற்பட்ட தயக்கத்தை உடனே விரட்டினாள்.

"மாமா, என்னோட சம்பளப் பணம் பத்தி நான் எடுத்த முடிவு முறையில்லைனு எதனால தீர்மானிச்சிங்க மாமா?"

"விஜயகுமார்கிட்டே விவரமா சொன்னேன். வந்ததும் கேட்டுக்கம்மா!"

"பரவாயில்லை. என்கிட்டே சொல்லுங்க மாமா."

இப்போது அவர் பார்வையில் லேசான கோபம் இருந்தது. தன் கண்ணாடியைக் கழற்றி வேட்டியின் முனையால் துடைத்துக்கொண்டே நிதானமாகப் பேசினார்:

"இதோ பாரும்மா பத்மினி! கழுத்தில் தாலி இல்லாத பொண்ணை, 'உன் அப்பா என்ன செய்றார்?'னுதான் கேட்பாங்க. தாலி உள்ள பொண்ணை 'உன் புருஷன் என்ன செய்றார்?'னுதான் கேட்பாங்க. கல்யாணத்துக்கப்புறம் ஒரு பொண்ணுக்கு வாழ்க்கை தன் புருஷனையும் அவன் குடும்பத்தையும் சுத்தித்தான். அதுக்காக நீ உன் பிறந்த வீட்டை மறந்தே போயிடணும்னு சொல்லலை. முந்தி மாதிரியே பணம் தர்றது முறையிலே சேர்த்தி இல்லை. அதைதான் விஜயகுமார்கிட்டே சொன்னேன். உன் சம்பளத்தை இந்தக் குடும்பச் செலவுக்குத் தரவே வேண்டாம்மா. அதுக்கு அவசியமில்லை. உங்க எதிர்காலத்துக்கும், நாளைக்கு உங்களுக்குப் பிறக்கப் போற குழந்தைகளுக்காகவும் சேர்த்து வையுங்கனு சொன்னேன்."

"மாமா, எதிர்த்துப் பேசறதா தயவுசெஞ்சு தப்பா எடுத்துக்காதிங்க. உங்ககிட்டே சரிக்குச் சரி வாதம் பண்றது மரியாதை இல்லை. ஆனா, என் பணத்திலே பாதியை என் குடும்பத்துக்குக் கொடுக்கறது எனக்கு நியாயமாப்படுது. அதுக்கு உங்க பிள்ளையும் சம்மதிச்சிட்டார். உங்க சம்மதம் வேணும்."

சில விநாடிகள் மௌனமாக இருந்தார் அவர். அத்தை பதற்றமாய்ச் சொன்னாள். "பத்மினி, என்ன ஆச்சு உனக்கு? அவர்தான் இவ்வளவு பொறுமையா எடுத்துச் சொல்றார், அப்படியும் என்னமோ பிடிவாதமா நியாயம் பேசறியே..."

கோபமாக எழுந்தேவிட்டார் ராஜகோபால். "நீ வாயை மூடிக்கிட்டு சும்மா இருக்கமாட்டே? அவ உன்னையா கேட்டா? என்கிட்டேதானே கேட்டா. உனக்கு ரொம்ப நியாயம் தெரியுமா? அவளுக்குச் தெரிஞ்ச அளவுக்கு நியாயம் உனக்குத் தெரியுமா? கொஞ்சநஞ்சமில்லை. எம். பி. ஏ.! நீ படிச்சியா?" என்று கத்தினார்.

"மாமா, எதுக்காகப் படிப்பை எல்லாம் பத்திப் பேசறீங்க?" என்றாள் பத்மினி சங்கடமாக.

"பேசலேம்மா. விடு. வேலைக்குப் போறது நீ. சம்பாதிக்கிறது நீ. உன் சம்பளம். உன் பணம். என் சம்மதம் எல்லாம் வேணாம். நான் சொன்னது யோசனைதான். நீயாச்சு, உன் புருஷனாச்சு. முடிவு பண்ணிக்குங்க. என்னைக் கேக்க வேண்டியதில்லை."

"மாமா, கொஞ்சம் கோபப்படாம நான் சொல்றதை..."

"கோபம் எல்லாம் எதுவும் இல்லைம்மா. நீ போம்மா. நீ என்ன சின்னக் குழந்தையா... நியாயம் அநியாயம் எடுத்துச் சொல்றதுக்கு... என் வாக்கிங் ஸ்டிக் எங்கே...?"

ராஜகோபால் ஸ்டாண்டில் மாட்டியிருப்பதை எடுத்துக்கொண்டு, ரேடியோ கிராமை நிறுத்திவிட்டு, செருப்பணிந்து புறப்பட்டுப் போனார்.

பத்மினி அமைதியாக நின்றாள். அத்தையைப் பார்த்தாள்.

"இந்த வீட்ல இதுவரைக்கும் அவர்கிட்டே யாரும் எதிர்த்துப் பேசினதே இல்லை. நீ ஆரம்பிச்சு வெச்சிருக்கே. சந்தோஷம்தானே...?"

அத்தை இவள் பதிலுக்குக் காத்திராமல் தன் அறைக்குள் சென்றுவிட... மெள்ள நடந்து சோபாவில் அமர்ந்தாள் பத்மினி.

'என்ன எதிர்த்துப் பேசிவிட்டேன்? என் மனத்தில் உள்ளதைப் பணிவாகத்தானே சொன்னேன்! பேசவே கூடாதா? மாமனாரும் மாமியாரும் மரியாதைக்குரியவர்கள். அதற்காக அவர்களின் வார்த்தைகளை எல்லாம் அருள்வாக்காக எடுத்துக்கொள்ள வேண்டுமா? அவர்களின் நியாயமற்ற கருத்துக்களையும் கைகட்டி வாய் பொத்திக் கேட்டுக் கொள்ள வேண்டுமா?'

பத்மினி மிக உறுதியாகத் தீர்மானித்தாள். 'விஜய் வந்ததும் சொல்லிவிட்டு, பாதிச் சம்பளத்தை அப்பாவிடம் கொடுக்கத்தான் போகிறேன். அப்பாவை வாங்கிக் கொள்ளச் சம்மதிக்க வைத்துவிட முடியும். முடியாத பட்சத்தில், வேறு

வழியும் வைத்திருக்கிறேன். எப்படியும் இந்த விஷயத்தில் நான் விட்டுக்கொடுக்கப் போவதில்லை!

விட்டுக்கொடுத்தால், அது தொடர்கதையாகி... என்னையே நான் தொலைத்து, சுத்தமாக மழுங்கிப்போய்... நானும் மற்றொரு அம்மா! நானும் மற்றொரு விஜயாக்கா! அப்படி ஒரு உப்புச் சப்பற்ற சராசரி வாழ்க்கையை என்னால் சகித்துக் கொள்ளவே முடியாது!'

விஜயா ஊரில் இல்லாததால் சமையல் வேலைகளைக் கவனிப்பதற்காக மறுநாள் காலையில் ஐந்தரைக்கே எழுந்துவிட்டாள் பத்மினி. குளித்துவிட்டுச் சமையலறைக்கு வந்தபோது அத்தை காபி போட்டுக் கொண்டிருந்தாள். டிபன் வேலைகளை ஆரம்பித்தாள் பத்மினி.

குளிப்பதற்காக பாத்ரூமுக்குப் புறப்பட்டுக் கொண்டிருந்த அத்தை, தோளில் துண்டுடன் வந்து, "பத்மினி, டிபன் காரியங்களை மட்டும் செய். மத்தியானச் சமையல் வேலைகளைப் பதினோரு மணிக்கு மேலே ஆரம்பிச்சாப் போதும்" என்றார்.

"பதினோரு மணிக்கா? என்ன அத்தை சொல்றீங்க? நான் ஒன்பதரைக்கே ஆபீஸ் போயிடுவேனே?"

"ஆபீஸ் போறியா? விஜய் உன்கிட்டே சொல்லலையா? சொல்லச் சொல்லியிருந்தேனே!"

"எதைச் சொல்றீங்க?"- புரியாமல் கேட்டாள் பத்மினி.

"விஜயா ஊர்ல இல்லாததால், ரெண்டு நாளைக்கு உன்னை ஆபீஸுக்கு லீவு போட்டுட்டு வீட்ல இருக்கச் சொல்லியிருந்தேனேம்மா..."

"அவர் எதுவும் சொல்லலையே அத்தை. ரெண்டாவது, நான் இருக்கிற பதவில நினைச்சதும் லீவு போட முடியாதே... அதிலேயும் எங்க மானேஜர் டில்லி போறார்.

அவர் திரும்பறவரைக்கும் மொத்த ஆபீஸுக்கும் நான்தான் இன்சார்ஜ். ஆமாம், எதுக்கு லீவு போடணும் அத்தை?''

''என்னம்மா இது! எத்தனை தடவை சொல்லியிருக்கேன். உங்க மாமாவுக்கு மத்தியானச் சமையல் சூடா இருக்கணும்.''

''என்ன அத்தை. இதுக்காக லீவு போடச் சொல்றீங்க? ஒரு ரெண்டு நாளைக்கு மாமாவை அட்ஜஸ்ட் பண்ணி சாப்பிடச் சொல்லுங்க அத்தை. எனக்கு ஆபீஸ்ல அவ்வளவு வேலை இருக்கு.''

''இல்லைம்மா, நான் எதுக்குச் சொல்றேன்னா... சரி, நீ லீவு போட வேணாம்...'' என்று சொல்லிவிட்டு, குளியலறைக்கு நடந்தாள் அத்தை சற்று கோபமாக.

சமையல் காரியங்களில் தீவிரமாக ஈடுபட்ட பத்மினிக்கு லேசாக எரிச்சல் வந்தது. சூடாகச் சமைப்பதற்காகவென்று யாராவது லீவு போடுவார்களா? நான் பார்க்கும் உத்தியோகத்தின் பொறுப்புத்தன்மை எப்படிப்பட்டது என்றுகூடப் புரிந்துக்கொள்ளாமல், இந்த வீட்டில் பிரச்னைகளையே பார்த்து 'சடக்... சடக்' என்று கோபப்பட்டு விடுகிறார்களே!

மாமாவுக்கும் சரி, அத்தைக்கும் சரி; என்மேல் ஒரு தவறான அபிப்ராயம் வளர்ந்து கொண்டிருக்கிறதே... என்னை அகம்பாவம் பிடித்தவளாக அவர்கள் முத்திரை குத்த ஆரம்பித்து விட்டார்களே...

பத்மினி பெருமூச்சு விட்டுக்கொண்டாள்.

மாலையில் அலுவலகம் முடிந்து புறப்படும் வரைக்கும் வேலைகள் பின்னியெடுத்துவிட்டன. எக்கச்சக்கமான மனச் சோர்வுடன் வீடு திரும்பினாள். மாமாவைக் காணோம். வலியச் சென்று பேச்சுக் கொடுத்தபோதும், அத்தை எதுவும் பேசாமல் முகத்தை 'உர்ர்' என்று வைத்திருந்தாள்.

பத்மினி முகம் கழுவி, உடை மாற்றி, இரவு சமையலுக்கு என்ன செய்யலாம் என்று பார்க்க சமையலறைக்கு வந்தபோது,

காலையில் இவள் சமைத்த சாதத்தில் பெரும்பகுதி அப்படியே இருப்பதைக் கண்டாள். தவிர, வேறு ஒரு பாத்திரத்தில் கொஞ்சம் சாதம் இருந்தது. அது இவள் வடிக்காதது!

ஹாலில் டி.வி. பார்த்துக் கொண்டிருந்த அத்தையிடம் வந்தாள். "ஏன் அத்தை மறுபடி சாதம் வெச்சிங்களா, என்ன?" என்றாள் இயல்பாக.

"என் புருஷனுக்குத் தோதா நான் சமைக்காம வேறு யார் செய்யறது?" என்றாள் வெடுக்கென்று.

"ஏன் அத்தை இப்படியெல்லாம் பேசறீங்க? சின்ன விஷயம்..."

"அந்தச் சின்ன விஷயத்திலேகூட என் பேச்சு எடுபடலையே!"

"சமைக்கிறதுக்காக லீவு போட முடியுமா அத்தை?"

"வேணாம்மா...போட வேணாம். நான் போடச் சொல்லலையே! அதான் போன்னு சொன்னேன். போயிட்டு வந்துட்டே. அப்புறம் ஏன் என்னோட மல்லுக்கு நிக்கறே. உன்கிட்டே பேசி என்னால ஜெயிக்க முடியாது."

அத்தை எழுந்து படக்கென்று டிவி.யை அணைத்து விட்டுத் தன் அறைக்கு நடந்தாள். பத்மினி ஆத்திரமாக, அவரசமாக மூச்சுவிட்டாள்.

ஏன் இப்படி வார்த்தைக்கு வார்த்தை குத்துகிறார்கள். நான் சொல்லும் எதையும் இடக்காகப் பதில் சொல்லவே பயன்படுத்திக் கொள்கிறார்களே!

இது எங்கே போய் முடிய போகிறது?

மறுநாள் இரவு பத்து மணிக்கு விஜயகுமார் ஊரிலிருந்து வந்துவிட்டான். குளித்தான். சாப்பிட்டான். தன் அறைக்கு வந்தான்.

"ஏன் ஒரு மாதிரியா இருக்கே பத்மினி?" என்றான்.

பத்மினிக்கு எதைச் சொல்வது, எப்படி ஆரம்பிப்பது என்று புரியவில்லை. அவள் தடுமாறிக் கொண்டிருக்க...

"விஜயகுமார், கொஞ்சம் வந்துட்டுப் போப்பா..." என்று அத்தையின் குரல் கேட்டது.

"என்னன்னு கேட்டுட்டு வர்றேன்."

தன் அம்மாவின் அறைக்கு வந்த விஜயகுமார், "என்னம்மா? எதாச்சும் வேணுமா?" என்றான்.

"எனக்கு எதுவும் வேணாம். கதவைச் சாத்திட்டு வந்து, இப்படி உட்காரு. நீ இல்லாதப்போ, இங்கே என்ன நடந்திச்சின்னு உனக்குத் தெரியணும். உன் பொண்டாட்டி சிலதைச் சொல்லலாம். சிலதை மறைக்கலாம்."

விஜயகுமார் கதவைச் சாத்திவிட்டு, அம்மாவின் படுக்கையில் அமர்ந்து, "என்னம்மா நடந்துச்சு?" என்றான், சற்றே கலக்கமாக.

"இதுவரைக்கும் நம்ம வீட்ல அப்பாவை மீறி ஒரு வார்த்தை யாராச்சும் பேசியிருக்கோமா, சொல்லு..." என்று ஆரம்பித்தாள் அம்மா.

சரியாக முப்பத்தைந்து நிமிடங்கள்.

இங்கே தவிப்புடன், குழப்பத்துடன் பத்மினி காத்திருக்க... ருத்ரதாண்டவ சிவனாய்த் திரும்பி வந்தான் விஜயகுமார்... அத்தனை வேகத்துடன்.

பத்மினியின் புஜத்தை அழுத்தமாகப் பற்றி ஆத்திரமாகக் கேட்டான். "ஏண்டி, என்னடி நினைச்சிட்டிருக்கே உன் மனசில? விக்டோரியா மகாராணியா நீ? லீவு போடச் சொல்லி அம்மா எவ்வளவு சொல்லியிருக்காங்க. மீறிப் போனியாமே? நான்தான் லெட்டர் எழுதி வெச்சிருந்தேனே... அப்புறம் அப்பாகிட்டே போய் என்ன வாய்ச் சவடால் வேண்டியிருக்கு? அப்படி என்ன திமிர் உனக்கு?"

விழிகள் விரிய, அவன் முகத்தையே பார்த்துக் கொண்டிருந்தாள்.

''கேக்கறேன். பதிலே சொல்லாம நிக்கிறே?'' என்று அவள் கூந்தலை ஆத்திரமாகப் பற்றி அசைத்தான்.

''பேசு!'' என்றான் ஆவேசக் குரலில்!

✲ ✲ ✲

அத்தியாயம் 25

உறைந்து போய் நின்றாள் பத்மினி. ஆவேசமாய் நின்ற தன் கணவனை இமைக்காமல் பார்த்தாள்.

அவள் கூந்தலைப் பிடித்திருந்த கையைச் சடக்கென்று எடுத்துக்கொண்டான் விஜயகுமார். அவள் பார்வை தாங்காமல்.

"ஏன் எடுத்துட்டிங்க விஜய்? அடுத்த கட்டமா இப்போ நீங்க என்னை அறையணும், வாங்க. 'நீ நினைக்கிற மாதிரி உன்னை நான் முழுசும் புரிஞ்சுக்கிட்ட புருஷன் இல்லை, நானும் எல்லா சராசரி ஆம்பளைங்க மாதிரிதான்'னு நிரூபிச்சுடுங்க விஜய்" என்று கிட்டத்தட்ட கத்தினாள்.

"எதுக்கு இப்படிக் கத்தறே? கத்திட்டா நியாயம் ஆயிடுமா? அடிக்கிறதுக்கும் எனக்கு உரிமை இருக்கு. ஆனா, சொன்னாலே உறைக்கும்னு நினைக்கிறேன். இங்கே பாரு, இன்னிக்குச் சொல்றதுதான். நல்லா கேட்டுக்க. உன்னோட எண்ணங்களையும் உணர்ச்சிகளையும் என்னால புரிஞ்சுக்க முடியுது. ஆனா, எல்லாராலயும் புரிஞ்சுக்க முடியாது. எல்லார் மேலேயும் திணிக்கிறது முட்டாள்தனம். ஒரு குடும்பத்தில் பல சமயங்கள்ல அனுசரிச்சுத்தான் போகணும். உன் பிடிவாதக் குணத்தை முதல்ல மாத்திக்கோ. யாரும் யாருக்கும் விட்டுக் கொடுக்காம அவங்கவங்க போக்குல நடந்துகிட்டா குடும்பம் உருப்படாது. எனக்கு நீ முக்கியம்தான். உன்னைவிட என் அப்பா, அம்மா முக்கியம். என்னைப் பெத்து, வளர்த்தவங்க. அவங்களை நீ அவமானப்படுத்தற மாதிரி நடந்துக்கிறதை என்னால சகிச்சுக்க முடியாது. இந்த வீட்டுல எங்கப்பா சொல்றதுதான் முடிவு. அப்படித்தான் ஆரம்பத்திலேர்ந்து நடந்துக்கிட்டு வர்றோம். சிலது பிடிக்கலாம். சிலது கசக்கலாம்.

ஆனா, அவரை மீறி நாங்க எதுவும் செஞ்சதில்லை. இனி செய்றதாவும் இல்லை. நீ சும்மா தொட்டதுக்கெல்லாம் வாதம் பண்ணிக்கிட்டிருக்கிற வேலையை விட்டுடு. என்னை மட்டும் அனுசரிச்சு நடந்தா மட்டும் போதாது. எங்கப்பா, அம்மா சொல்றபடியும் கேட்டுக்கிட்டு அடக்கமா, அனுசரணையா நடந்துக்க முடிஞ்சா பாரு... முடியலேன்னா உங்கம்மா வீட்டுக்குப் போய்க் கத்துக்கிட்டு மெதுவா வா...''

விஜயகுமார் அவள் முகத்தைப் பார்த்து வேகமாகப் பேசிவிட்டு, அவள் பதிலுக்காகக் காத்திராமல் உடை மாற்றிக்கொண்டான். படுக்கையில் படுத்தான். அவள் இன்னும் நின்று கொண்டிருந்த திசைக்கு முதுகைக் காட்டிப் புரண்டு படுத்துக்கொண்டான்.

பத்மினி அவன் அருகில் வந்து, ''ஒரே ஒரு விளக்கம் நான் சொல்லலாமா விஜய்?'' என்றாள்.

''உன் எந்த விளக்கமும் எனக்குத் தேவையில்லை...''

விஜயகுமார், கை நீட்டி தலைமாட்டில் இருந்த சுவிட்சைத் தட்டி விளக்கை அணைத்து, இரவு விளக்கை மட்டும் போட்டுக் கொண்டான்.

பத்மினி நாற்காலியில் அமர்ந்தாள். பொங்கி வந்த விம்மல்களைக் கட்டுப்படுத்திக் கொண்டாள். கொப்புளித்த வார்த்தைகளை விழுங்கிக்கொண்டாள். நரம்புகள் 'ஜிவுஜிவு' என்று சுண்டியிழுக்க... சிந்தனை மதயானையாக இலக்கில்லாமல் அங்கும் இங்கும் அலைந்து கொண்டிருந்தது. முட்டியது, மோதியது, மிதித்தது. படபடக்கும் நெஞ்சத்தோடு பன்னிரண்டு மணி, ஒரு மணி, இரண்டு மணி என்று அமர்ந்துகொண்டே இருந்தாள் அப்படியே.

ஆறு மணிக்கு அலாரம் அடித்தபோது வழக்கம்போல் அதைப் பத்மினி நிறுத்துவாள் என்று கண்களைத் திறக்காமலேயே சில விநாடிகள் காத்திருந்தான் விஜயகுமார். அலாரம் தொடர்ந்து அடிக்கவே...

எழுந்து அதை நிறுத்தினான். அறையில் பத்மினி இல்லை. கட்டிலைவிட்டு இறங்கினான். அருகே டீப்பாய் மேல் பேப்பர் வெயிட் வைத்த, மடக்கப்பட்ட காகிதம் இருந்தது. கவனத்தைக் கவர்ந்தது. எடுத்தான், பத்மினியின் கையெழுத்து!

விஜய்,

நம் நாட்டில் கொலைக் குற்றவாளியைக் கூட விசாரணை செய்யாமல் தண்டிப்பதில்லை. உங்கள் பெற்றோரை நான் அவமானப்படுத்திவிட்டதாக நீங்களே முடிவு செய்தீர்கள். என் விளக்கம் கேட்கவும் தயாராக இல்லை. மரியாதைக் குறைவாக நான் நடந்து கொள்ளவே இல்லை. அனுசரித்துப் போதல் என்பது, என்னையே என் சுதந்திரங்களையே அழித்துக் கொள்வதால்தான் முடியும் என்று நினைக்கிறேன். விஜயா அக்காவைப் போல ஒரு மருமகள் அவர்களின் எதிர்பார்ப்பு. என்னால் அவர்களைப் போல் மாற முடியாது விஜய். எனக்குச் சரியெனப்பட்டதைச் சொன்னதால், அனைவருக்கும் எதிரியாய்க் காட்சியளிக்கிறேன். பிடிப்பதைப் பிடித்திருக்கிறது என்று சொல்ற உரிமை இருக்கும்போது, கசப்பதை கசக்கிறது என்று சொல்ல உரிமை இல்லை என்பது என்ன நியாயம்...? என் மனசாட்சி, நான் எந்தத் தவறும் செய்யவில்லை என்று அடித்துச் சொல்கிறது. 'வீட்டைவிட்டு வெளியே போ' என்பதை எவ்வளவு நாசூக்காகச் சொன்னீர்கள் விஜய். 'பெண்களின் உணர்வுகளை, சங்கடங்களைப் புரிந்துகொள்ள முடிகிறது' என்று சொன்ன நீங்கள்தானா என்னை அடிக்கக் கை ஓங்கினது...? என்னை நன்றாகப் புரிந்துக்கொண்ட ஒரு கணவன் எனக்குக் கிடைத்திருக்கிறார் என்று எனக்குள் பெருமிதப்பட்டுக் கொண்டதெல்லாம் கனவா...? அதிர்ச்சியாக இருக்கிறது விஜய். மனத்தில்

சமாதானமாகாமல் அலைகள் ஆர்ப்பரிக்கின்றன. தெளிவு தேவை எனக்கு. அம்மா வீட்டுக்குத்தான் போகிறேன். நீங்கள் சொன்னதைப் போல் கற்றுக் கொள்ள அல்ல. என்னை ஆசுவாசப்படுத்திக் கொள்ள, மனத்தின ஆர்ப்பாட்டத்தை நிலைக்குக் கொண்டு வர. சில நாட்கள் தனிமை நியாயங்களை உணர்த்தட்டும் நம் இரண்டு பேருக்குமே.

பத்மினி.

விஜயகுமார் படித்து முடித்து ஆத்திரமானான். கீழே இறங்கி வந்தான். பூஜையறையில் சுவாமிக்குப் பழைய பூவை எடுத்துவிட்டுப் புதுப் பூமாலையை அணிவித்துக் கொண்டிருந்த அம்மாவிடம் வந்தான்.

''உங்ககிட்ட சொல்லிட்டுத்தான் போனாளா...?''

''யாரைக் கேக்கறேப்பா...?''

''பத்மினியைத்தான் கேக்கறேன்...''

''புரியலையே... வெளியில் போயிருக்காளா...? இவ்வளவு காலையிலேயா...? இன்னும் எந்திரிக்கலையாக்கும்னு நினைச்சிக்கிட்டிருந்தேன், என்ன சொல்றே நீ...?''

''நேத்து கொஞ்சம் கடுமையாக கண்டிச்சேன். மகாராணிக்குக் கோபம் பொத்துக்கிட்டு வந்துடுச்சு. ஒரு பேச்சுக்குச் சொன்னேன், 'இங்கே அப்பா, அம்மாவை அனுசரிச்சு நடந்துக்கறதா இருந்தா இரு... இல்லேன்னா, உங்கம்மா வீட்டுக்குப் போய்க் கத்துகிட்டு வா'னு. ரோஷம் பொங்கிப் புறப்பட்டுட்டா. லெட்டர் எழுதி வெச்சிருக்கா பாருங்க புருஷனுக்கு...''

அம்மா லெட்டரை வாங்கிப் படித்துவிட்டுப் பதறினாள். ''என்னடா இதெல்லாம்... புதுக் கூத்தா இருக்கு. அப்பா வாக்கிங் போயிருக்கார். அவர்கிட்டே எப்படிச் சொல்றது? குதிக்கப் போறார் கிடந்து... ஊர்ல இல்லாத அதிசயமாத்தான்

நமக்குனு வந்து மருமக வாய்க்கணுமா...? என்ன ஆய்ப்போச்சு இப்போ...? எதுக்காக இப்படிப் புறப்படணும். அதுவும் யார்கிட்டேயும் சொல்லிக்காம... புருஷன்னு இருந்தா கண்டிக்க மாட்டானா? சொல்றதுக்கெல்லாம் தலையாட்டிகிட்டே இருக்கணுமா நீ? நம்ம பரம்பரையிலேயே இந்த மாதிரி எனக்குத் தெரிஞ்ச நடந்ததில்லேப்பா..."

"நானே பயங்கர எரிச்சல்ல இருக்கேன். நீங்க வேற ஏம்மா இன்னும் அதை அதிகப்படுத்தறீங்க...?"

"பின்னே இவ செஞ்சிருக்கிற காரியத்துக்கு மெச்சி மாலை போடுவாங்களா...? ஊர்ல நாலு பேர்கிட்டே சொல்லிப் பாரு நியாயத்தை, சிரிப்பாங்க நம்மைப் பார்த்து... இது என்ன சத்திரமா, இல்லை ஓட்டலா இவ இஷ்டத்துக்குப் புறப்பட்டுப் போறதுக்கு. அப்புறம் நமக்கெல்லாம் என்னடா மரியாதை இருக்கு...? எங்களை விடு. புருஷன்தானே நீ? தொட்டுத் தாலி கட்டினவன்தானே? அப்படி என்ன சொல்லிட்டே...? புத்தி சொல்றதுக்கு உரிமையில்லையா...? இதென்ன ஓடுகாலித்தனம்...? படிச்சவ செய்யற வேலையா இது...?"

அம்மாவின் கோபம் உச்சாணிக் கொம்பில் ஏறி உட்கார்ந்து கொண்டது. விஜயகுமார் மௌனமாக ஹாலின் சோபாவில் அமர்ந்து இரண்டு கைகளாலும் நெற்றியைப் பிடித்துக்கொண்டான்.

வாக்கிங் போயிருந்த அப்பா திரும்பினார். மகனையும் மனைவியையும் மாறி மாறிப் பார்த்தார். கடிதம் தரப்பட்டதும் கண்ணாடி போட்டுக் கொண்டு படித்தார். நெருங்கின உறவினர் இறந்துபோன செய்தி தாங்கிய தந்தியைப் படித்தது போல் முகம் மாறியது. தளர்வாகத் தன் ஈஸிசேரில் அமர்ந்துகொண்டார். விஜயகுமாரைப் பார்த்தார்.

அவன் நிலை மாறாமல் இன்னும் தலைகுனிந்து, இரண்டு கைகளாலும் நெற்றியைப் பிடித்தபடியே இருந்தான்.

"அடிச்சியாப்பா...?" என்றார்.

அவர் குரல் கேட்டு அவசரமாக எழுந்துகொண்டான். அவர் வந்ததையோ, அமர்ந்ததையோ அதுவரை உணராத விஜயகுமார்.

"இல்லேப்பா, கோபமா திட்டினேன். புருஷன் பெண்டாட்டின்னா திட்டக்கூடக் கூடாதா...?"

ராஜகோபால் அமைதியாக இருந்தார். பிறகு சொன்னார்.

"தப்பு அவ பேர்ல இல்லை. நம்ம பேர்லதான். தப்பா தேர்ந்தெடுத்துட்டோம். வேண்டாத புத்தகம் எல்லாம் படிச்சிட்டு, எல்லாத்துக்கும் புது நியாயம் கற்பிச்சிக்கிட்டு... சரி விடு. அது அவ குணம். மாறப் போறதில்லை. மாத்திக்கப் போறதுமில்லைனு புரியுது. பரவாயில்லை. நாங்க மாத்திக்கிறோம். எது நடந்தாலும் கண்டுக்காம கேள்வி கேட்காம இருந்தட்டுப் போறோம். போப்பா, போய்ச் சமாதானம் செஞ்சு அழைச்சுக்கிட்டு வா..."

விஜயகுமார் அமைதியாக இருந்தான்.

"எந்திரிப்பா. இங்கே உன் சம்பந்தப்பட்ட எந்த விஷயத்திலேயும் எங்க அப்பா, அம்மா தலையிட மாட்டாங்க'னு சொல்லிக் கூட்டிக்கிட்டு வா. வீட்டுக்கு வந்த பொண்ணு, இப்படிப் புறப்பட்டுப் போறது நமக்குத்தான் கேவலம்..."

"நான் சொல்றேனேனு கோவிச்சுக்காதீங்க" என்று ஆரம்பித்தாள் அம்மா. "மூஞ்சியில் அடிச்ச மாதிரி காரியம் செஞ்சிட்டுப் போயிருக்கா. அவனை அனுப்பிக் கூப்பிடச் சொல்றீங்களே... அது நல்லா இல்லீங்க. வரமாட்டேன்னு சொல்லிட்டா அது இன்னும் அவமானம். அம்மா வீட்டுல போனவுடன், 'ஏன் வந்தே?'னு அவகிட்டே கேட்பாங்க இல்லையா...? இவளுக்குத்தான் படிச்ச திமிரு! வேலைக்குப் போற திமிரு! அவங்களுக்குமா திமிரு...? பார்ப்போமே என்ன செய்யறாங்கனு? நியாயம் அவங்களுக்கும் புரியும்மில்லே... பேசாம இருங்க. ரெண்டுநாள் போகட்டும். எடுத்துச்

சொல்லுவாங்க. அவளுக்கே படும். தானா வருவா... யாரும் கேட்டா, சாதாரணமா அம்மா வீட்டுக்குப் போயிருக்கிறதா சொல்லிக்கலாம்.''

ராஜகோபால் சற்று நிதானித்துவிட்டு, ''அம்மா சொல்றதிலே நியாயம் இருப்பதாகத்தான் படுதுப்பா... எல்லாம் சரியா வரும். மனசைப் போட்டு அலட்டிக்காம குளிச்சிட்டு ஆபீஸுக்குக் கிளம்பு...'' என்று பின்புறம் சென்றுவிட்டார்.

விஜயகுமார், பத்மினி எழுதி வைத்த கடிதத்தை எடுத்துக்கொண்டு தன் அறைக்கு வந்தான். கொடியில் தொங்கின பத்மினியின் சேலையைப் பார்க்கவே வெறுப்பாக இருந்தது.

⋆⋆⋆

காலை ஆறரை மணிக்குப் பெட்டியோடு ஆட்டோவில் தனியாக வந்திறங்கின பத்மினியைப் பார்த்ததுமே 'பக்' கென்றிருந்தது கஸ்தூரிக்கு. பவானியும் சந்துருவும் ஓடிப்போய்ப் பெட்டியை வாங்கிக்கொண்டு,

''அக்கா... அக்கா...'' என்று உதடுகள் விரித்துச் சிரிக்க, பதிலுக்குப் பத்மினி சிரித்தது இயந்திரத்தனமாகத்தான் இருந்தது. குளித்துவிட்டு வந்த வைத்தீஸ்வரன்,

''அட! வாம்மா. என்ன இது காலையிலேயே...?'' என்கிற ஆச்சரியக் கேள்விக்கு,

''அம்மா வீட்டுக்கு வர்றதுக்கு டயம் என்னப்பா இருக்கு...?'' என்று வந்த பதிலில், உண்மை பலவீனமாகத் தோற்றிருந்தது.

டிபன் சாப்பிட்டுவிட்டு, கூடத்தில் அனைவரும் இருக்க... உள்அறையில் இருந்த பத்மினியை, பவானியைவிட்டு அழைத்து வந்து தன் அருகே அமரச்சொல்லி, ''சொல்லு பத்மினி, முகத்தில உணர்ச்சிகளை மறைக்கிறது ரொம்ப சிரமம். சாதாரணமா வரலை நீ... என்ன பிரச்னை? என்ன நடந்திச்சு...?'' என்றார் வைத்தீஸ்வரன்.

பத்மினி நிதானமாக ஆரம்பித்து, எல்லாவற்றையும் கொட்டித் தீர்த்தாள்.

"தப்புமா... நீ செஞ்சது ரொம்ப தப்பு..." என்றாள் அம்மா.

பத்மினிக்கு முன்பாக பவானி பாய்ந்தாள். "என்னம்மா பெரிய தப்பைக் கண்டுட்டே நீ...? அக்கா செஞ்சதில என்னம்மா தப்பிருக்கு...? அக்கா எவ்வளவு பெரிய ஆபீஸர். திடுதிப்புனு லீவு போடுன்னா எப்படிப் போடறது? அவள் சம்பாதிக்கிறா. பணம் அவளுடையது. அதை நம்ம வீட்டுக்குக் கொடுக்கறா... இல்லை, ஆத்துல அள்ளிப் போடறா, அவங்களுக்கென்ன...?"

வைத்தீஸ்வரன் கோபமாக கத்தினார்,

"ஏய் வாண்டு! உள்ளே போ நீ... பெரிசா நியாயம் பேச வந்துட்டே அக்காவுக்கு அனுசரணையா. பல்லு மேலே போடுவேன். நாங்க பெரியவங்க இருக்கிறப்போ நீ என்ன முந்திரிக் கொட்டை மாதிரி..."

"அவளும் இருக்கட்டும்ப்பா. ஏன் இப்படித் திட்டறீங்க? என்னைத் திட்டறத்துக்குப் பதிலா அவளைத் திட்டறீங்களா? இதே மாதிரி, என்னையும் திட்டித் திட்டி அடக்கி வெச்சிருந்தா பிரச்னையே இல்லை. என்னை ஏன் படிக்க வெச்சீங்க...? என்னை ஏன் வேலைக்கு அனுப்பி, நாலுபேரோட பழக வெச்சு, உலகத்தைத் தெரிஞ்சுக்க, சுயமா சிந்திக்க அனுமதிச்சீங்க? இல்லேன்னா, எல்லாரையும் போல நானும் வாயை மூடிக்கிட்டு, அடுப்பங்கரையே கதினு இருந்திருப்பேனே! இப்பவும் சொல்றேன். அந்த வீட்டுல யாரையும் நான் வெறுக்கலை. யார் மேலயும் எனக்குக் கோபமில்லை. அவங்களோட பழமையில ஊறின நம்பிக்கைகளை என்னால் புரிஞ்சுக்க அவங்க தயாரா இல்லை. விஜய்மேல எனக்கு இருக்கிறது வருத்தம்தானேயொழிய, கோபமில்லேப்பா, எந்தக் காலத்திலேயும் பெண்ணுக்கு முதல் எதிரி இன்னொரு பெண்தான் அப்பா. தன் மருமகளைச் சந்தேகக் கண்ணோட்டத்தில் பார்க்கிறதும், பிடிக்கலைங்கிறதுக்காக எது சொன்னாலும்

குத்தலாகப் பேசறதும், பையனைத் தூண்டிவிடறதும் என்ன நியாயம்...? ஏத்திவிட்ட கோபத்திலே அதே வேகத்திலே வந்து என்கிட்டே பாயாறாரு... அவங்க அப்பா, அம்மா என்னைவிட அவருக்கு முக்கியமாம். இருக்கட்டுமே... அதே மாதிரிதான் எனக்கும். என்ன நடந்துச்சுன்னு பொறுமையா கேட்கலாமில்லையா...? அதை விட்டுட்டு மெஷின்கள் மாதிரி வார்த்தையைக் கொட்டினா... நானும் மனுஷிதானேப்பா. கோபம், ஆத்திரம் இதெல்லாம் எனக்கும் வரும். அப்படியும் டீஸென்ட்டாத்தான் லெட்டர் எழுதி வெச்சிட்டு வந்திருக்கேன்'' என்றாள் பத்மினி.

கஸ்தூரி அவள் முன்னால் வந்து நின்றாள். ''பத்மினி உன் ராமாயணம் இருக்கட்டும். இந்த மாதிரி யார்கிட்டேயும் சொல்லிக்காம வந்தது தப்பு. எந்திரி, இப்பவே புறப்பட்டுப் போ... கொஞ்சம்கூட நல்லாயில்லை இது...''

''என்னை மன்னிச்சுடும்மா...'' என்றாள் பத்மினி உறுதியாக.

* * *

அத்தியாயம் 26

அம்மா வீட்டுக்கு பத்மினி வந்து நான்கு நாட்கள் ஆகியிருந்தன. இந்த நான்கு நாட்களில் அம்மா தனியாக, அப்பா தனியாக, இருவரும் சேர்ந்து எவ்வளவோ எடுத்துச் சொல்லியும் தோற்றுப் போனார்கள். அம்மா பிடிவாதமாக வாதிட்டாள்.

“என்னதான் உன் மனசில இருக்கு? இப்படியே இருந்துடப் போறியா...?”

“இல்லை, இது தற்காலிகம்தான்...”

“பின்னே? உன் புருஷன் வந்து உன் கால்ல விழணுமா...?”

“அப்படிச் சொன்னேனா...? என்னை முழுக்கப் புரிஞ்சுக்கணும் அவர்...”

“நீ இங்கே உட்கார்ந்திருந்தா எப்படிப் புரிஞ்சுக்க முடியும்...?”

“இனிமே புதுசாப் பழகித்தான் புரிஞ்சுக்கணும்னு அவசியமில்லை. தனிமை சிந்திக்கச் சொல்லும். பழையதை எல்லாம் நினைக்கச் சொல்லும். நியாயத்தை அலசிப் பார்க்கச் சொல்லும்...”

“அப்போ நீயா போகப் போறதில்லே...?”

“அதிலே அர்த்தமில்லை. இப்போ அவருக்கு அப்பா, அம்மாதான் அதிக முக்கியம். நானும்தான் முக்கியம்னு உணரட்டும் முதல்ல...”

“உணரலேன்னா...?!”

"உணர்வார்... எனக்கு அவரைத் தெரியும். அவர்தான் என்னைச் சரியாப் புரிஞ்சுக்கலையே ஒழிய, நான் அவரைச் சரியா புரிஞ்சு வெச்சிருக்கேன். உணரக்கூடியவர். ஆனா கொஞ்சம் தாமதம் ஆகும்..."

கஸ்தூரி கவலைப்பட்டாள். விட்டுக் கொடுத்தே பழகியவள். மகளின் குணம் தெரிந்ததுதான் என்றாலும், இத்தனை வீம்பும் பிடிவாதமும் அதிகமென உணர்ந்தாள். தனிமை நல்ல மாற்றத்தைத் தன் கணவனிடம் ஏற்படுத்தும் என்று நம்புகிற இவளுக்கு. அதுவே நேரெதிர் விளைவுகளை ஏற்படுத்திவிட்டால் என்னாகும் என்று சிந்திக்கத் தோன்றவில்லை. தன் கணவரிடம் குமுறினாள்.

"இன்னியோட நாலு நாள் ஆச்சுங்க. இவளுக்கு வாதம்தான் முக்கியமாப்படுதே தவிர, வாழ்க்கை முக்கியமாப்படலை, எவ்வளவோ சொல்லிப் பார்த்துட்டோம். இப்படியே விட்டா எப்படிங்க...?"

வைத்தீஸ்வரன் கைகளைத் தலைக்குமேல் கட்டிக்கொண்டு தணிந்த குரலில் பேசினார்,

"யார்கிட்டேயும் சொல்லாம லெட்டர் எழுதி வெச்சிட்டு வந்திருக்கிறது சரியா...? அவங்க எவ்வளவு கோபத்துல இருப்பாங்க...? எந்த மூஞ்சியை வெச்சிக்கிட்டு நான் அவங்ககிட்டே போய்ப் பேசறது?"

"பேசித்தாங்க ஆகணும். ஒரு விஷயத்துக்கு சந்தோஷப்படணும். 'எனக்குக் கல்யாண வாழ்க்கையே பிடிக்கலை... இனிமே அந்த வீட்டுக்கே போகமாட்டேன்'னு வறட்டு வாதமெல்லாம் செய்யலை இவ. நீங்க சம்பந்தியையும் மாப்பிள்ளையையும் பார்த்துக் கொஞ்சம் மனசுவிட்டுப் பேசிட்டு வந்துடுங்க. அவகிட்டே சொல்ல வேண்டாம்..."

⁂

மறுநாள் மாலை வைத்தீஸ்வரன் தன் மில்லில் வேலை முடிந்தவுடன் ஸ்கூட்டரில் விஜயகுமாரின் வீட்டுக்கு வந்தார்.

வாசல் கதவு திறந்திருந்தாலும், ஹெல்மெட்டைக் கழற்றிக்கொண்டு மரியாதைக்காக அழைப்பு மணியை அழுத்தினார்.

உள்ளேயிருந்து கூடத்துக்கு வந்து எட்டிப் பார்த்த விஜயா, "வாங்க, உள்ளே வாங்க!" என்று சொல்லி, ரேடியோ பாடிக் கொண்டிருந்த தன் மாமனாரின் அறைக்குச் சென்று, "மாமா, பத்மினியோட அப்பா வந்திருக்காங்க..." என்றாள்.

ராஜகோபால் ரேடியோவை நிறுத்திவிட்டு வெளியே வந்தார். "வாங்க, உட்காருங்க!" என்று கை கூப்பியதும், வைத்தீஸ்வரன் அமர்ந்தார்.

விஜயா உள்ளே சென்று அத்தையிடம் தகவல் சொல்ல, அவள் தன் அறைவாசலில் கதவுக்குப் பின்புறமாக நாற்காலியைப் போட்டு அமர்ந்துக்கொண்டு, கூடத்துப் பேச்சுகளைக் கேட்க ஆயத்தமானாள்.

"எனக்கு எப்படி ஆரம்பிக்கிறதுன்னே தெரியலை..." என்றார் வைத்தீஸ்வரன் தன் கால் நகங்களைப் பார்த்துக்கொண்டு. ராஜகோபால் மௌனமாக இருந்தார்.

"பத்மினியை ஆரம்பத்திலிருந்தே கொஞ்சம் சலுகை கொடுத்து வளர்த்துட்டேன். எனக்கொரு நியாயம் உங்களுக்கொரு நியாயம் இல்லை. என்ன பிரச்னையா இருந்தாலும் அதை இங்கேயே பேசித் தீர்த்துக்கிட்டிருக்கணும். அதுதான் முறை. சொல்லாம பத்மினி அங்கே வந்தது பெரிய தப்பு..."

"இதைக் கண்டுபிடிக்க உங்களுக்கு நாலு நாளாச்சுங்களா...?" 'சுருக்'கென்றது. எச்சில் விழுங்கினார்.

"வேகத்தில் இருக்கிறப்போ எந்தப் புத்திமதியும் எடுபடாது. ரெண்டு நாளானா மனசு ஒரு நிலைக்கு வரும். அதே மாதிரி, அன்னிக்கு இந்த வீடு எவ்வளவு பதட்டமா இருந்திருக்கும்னு எனக்குத் தெரியும். மறுநாளே வந்திருந்தா என்னை உட்காரச் சொல்லிப் பேசியிருப்பீங்களான்னே சந்தேகம்..."

"சரி, இப்போ எதுக்கு வந்தீங்க...?"

"பத்மினி சின்னப் பொண்ணு. வயசும் அனுபவமும் பத்தாது. சின்னவங்க தப்பு செய்யறப்போ, பெரியவங்கதான் பெருந்தன்மையா மன்னிக்க வேண்டியிருக்கு."

"பத்மினியைப் பக்குவம் இல்லாத பொண்ணுனு சொன்னா ஒப்புக்க முடியாதுங்க. சரி, எதுக்கு வளவளனு பேசிக்கிட்டு... உங்க பொண்ணுக்கு சிந்தனைகள் சரியில்லை. அதைவிட, எங்களுக்குப் பிடிக்கலேன்னு வெச்சுக்குங்களேன். எங்களுக்கு குடும்பத்தோட ஒன்றி, பழகி, ஏத்துக்கிட்டுப் போற மருமகதான் வேணும். பத்மினி நல்ல பொண்ணுதான். தேவையில்லாம தன்னை விசேஷப் பிறவியா நினைச்சுக்கிறா. அதுக்குக் காரணம், வேலைக்குப் போய் வர்றதுதான். வேலையை விடச் சொல்லுங்க. வீட்டோட இருந்து பழகச் சொல்லுங்க. தானா அன்பும் ஈடுபாடும் வரும். குடும்பத்துல ஒட்டுதல் வரும். பாசம் வரும்..."

'பகீர்' என்றது வைத்தீஸ்வரனுக்கு. பத்மினி தன் வேலையை விடச் சம்மதிப்பாளா...? இவர் அதை கண்டிஷன்போல் அல்லவா சொல்ல வருகிறார். அமைதியாக இருந்தார்.

"சிறிசுகளைப் பிரிச்சு வெச்சுப் பார்க்கணும்னு யாருக்குங்க ஆசை வரும்? நடந்ததை மறந்துடுவோம். அவ நினைச்சிட்டிருக்கிற பல விஷயங்கள் நடைமுறைக்குச் சரியா வராதுனு புத்தி சொல்லுங்க. வேலையை ராஜினாமா செஞ்சிட்டு, அழைச்சிட்டு வந்து விடுங்க. காபி சாப்பிடறீங்களா?"

வைத்தீஸ்வரன் மெல்ல ஆரம்பித்தார். "பத்மினி வேலையை விடறதுக்குச் சம்மதிக்கிறது கொஞ்சம் சிரமம்..."

"அப்படின்னா உங்க பொண்ணு இஷ்டத்துக்கெல்லாம் இங்கே நாங்க தலையாட்டிக்கிட்டு இருக்க முடியாதுங்க. நான் சொல்றது நிரந்தரமான தீர்வு... எடுத்துச் சொல்லுங்க. புரிய வையுங்க. நான் கொஞ்சம் வெளியில் போக வேண்டியிருக்கு..."

ராஜகோபால் எழுந்துக்கொள்ள... வைத்தீஸ்வரனும் எழுந்துக்கொண்டார். கைகூப்பிவிட்டு, "மாப்பிள்ளை ஊர்லதானே இருக்கார்...?" என்றார் தயக்கமாக.

"ஊர்லதான். இன்னிக்கு ஆபீஸ்லேர்ந்து வர்றதுக்கு லேட்டாகும்னு சொன்னான்..."

"நான் போயிட்டு வர்றேங்க...!"

ஸ்கூட்டரை நிதானமாக ஓட்டினார். வீட்டுக்குச் சில மளிகைச் சாமான்கள் வாங்க வேண்டியது நினைவுக்கு வர... தனது வாடிக்கையான கடைக்கு வந்து, லிஸ்ட் கொடுத்துவிட்டு... போனைப் பார்த்ததும் ஏற்பட்ட யோசனையில் அனுமதி பெற்றுச் சுழற்றினார்.

"மிஸ்டர் விஜயகுமாரோட பேசணும்."

"ஒரு நிமிஷம்...!"

"ஹலோ, விஜயகுமார் பேசறேன்!"

"நான் வைத்தீஸ்வரன் பேசறேன் மாப்பிள்ளை!"

"வணக்கம் மாமா! சௌக்கியமா...?"

"சௌக்கியம்தான். வீட்டுக்குப் போயிருந்தேன். அப்பாகிட்டே பேசிட்டு வந்தேன். உங்களோடவும் பேசலாம்னுதான் போன் செஞ்சேன். நேர்ல பார்க்கணுமே மாப்பிள்ளை..."

"அப்பாவைப் பார்த்துப் பேசிட்டிங்கதானே, அது போதும்..."

"பத்மினி வேலையை ராஜினாமா செய்யணும்னு..."

"யோசிச்சுப் பேசறவர் அப்பா. அவர் சொல்றதை நான் மீறமாட்டேன். அவர் சொன்னா நியாயம் இருக்கும். சிலது நியாயம் இல்லேன்னாக் கூட, குடும்ப நன்மைக்காகச் சரின்னுடுவேன். எங்க குடும்பத்தில் இதுவரைக்கும் எந்தப் பிரச்னையும் இல்லை. இனிமேயும் இருக்கக் கூடாது. நானோ, பத்மினியோ ஒரு பிரச்னையாயிடக் கூடாது. அதனால் அவர் சொல்றபடி செய்யுங்க. வெச்சிடறேன் மாமா..."

எதிர்முனை வைக்கப்பட்டுவிட்டது.

சோர்வாக வீடு திரும்பினார் வைத்தீஸ்வரன். சாப்பிட்டு முடிந்து, எல்லோரும் இருக்கும்போது ஆரம்பித்துச் சொன்னார்,

''நிஜமாவா...?'' என்று அதிர்ந்தாள் பத்மினி. ''விஜய்யும் நான் வேலையை விடணும்னு சொன்னாரா...?''

''நேரடியா அப்படிச் சொல்லலை. ஆனா, அப்பா முடிவை மீறமாட்டேன்னு சொன்னார்...''

''நோ! என்னால் முடியாது. முடியவே முடியாது!''

''அப்ப என்னதான் சொல்றே...?''

''இது என் வாழ்க்கை பிரச்னை. நானே தீர்த்துக்கறேன். விஜய் இப்போ சொந்தக் கருத்துக்கள்ல இல்லை. அவர் மேல திணிக்கப்பட்ட கருத்துக்கள்ல இருக்கார். அவர் ஒண்ணும் என் விரோதியில்லை. நாளைக்கு நானே அவர்கிட்டே பேசப் போறேன்...'' என்றாள் பத்மினி.

மறுநாள் அலுவலகத்துக்கு வந்த பத்மினி அன்று செய்ய வேண்டிய வேலைகளுக்கான குறிப்புக் காகிதத்தை எடுத்து வைத்துக்கொண்டாள். அந்த வேலைகள் தொடர்பான ஃபைல்களை கொண்டுவரச் சொன்னாள். மூன்று 'லோக்கல்' கால் பேசினாள். இரண்டு வெளியூர் 'கால்கள் புக்' செய்தாள். டைப்பிஸ்டை அழைத்துக் கடிதங்கள் டிக்டேட் செய்தாள்.

ஒரு மணிநேரத்தில் பாதி வேலைகளை முடித்துவிட்டு விஜயகுமாரின் அலுவலக எண்ணைச் சுழற்றினாள். செக்ஷனில் எடுத்தவரிடம் சொல்லி, சில விநாடிகளில்...

''ஹலோ, விஜயகுமார் பேசறேன்!''

''ஹலோ விஜய், நான் பத்மினி'' என்றாள் சற்று உற்சாகமாகவே!

எதிர்முனையின் லேசான அதிர்ச்சியை இங்கே இவளால் உணர முடிந்தது.

"விஜய், லைன்ல இருக்கிங்களா?"

"உம்" கனமான 'ம்.'

"எப்படி இருக்கிங்க விஜய்?"

"உம்."

"பேச மாட்டிங்களா விஜய்?"

"என்ன விஷயம்? சட்டுனு சொல்லு!"

"உங்களுக்கு அவசரமான வேலை இருக்கா? அப்புறம் போன் செய்யட்டுமா?"

"பரவாயில்லை, சொல்லு."

"இன்னும் நார்மலான மனநிலைக்கு வரலையா விஜய்?"

"நாலு ஜென்மத்துக்கும் மறக்காத மாதிரி காரியம் செஞ்சிருக்கே."

"விஜய், அதைப் பத்தியும் பேசுவோம். எல்லாத்தையும் பேசுவோம். நிறுத்தி, நிதானமா, உட்கார்ந்து, கோபமில்லாம பதட்டமில்லாம ஒன்றுவிடாமல் பேசுவோம். போன்ல வேணாம் விஜய். எங்கே பேசுவோம்? எப்போ பேசுவோம்?"

"நெருப்பையும் பத்த வெச்சிட்டு, ஃபயர் சர்வீஸுக்கும் போன் செய்றது விசித்திரமான காரியம் பத்மினி. நீ என்ன பேசுவேன்னு எனக்குத் தெரியும். நான் என்ன பேசுவேன்னு உனக்குத் தெரியும். பேச வேண்டியதை எங்கப்பாவும் உங்கப்பாவும் பேசிட்டாங்க."

"அப்பா சொன்னார். நான் வேலையை விடணும். அதானே? என் கேள்வி என்னான்னா, உங்க எண்ணமும் இதுதானா?"

"எங்கப்பா சொல்றதில் நியாயம் இருக்கு. எனக்கு வேலை இருக்கு நிறைய போனை வெச்சிடறேன்."

“இருங்க விஜய்” என்று இவள் சொல்லிக் கொண்டிருக்கும் போதே, எதிர்முனை வைக்கப்பட்டுவிட... தளர்ந்துப்போய் மெதுவாக ரிஸீவரை வைத்தாள் பத்மினி.

★★★

விஜய் தன் அலுவலக நேரம் முடிந்ததும், மேஜையின் டிராயர்களை மூடிவிட்டு, மேஜை மேலிருந்த கார் சாவியை எடுத்துக்கொண்டு புறப்பட்டான்.

வெளியே தன் காருக்கு வந்தபோது, அதன் பானெட்டில் அமர்ந்து ஆங்கில நாவல் ஒன்றைப் படித்துக் கொண்டிருந்த இளங்கோ இவனைப் பார்த்ததும் குதித்து இறங்கினான்.

“இளங்கோ, டெல்லியிலிருந்து எப்போ வந்தே?”

“மத்தியானம்தான் வந்தேன். எப்படி இருக்கே விஜய்?”

“நல்லா இருக்கேன்...”

“இங்கேயே நின்னு பேசணுமா? வா, வண்டியை எடு. எனக்குச் சரியான பசி. ஒரு நல்ல ஓட்டலுக்குப் போவோம்.”

விஜய் நிதானமாக காரோட்ட, சில விநாடிகள் அமைதியாக இருந்த இளங்கோ, “இன்னிக்கு நான் ஆபீஸ் போகலை. மாடி வீட்ல சாதாரணமா பேசப் போனேன். உன் அத்தை எல்லாம் சொன்னாங்க. எனக்கு வெக்கமா இருக்கு விஜய்.”

“எதுக்கு?”

“உன்னை என்னோட ஃப்ரெண்டுனு சொல்லிக்கிறதுக்கு.”

“ஏன்?” என்றான் சற்றே கடுமையாக.

“சிஸ்டரோட குணம் தெரிஞ்சும் அவங்களை வேலைக்குப் போகக்கூடாதுனு உங்கப்பா சொல்றதும், கொஞ்சம்கூட யோசிக்காம நீயும் அதை வலியுறுத்தறதும் என்னால ஜீரணிக்கவே முடியலை.”

"இளங்கோ, என் மாமியார் உனக்கு எவ்வளவு சொன்னாங்க. அதை எப்படிச் சொன்னாங்கனு எனக்குத் தெரியாது. இதோ, நாணயத்தின் மறுபக்கம் என்கிட்டே இருக்கு... முழுசும் கேளு. அப்புறம் பேசு."

"சொல்லு!"

விஜயகுமார் நடந்ததைச் சுருக்கமாகச் சொல்லி முடித்தான். "இப்போ சொல்லு, தப்பு யார் பேர்லே?"

"ஒரு பழமொழி தெரியுமா விஜய்? 'யாரு வெச்ச கொள்ளியோ, வீடு பத்தி எரியுது'வீ டு பத்தி எரியறப்போ யாரு வெச்ச கொள்ளினு ஆராய்ச்சி நடத்தறது விவேகமா? பெரிசா எரியறதுக்குள்ளே அணைக்கிறது விவேகமா? எப்படியாவது நெருப்பை அணைக்கிறதுதான் முக்கியம்."

"அதுக்காக?"

"அதுக்காக நீயா எந்த முயற்சியும் எடுக்கலை. அவங்களா மனம்விட்டுப் பேசுவோம்னு போன்ல பேசியும் பிடிவாதமா பேச்சை கட் பண்ணியிருக்கியே, என்ன நியாயம் இது?"

"லெட்டர் எழுதி வெச்சிட்டு சொல்லாம கொள்ளாம வீட்டைவிட்டுப் போறது என்ன நியாயம் இளங்கோ?"

"போகச் சொன்னது நீதானே?"

"ஆத்திரத்திலே ஒரு பேச்சுக்குச் சொன்னேன்."

"உன் மனைவியால ஒரு வார்த்தை தாங்க முடியாதுனு உனக்குத் தெரியாதா? இத்தனை நாள் பழக்கத்தில் அவங்க ரோஷமும் தன்மானமும் உனக்குப் புரியலையா? அந்த ரோஷத்தையும் தன்மானத்தையும் கல்யாணத்துக்கு முன்னாடி நீ ரசிக்கலையா? 'இப்படித்தான் ஒரு பெண்ணை மனைவியா அடையணும்னு நான் கற்பனை செஞ்சு வெச்சிருந்தேன்'னு என்கிட்டே சொல்லிச் சந்தோஷப்படலையா?"

விஜயகுமார் அமைதியாக காரை ஓட்டினான்.

"அவங்க அம்மா சொன்னதிலிருந்து நான் கொதிச்சுப் போயிட்டேன் விஜய். சிஸ்டர் செஞ்சதெல்லாம் நியாயம்னு நான் சொல்ல வரலை. இன்னும் அவங்ககிட்டே நேரடியா பேசலை. ஆனா, நீங்க போடற கண்டிஷன்தான் எனக்கு அதிர்ச்சியா இருக்கு. ஒரு நிமிஷம் காரை ஓரமா நிறுத்து சொல்றேன்."

நிறுத்தினான்.

"என்னைப் பார்த்துச் சொல்லு. தெளிவா சொல்லு. இந்த நிமிஷம் உன் மனைவியை நீ நேசிக்கிறியா, இல்லை வெறுக்கறியா?"

விஜயகுமார் அந்தக் கேள்வியால் சற்றுத் திணறினான்.

✲ ✲ ✲

அத்தியாயம் 27

"என்ன கேள்வி இது?'' என்றான் விஜயகுமார்.

''நழுவாதே. என் முகத்தை நேராப் பார்த்துச் சொல்லு. உன் மனைவியை நீ இந்த நிமிஷம் நேசிக்கிறியா, இல்லை வெறுக்கிறியா?'' என்றான் இளங்கோ.

''ரெண்டும்'' என்றான் அமைதியாக.

''ஏதாச்சும் ஒண்ணு சொல்லு விஜய். எப்படி ரெண்டும் இருக்க முடியும்?''

''இருக்குதே இளங்கோ... பத்மினியை நான் பார்த்துப் பேசி, பழகித்தான் கல்யாணம் செஞ்சுக்கிட்டேன். நடுவிலே சின்னச் சின்ன உரசல்கள் வந்து போனாலும், நான் அவமேல வெச்சிருக்கிற அன்பு மாறலை. இப்பவும், அவ செஞ்ச காரியத்தால் கோபம் வருதேயொழிய அதுக்காக 'அவ என் மனைவியே இல்லை, எனக்கும் அவளுக்கும் இனி எந்தச் சம்பந்தமும் இல்லை'னு துண்டிச்சுப் பேசற அளவுக்கான கோபம் இல்லை. அவளோட சுதந்திர உணர்வு, தன்மானம் எல்லாம் சரிதான். அதே சமயம், பிடிவாதமும் கொஞ்சம் அலட்சியமும் இருக்கே... அதுதான் வெறுப்பைத் தருது.''

''அப்படி என்ன பிடிவாதம் பிடிச்சுட்டாங்க சொல்லேன்?''

''அதான் சொன்னேனே... உன் சம்பளப் பண விஷயமா அப்பா இப்படி முடிவு செஞ்சிருக்கார்னு' நான் லெட்டர் எழுதி வெச்சுட்டுப் போனப்புறமும், இவ நேரடியா அப்பாகிட்டே பேச வேண்டிய அவசியம் என்ன?''

''சரி, என்ன அலட்சியம் பண்ணிட்டாங்க?''

"எங்கம்மா அவ்வளவு சொல்லியும் லீவு போடாம ஆபீஸ் போகணுமா? நான் கோபத்தில் ஒரு வார்த்தை சொல்லிட்டேங்கிறதுக்காக வீட்டை விட்டு போகணுமா - அதுவும் எனக்கு மட்டும் லெட்டர் எழுதி வெச்சுட்டு! அப்ப எங்கப்பா, அம்மாவுக்கு வீட்ல என்ன மரியாதை இருக்கு?"

இளங்கோ அமைதியாக இருந்தான்.

"என்ன, பதில் இல்லை?"

"நீ சொன்னதுக்கெல்லாம் ஒரு சரியான பதில் சிஸ்டர்கிட்டே இருக்கும்னு நான் நினைக்கிறேன். அதைத் தெரிஞ்சுக்காம நானா எப்படிச் சொல்லறது விஜய்? ஆனா ஒண்ணு... அவங்க வேலையை விட்டுட்டா இதெல்லாம் சரியாப் போயிடுமா?"

"குடும்ப நிர்வாகத்தைக் கவனிக்கிறப்ப குடும்பத்திலே ஒரு ஒட்டுதலும் பாசமும் உண்டாகும்னு அப்பா நினைக்கறார்!"

"அப்பா நினைக்கட்டும். நீ என்ன நினைக்கறே?"

"அப்பா சொல்றதிலே நியாயம் இருக்குனு நினைக்கிறேன்."

"நான் என்ன நினைக்கறேன் தெரியுமா?"

"சொல்லு!"

"உங்க வீட்ல உன்னை நல்லா மூளைச் சலவை பண்ணியிருக்காங்கன்னு நினைக்கறேன்."

"இளங்கோ!"

"ஏன் கத்தறே? உண்மை கசக்கத்தான் செய்யும். ஒண்ணு புரிஞ்சுபோச்சு எனக்கு. இப்போ பிரச்னை உனக்கும் உன் மனைவிக்கும் நடுவிலே இல்லை, உன் பேரண்ட்ஸுக்கும் உன் மனைவிக்கும் நடுவிலேதான். அவங்களுக்குள்ளே எப்படியோ ஒரு மனவேற்றுமை வளர்ந்திருக்கு. அதைப் பக்குவமா நீக்கவேண்டிய நீ பதட்டப்பட்டு மேலும் சிக்கலாக்கிட்டேன்னு நினைக்கிறேன். இப்போ அது ஈகோ க்ளாஷ்ல வந்து நிக்கறது... தன்மானப் போர்!

நீயா, நானா... யார் பெரிய ஆள்ங்கிற பள்ளிக்கூடத்துச் சண்டை இது. இதிலே, உங்கரெண்டு பேரோட இனிமையான இல்லறம் நசுங்கிக்கிட்டிருக்குனு புரியலையா உனக்கு?''

''என்ன நீ, என்னையே குற்றம் சொல்றே? நான்தான் விளக்கமாகச் சொல்றேனே... நான் சொன்ன ரெண்டு பாயிண்ட்டுக்கு பதிலைக் கேட்டுச் சொல்லு?''

''சொல்றேன். அப்போ இந்தப் பிரச்னையை நீ உங்கப்பா கையில் கொடுத்துட்டியா...?''

''இது குடும்பப் பிரச்னை. குடும்பத்தில் அப்பாதான் தலைவர். அவர்தான் முடிவு செய்யறது வழக்கம்.''

''கேக்கறேன்னு கோவிச்சுக்கக் கூடாது. கல்யாணத்துக்கு முன்னாடி நீயும், சிஸ்டரும் சந்திச்சுப் பேசினீங்களே... அது உங்கப்பாவுக்குத் தெரிஞ்சுதான் நடந்திச்சா, இல்லை... இன்னைய வரைக்கும் தெரியுமா?''

''அது... அது...'' தடுமாறினான் விஜயகுமார்.

''இத்தனை நாள் உன்னோட பழகினதிலே நான் இன்னும் உன்னைப் புரிஞ்சுக்கலேன்னா, அதுக்குப் பேரு நட்பே இல்லை. உன்னோட முற்போக்குச் சிந்தனைக்கும், பக்குவமான மனசும் இப்போ மழுங்கிப் போயிருக்கு. காரணம், உனக்கு சிஸ்டர் மேல இப்போ திடீர்னு முளைச்சிருக்கிற கண்மூடித்தனமான வெறுப்பு. அவங்க வேலையை விடணும்னு சொல்றது ஒருவகைத் தண்டனையா நினைக்கறே... அதிலே உன் தன்மானத்தைக் குளிர்காய விடப் பார்க்கறே. பழியை அப்பாமேல போடறே... முட்டாள்! இது உன் வாழ்க்கைடா. முடிவு செய்ய வேண்டியது நீ. சிஸ்டரும் நீயும் மனசு விட்டுப் பேசுங்க. கௌரவம் பார்க்காம நாளைக்கு அவங்களுக்கு போன் செஞ்சு பேசு. என்ன?''

''ஸாரி இளங்கோ! வேற பேசுவோமா? டில்லில் குளிர் எப்படி?''

இளங்கோ சில விநாடிகள் மௌனமாக இருந்தான். காரின் கதவைத் திறந்து கீழே இறங்கினான்.

"இளங்கோ, ஏன் இறங்கிட்டே? பசிக்குதுன்னியே, வா ஓட்டலுக்குப் போவோம்."

"தாங்க்ஸ்! டில்லியில் குளிர் அதிகம்தான். மெட்ராஸ்லதான் எப்பவும் சூடு. அப்புறம் பார்க்கலாம்."

இளங்கோ கதவைச் சாத்திவிட்டு எதிரே இருந்த பஸ் நிறுத்தத்தை நோக்கி நடந்தான். சில விநாடிகள் அவனையே பார்த்துக் கொண்டிருந்து விட்டு காரைக் கிளப்பினான் விஜயகுமார்.

★★★

வீட்டுக்கு வந்து கைத்தறிப் புடவைக்கு மாறி முகம் கழுவிக்கொண்டாள் பத்மினி. அப்பாவும் சந்துருவும் இன்னும் வந்திருக்கவில்லை. ஹாலில் பவானிக்கு மருதாணி வைத்துக் கொண்டிருந்தாள் அம்மா. மணி ஆறை நெருங்கிக் கொண்டிருந்தது. பத்மினி லேசாக ஒப்பனை செய்துக்கொண்டு பைண்ட செய்த ஒரு புத்தகத்துடன் வந்து சோபாவில் உட்கார்ந்து கொண்டாள்.

"நீயும் மருதாணி வெச்சுக்கறியாக்கா?" என்றாள் பவானி.

"இல்லை, வேணாம்."

"ஏண்டி? வெச்சுக்கயேன்" என்றாள் அம்மா.

'வெச்சு யார்கிட்டே அழகு காட்டச் சொல்றே?' என்று கேட்க வந்தவள் மாற்றிக்கொண்டு, "வேணாம்னா விடேன்" என்றாள் சிடுசிடுப்பாக.

"மாப்பிள்ளையைப் பார்த்துப் பேசினியா பத்மினி?"

"இல்லை" என்றாள் புத்தகத்தைப் புரட்டிக்கொண்டே.

"ஏன்? ஊர்ல இல்லையா?"

"போன் செஞ்சு பேசினேன். 'எங்கப்பாவும் உங்கப்பாவும் பேசினது போதும்'னு சொல்லிப் பாதிப் பேச்சுல போனை வெச்சுட்டார்."

"ஐயோ! அவ்வளவு கோபமாவா இருக்காரு?"

"நாலு ஜென்மத்துக்கும் மறக்க முடியாதபடியான காரியம் செஞ்சுட்டேனாம்."

"இப்படி இரண்டுபேரும் வீம்பு பண்ணினா எப்படிம்மா?"

"நான் என்ன வீம்பு செஞ்சேன்? இப்ப நானாத்தானே போன் செஞ்சேன்...?"

"பிரச்னை தீரணும். சேர்ந்து வாழணும்னு எண்ணம் இருக்கில்லையா?"

"காட்டுத்தனமான கோபம் என்கிட்டே இல்லை. நடந்ததைப் பிளவா நினைக்கலை நான். சின்ன விரிசலாத்தான் நினைக்கிறேன். சரி செய்யணும்னுதான் நினைக்கிறேன். அதனாலதான் போன் செஞ்சேன்."

"அதைத்தான் வீம்புனு சொல்றேன். பிரச்னை சரியாகணும்னு நினைக்கற நீ போன்ல என்ன பேச வேண்டியிருக்கு? உனக்கு அந்த வீட்ல உரிமை இல்லையா? நேரா வீட்டுக்குப் போ, பாரு. பேசு. அதை விட்டுட்டு..."

"அவர் எந்த மூடுல இருக்கார்னு தெரியாம எப்படிம்மா போக முடியும்?"

"இப்போ மூடு தெரிஞ்சுக்கிட்டியா?"

"தெரிஞ்சுக்கிட்டேன். அவர் சுயசிந்தனையில் இல்லை. இப்ப நேர்ல பார்த்தும் பிரயோஜனம் இல்லை. ஒரு சமயம் ஆத்திரமா வந்தாலும், ஒரு சமயம் அவரை நினைச்சாப் பரிதாபமா இருக்கு."

"நான் உன்னை நினைச்சுப் பரிதாபப்படறேன். நீ அவரை நினைச்சுப் பரிதாபப்படறியா? சிரிப்புத்தான் வருது."

பத்மினி, மௌனமாகப் புத்தகத்தைப் படித்தாள்.

"பத்மினி, உன் மேல் தப்பே இல்லையா?"

"சொல்லாம லெட்டர் எழுதி வெச்சுட்டு வந்தது தப்புதான். நானும் மனுஷிதானேம்மா? உப்பு போட்டுத்தானேம்மா சாப்பிடறேன். ரோஷம் கண்ணை மறைக்கிறப்போ, முறைப்படி நடந்துக்க முடியாதும்மா, அவர் என்னை அடிக்கலையே ஒழிய, அடிக்கக் கை ஓங்கற லெவலுக்கு வந்தாரேம்மா. எவ்வளவு பெரிய காரியம் அது! ஏதாவது என்னை நிதானமா கேட்டாரா? அம்மா சொல்லிட்டாங்கன்னதும் வந்து முடியைப் பிடிச்சாரே... பிளாட்பாரத்து ரிக்ஷாக்காரன் செய்யற வேலைம்மா அது..."

"அப்படி எல்லாம் பேசாதேடி."

"ஏன், பேசினா என்ன? ரெண்டையும் பேசறேன். அவருக்குள்ளே திடீர்னு வந்து உக்காந்த மிருகம் செஞ்ச வேலை அது. அவரா செய்யலை. அதுவும் புரியுது, எனக்கு அதையும்தான் சொல்றேன். அதுமாதிரி ஆத்திரமும் ரோஷமும் என்னை விரட்டிடுச்சு. பெட்டியைத் தூக்கிட்டு, வந்துட்டேன். நிதானமா யோசிக்கிறப்போ, அப்படி வந்திருக்கக்கூடாதுனு தோணுது."

"உணர்ற நீ மன்னிப்புக் கேட்டுத் தொலையேன், நேர்ல பார்த்து."

"தாரளமா, அதுக்காகத்தானே சந்திக்க விரும்பி போன்லே பேசினேன். அவர் பிடிகொடுத்துப் பேசலையே. தப்பை நான் மட்டும் உணர்ந்தாப் போதுமா? அவரும் உணர வேணாமா?"

"சரி, அவர் உணரலேன்னா?"

"உணர்வார். இன்னும் அதுக்கு அவகாசம் தேவைப்படுது."

"போனை வெச்சுட்டா என்ன? நேர்லதான் நீயா போய்ப் பேசேன். பத்மினி."

"அம்மா... என்னால கதறி அழ முடியாது. கால்ல விழ முடியாது. கண்டிஷன் மாதிரி சொல்லியிருக்கிறபடி வேலையை

விட முடியாது. என்னை ராங்கிக்காரினு சொல்றியா, சொல்லிக்க. திமிர் பிடிச்சவள்னு சொல்வாங்களா, சொல்லிக்கட்டும். என்னை எனக்குத் தெரியும். எனக்கு அன்பு, பாசம், விட்டுக்கொடுக்கிற பண்பு, மன்னிப்புக் கேக்கற பக்குவம் எல்லாம் இருக்கு. வளையத் தயார். ஆனா, ஒடியற அளவுக்கு வளையத் தயார் இல்லை. எப்படிப் பசி, சந்தோஷம், துக்கம் ஆம்பளைக்கும் பொம்பளைக்கும் சமமோ... அதே மாதிரி தன்மானமும் சமம்தான். அதை உதறினாத்தான் எனக்கு வாழ்க்கைன்னா, எனக்கு அந்த வாழ்க்கையே வேணாம்.'' என்று புத்தகத்தை எடுத்துக்கொண்டு வெளியே வந்து படிகள் ஏறி மொட்டை மாடிக்கு வந்தாள் பத்மினி.

* * *

அத்தியாயம் 28

வானம் முற்றிலும் நிறம் மாறி நட்சத்திர டிசைன் போட்ட பெட்ஷீட், விரிக்கப்பட்டிருந்தது. அருகில் எங்கேயோ ரப்பர் எரியும் வாசனையைக் காற்று சுமந்து வந்தது. அருகே, சாலையின் மாலை நேர பிஸியான வாகனப் போக்குவரத்தின் சத்தங்கள் அளவு குறைந்து கேட்டுக் கொண்டிருந்தன. கைப்பிடிச் சுவரில் கைகளை ஊன்றிக்கொண்டு கீழே பார்த்தாள் பத்மினி. காலனி வாசலில் நடமாடும் சலவை வண்டி ஒன்று நின்றிருக்க, ஒருவன் சேலை ஒன்றுக்கு இஸ்திரி போட்டுக் கொண்டிருந்தான்.

பத்மினி மொட்டைமாடியிலிருந்த பல்பை எரியவிட்டுக் கொண்டு, சுவரில் சாய்ந்து அமர்ந்து புத்தகத்தைப் புரட்டினாள்.

கொஞ்ச நேரம் கழித்து, "எக்ஸ்கியூஸ் மீ" என்ற குரலுக்குக் கலைந்து நிமிர்ந்தாள். எதிரே இளங்கோ நின்றுக் கொண்டிருந்தான்.

"அடடே! என்ன சார், எப்ப வந்தீங்க டில்லியிலேர்ந்து?"

"மத்தியானம் வந்தேன்" என்ற இளங்கோ, கைப்பிடிச் சுவர்மேல் உட்கார்ந்துக்கொண்டு, தன் கைவிரல்களைப் பார்த்துக்கொண்டு சொன்னான்,

"அம்மாவைப் பார்த்துப் பேசினேன். எல்லா விவரமும் சொன்னாங்க. பதறிப் போயிட்டேன். நேரா விஜய் ஆபிஸுக்குப் போனேன். இவ்வளவு நேரம் அவன்கிட்டே பேசிட்டுத்தான் வர்றேன். இப்படி நீங்க ரெண்டுபேரும் பிரிஞ்சு இருக்கிறது ரொம்ப சங்கடமா இருக்குங்க!"

பத்மினி சில விநாடிகள் மௌனமாக இருந்தாள். பிறகு சொன்னாள்,

"நான் காலைல போன் செஞ்சு விஜய்கிட்டே பேசினேன்."

"தெரியும். அவன் பாதியிலேயே கட் பண்ணி வெச்சுட்டதையும் சொன்னான்."

"என்னால வேலையை விடமுடியாதுங்க இளங்கோ... உங்களுக்கு என்னை நல்லாத் தெரியும். இது என்னங்க கண்டிஷன்?"

"அபத்தம்... எனக்குப் புரியுது. அவனுக்கும் புரியுது. ஒரு வறட்டுக் கோபத்தில இருக்கான். சௌகரியமா அப்பா மேல தூக்கிப் பழியைப் போடறான்."

"அவங்க தலைமுறை வேறங்க... அவங்க எதிர்பார்ப்புகளும் வேற. அவங்களைத் திருப்திப்படுத்தற ஒரு மருமகளா என்னால இருக்கவே முடியாது. என்னால அவங்ககிட்டே நல்ல பேர் வாங்க முடியாது. என்னை நல்லாப் புரிஞ்சுக்கிட்டிருக்கார்னு நினைக்கிற விஜய்யே புரிஞ்சுக்காம நடந்துக்கிறப்போ என்ன செய்றது சொல்லுங்க... அட்ஜஸ்ட் பண்ணிக்கிறதுக்கும், அடியோட மாத்திக்கிறதுக்கும் வித்தியாசம் இல்லையா? வேலையை விடச் சொல்றது, என்னை அடியோட மாத்தறதுக்காக. அது என்னால முடியாதுங்க. இது விஜய்க்கும் நல்லாப் புரியும். புரிஞ்சும்..."

"அதான் சொல்றேனே, வறட்டுத் தன்மானம். 'நான் லெட்டர் எழுதி வெச்சுட்டுப் போயும் எதுக்காக அப்பாகிட்டே நேரடியாப் பேசணும்?'னு கேக்கறான்."

"இவரும் பேசமாட்டார். நானும் பேசக்கூடாது. அப்புறம் பிரச்னை எப்படிங்க தீரும்? இவங்கப்பா சொல்றது உண்மையிலேயே சரினுபட்டிருந்தா, என்கிட்டே நேர்ல பேசியிருக்கலாமே இவர். எதுக்காக லெட்டர் எழுதி வைக்கணும்? மாற்றுக் கருத்து இருந்தா அதைச் சொல்லவேக் கூடாதா? எதுக்கு அதையும், இதையும் பேசிக்கிட்டு... இளங்கோ சார். இப்பவும் நான் 'ஏண்டா கல்யாணம் பண்ணிக்கிட்டோம்'னு

விரக்தியா நினைக்கவே இல்லை. ஆபீஸ்ல ஆயிரம் விதமான பிரச்னைகளை அழகா சரி செய்யற நான், வாழ்க்கைனு வர்ற போதும் நிதானமா சரி செஞ்சுக்கணும்னு தான் நினைக்கறேன். இதை நான் மட்டும் நினைக்கறதிலே அர்த்தம் இல்லை. அவரும் நினைக்கணும். நடந்ததைப் பெரிசா நினைச்சா பெரிசு. 'ஒண்ணுமே இல்லை, நத்திங்'னு நினைச்சா, நத்திங்! சம்பவங்களால நான் பாதிக்கப்பட்டிருந்தாலும் விஜய்மேல அடிப்படையா நான் வெச்சிருக்கிற அன்பு, மரியாதை இதிலே மாற்றமே இல்லை. அதே சமயம் என் வாழ்க்கைக்காக என் சுதந்திர உணர்வையும், தன்மானத்தையும் பலியாக்க நான் தயாரில்லை. இது என் குணங்கள், இதை அவரும் முதல்ல குணங்களாகத்தான் நினைச்சார். இப்போ குறைகளா நினைக்கறார். இளங்கோ சார், தயவுசெஞ்சு இதை மட்டும் கேட்டுச் சொல்லிடுங்க. இப்பவும் என்மேல அவருக்கு அதே அன்பு இருக்கா? என்னை என் குணங்களோட, முழு மனசோட ஏத்துக்கத் தயாரா இருக்காரா?''

சற்று நிறுத்திவிட்டுச் சொன்னாள், "அவர் பதில்களைத் தெரிஞ்சுக்கிட்டு நான் சில முடிவுகள் எடுக்க வேண்டியருக்கு...''

"முடிவுகளா... என்ன முடிவுகள்?'' என்றான் இளங்கோ.

பத்மினி அதற்கு உடனே பதில் சொல்லிவிடவில்லை. மொட்டை மாடியின் கைப்பிடிச் சுவரில் கைகளையூன்றி இருட்டுப் பச்சையாய்த் தெரியும் பக்கத்து மரங்களையும், தூரத்துக் கட்டடங்களின் மின்சாரப் புள்ளிகளையும் பார்த்துக்கொண்டு அமைதியாய்ச் சொன்னாள்,

"எங்க கம்பெனி பெங்களூர்ல ஒரு பிராஞ்சு ஆபீஸ் திறக்கிறது. அங்கே மானேஜராகப் போறதா இருந்தா இன்னும் நானூறு ரூபா சம்பள உயர்வு. டெலிபோன் வசதியோட குவார்ட்டர்ஸ், கார் எல்லாம் தர்றதா இருக்காங்க. என் பதில் எதிர்மறையா இருந்தா எனக்கு அடுத்த சீனியர் ஆபீஸர் போவார். ஒரு வாரத்தில் பதில் சொல்றேன்னு

சொல்லியிருக்கேன். இன்னும் எங்க வீட்டுல கூடச் சொல்லலை."

"வேணாம் சிஸ்டர்... அதெல்லாம் வேணாம். நாளைக்கே சொல்லிடுங்க, நான் மெட்ராஸ்லயே இருக்கேன்'னு."

பத்மினி மாடிப்படிக் கைப்பிடிச் சுவர் மீது வளைந்து நின்று பல்பில் இருந்து சிதறும் ஆரஞ்சு வெளிச்சத்தில் இளங்கோவின் பின்னந்தலை பிசிறு பிசிறாய்த் தெரிவதைப் பார்த்துக் கொண்டே சொன்னாள்,

"அதைத்தான் சொல்ல விரும்பறேன். ஆனா இன்னும் முடிவு எடுக்கலை."

இளங்கோ பள்ளிக்கூடப் பையன் போல் கைகளை மார்பின் குறுக்கே கட்டிக்கொண்டு நின்று கொண்டிருந்தான். சில விநாடிகள் எதுவும் பேசாமல் இருந்தான்.

"சிஸ்டர். என் கல்யாண வாழ்க்கை சோகத்தில் முடிஞ்சதைப் பத்தி நான் உங்ககிட்டப் பேசினதில்லை. யார்கிட்டேயும் பேசினதில்லை. விஜய்யைத் தவிர. விஜய் எல்லாத்தையும் உங்ககிட்டே சொல்லிட்டதா சொன்னான். இல்லறம் சரியா ஏழு மாசம் மூணு நாள் நடந்தது. சாதாரண வயித்து வலின்னுதான் அட்மிட் செஞ்சோம். சின்ன கட்டின்னாங்க. டாக்டர்கள் கூடிப் பேசிக்கிட்டாங்க. நூறு தடவை டெஸ்ட் பண்ணாங்க. ஐம்பது, ஐம்பது சதவீதம்தான் வாய்ப்புனு கையெழுத்து வாங்கிக்கிட்டு ஆபரேஷன் செஞ்சாங்க. சக்ஸன்னுதான் சொன்னாங்க. ரெண்டாவது நாள் கண் திறந்து சிரிச்சா. பக்கமா வரச்சொல்லி மூக்கைத் திருகினா 'எனக்கு ஒண்ணுமில்லை... ஏன் அழறீங்க?'ன்னா. ஏழாவது நாள் சொல்லிக்காம போயிட்டா. வாழ்ந்த ஏழு மாசத்தை நினைச்சுப் பார்க்கிறப்போ நல்ல விஷயங்கள் மட்டும்தான் நினைவுக்கு வருது. கோப, தாபங்களும் இருந்திச்சு. திட்டியிருக்கேன். அழுதிருக்கா. ஒருநாள் முழுக்கப் பேசாம இருந்திருக்கோம். ஆனா, அதையெல்லாம் முந்திக்கிட்டு சந்தோஷமான

சம்பவங்கள்தான் நினைவுக்கு வருது. அவ சிரிச்ச மூஞ்சிதான் நினைவுல இருக்கு. வலிய யோசிச்சாத்தான் அழுத முகம் தெரியுது. எதுக்காகச் சொல்றேன்னா... உங்க ரெண்டு பேருக்கும் அடிப்படையிலே பாசம் அப்படியேதான் இருக்கு. ரெண்டு பேரோட பிடிவாதமும் விளையாட்டா எற்படுத்தி இருக்கிற இந்தப் பிரிவு அப்புறம் ரொம்பக் கவலைப்படற பிரிவா மாறிடக் கூடாதேங்கிறதுதான் என் ஆதங்கம். ரொம்பத் தாமதமா புரிஞ்சுப் பெருமூச்சு விடறதில ஒரு லாபமுமில்லை.''

''இளங்கோ சார், நீங்க சொல்றது எனக்குப் புரியாம இல்லை. வர்றீங்களா, இப்ப போகலாமா? விஜய் எங்கே இருக்கார். சொல்லுங்க. போய்ப் பேசிட்டு வந்துடலாம். நான் தயார்; என்னை அவருக்கு முழுசாப் புரிய வைக்க எத்தனை முயற்சி வேணாலும் எடுக்க ரெடியா இருக்கேன். முகம் கொடுத்து பேச அவர் தயாரா இல்லாத நிலையிலே எல்லாமே வீணாயிடும்.''

''பேசுவான்... முகம் கொடுத்துப் பேசுவான். நான் பேச வைக்கிறேன். அவசரப்பட்டு எதையும் தீர்மானிக்காதீங்க. நான் கீழே போறேன்.''

இளங்கோ புறப்பட்டுப் படிகளில் இறங்கிச் சென்றும், உடனே புத்தகத்தைத் திறக்க முடியாமல் வானத்தைப் பார்த்துக் கொண்டிருந்தாள் பத்மினி. பிறகு விரல் வைத்த பக்கத்தில் படிக்க ஆரம்பித்தவளால் பத்து வரிகள்கூட மனம் செலுத்தி படிக்க முடியவில்லை. கீழே இறங்கி வீட்டுக்கு வந்தாள்.

* * *

வீட்டுக்கு வந்து காரை நிறுத்திவிட்டுத் தன் அறைக்கு வந்தான் விஜயகுமார். கோட், டை எல்லாம் கழற்றிவிட்டு லுங்கி அணிந்துக்கொண்டான்.

அறையில் பொருட்கள் கன்னாபின்னாவென்று கலைந்து கிடந்தன. கட்டிலின் மேல் உடைகளும், புத்தகங்களும்...

நாற்காலி மேல் சாக்ஸ்... மேஜையில் பிரிக்கப்பட்ட பிஸ்கட் பாக்கெட்டில் எறும்புகளின் முகாம். டிரஸ்ஸிங் மேஜைமேல் ஒப்பனைப் பொருட்கள் கலைந்து கிடந்தன. டீப்பாய் மேல் ராத்திரி சாப்பிட்ட பால் டம்ளர், காலண்டரில் இரண்டு தேதிகள் கிழிக்கப்படவில்லை.

பத்மினி இருந்தால் இப்படியா அறையை வைத்திருப்பாள்? ஸ்டார் ஓட்டல் அறைபோல் எவ்வளவு சுத்தமாய் வைத்திருப்பாள்! புத்தகங்களை அடுக்கி வைத்திருக்கும் விதத்திலேயே ஓர் ஒழுங்கும் நளினமும் இருக்கும். இப்படியா உறைகளைவிட்டுத் தலையணை வெளியே பிதுங்கிக் கொண்டிருக்கும்? மெத்தை விரிப்பின் மேல் ஒரு சுருக்கம் இருந்தால்கூட அவளுக்குப் பிடிக்காது. சீப்பு கொஞ்சம் அழுக்காய் இருந்துவிடக் கூடாது. ஜன்னல்களின் விளிம்புகளைக் கூடத் தினம் துடைப்பாள்.

இப்போது இந்த அறை அறையாகவா இருக்கிறது?

ஜன்னல் அருகே நாற்காலியைப் போட்டுக்கொண்டு உட்கார்ந்தான் விஜயகுமார். பக்கத்து வீட்டின் பின்புறத்தில் கோர்ட் அமைத்து அந்தப் பெரியவரும், இளம்பெண்ணும் டென்னிஸ் விளையாடிக் கொண்டிருந்தார்கள்.

பத்மினி அலுவலகத்தில் இருந்து சீக்கிரம் வந்துவிட்டால், இங்கே உட்கார்ந்து டென்னிஸ் ஆட்டம் பார்ப்பாள். இந்த செட்டில் அந்தப் பெண் ஜெயிப்பாளா?, இல்லை அவள் அப்பா ஜெயிப்பாரா? என்று நாங்கள் பந்தயம் கட்டிக் கொள்வோம். யார் தோற்றாலும் யார் ஜெயித்தாலும் எங்களுக்கு லாபம். ஏனென்றல் பந்தயமானது - பத்மினி தோற்றால் அவளும், நான் தோற்றால் நானும் முத்தம் கொடுப்பதென்பது.

அருகே உள்ள சினிமா தியேட்டருக்கோ அல்லது கடைகளுக்கோ செல்லும்போது நடந்து செல்வதில்தான் அவளுக்கு விருப்பம். அதிலும் நடக்கும்போது கைகளைக் கோத்துக் கொள்ள வேண்டும். எதைப்பற்றியாவது பேசிக்கொண்டே வரவேண்டும். அவள் பேசும் சப்ஜெக்ட்

எனக்குப் போரடிக்கும் சமயத்தில், என் முகக் குறிப்பிலேயே அறிந்து கொள்வாள். பேச்சை மாற்றுவாள். உடனே எனக்கு சுவாரசியமுள்ள சப்ஜெக்ட்டுக்கு தாவிவிடுவாள்.

என் அலுவலகச் சம்பந்தப்பட்ட விஷயங்களை, சிறப்பாக நான் டிசைன் செய்த சம்பவங்களைச் சொல்லும்போது ஆர்வமாகக் கேட்டுக் கொள்வதோடு, அது சம்பந்தப்பட்ட புத்தகங்களையும் என்னிடமிருந்து வாங்கிப் படிப்பாள்.

ஆர்வம். ஆர்வம்... எதிலும் ஆர்வம்! 'விஜய், எனக்கு காரோட்ட எப்ப கத்துக் கொடுக்கறீங்க?'

'பக்கத்து வீட்டுப் பெரியவர்கிட்ட டென்னிஸ் கத்துக்கப் போறேன்.'

'நம்ம வீட்டுத் தையல் மெஷின்ல நானே துணி வாங்கி, டிசைன் செஞ்சு ஒரு சட்டை உங்களுக்குத் தைக்கப் போறேன்.'

சொன்னபடி தைத்தும் கொடுத்தாள். அலுவலகத்தில் அத்தனை பேரும் பாராட்டின சட்டை அது! அதேபோல் முன்னேற்றம் குறித்துச் சிந்தனைகளும் யோசனைகளும் அப்போதும் 'விஜய், உங்ககிட்டே... டெக்னாலஜி இருக்கு. வசதியும் இருக்கு. வயசும் இருக்கு. உதவிகள் செய்ய எத்தனையோ அமைப்புகள் இருக்கு. ஒரு ஆன்சிலரி யூனிட் மாதிரி நீங்களே ஏன் ஒரு தொழிற்சாலை ஆரம்பிக்கக்கூடாது?'

ஏற்பட்ட உத்வேகத்தில் அப்பாவின் அனுமதியோடு உடனே சம்பந்தப்பட்ட துறைகளில் விசாரித்து, யோசித்து, ஒரே வாரத்தில் அப்ளிகேஷன்கள் கொடுத்து...

டென்னிஸ் ஆட்டம் முடித்துக்கொண்டு அப்பாவும் மகளும் வீட்டுக்குள் போனதும் விஜயகுமார் எழுந்து கட்டிலில் சாய்ந்து படுத்துக்கொண்டான்.

பத்மினி! சுவாரஸ்யமான, அன்பான மனைவிதான்.

அவளை என்னவோ ஜென்ம விரோதிபோல் நான் நினைப்பதாக இளங்கோ கருதிக் கொண்டிருக்கிறான். ஒருவேளை அவளும் அப்படித்தான் நினைக்கிறாளோ?

பத்மினிமேல் எனக்கு மாறாத அன்பு இருக்கிறது என்பதற்காக அவளின் எல்லாச் செயல்களையும் நியாயப்படுத்துவது சரியாகுமா? தப்பு என்றால் தப்புதான். அவளிடம் சில குறைகள் இருக்கத்தான் செய்கின்றன. குடும்பம் என்று வரும்போது சில விஷயங்களை விட்டுக் கொடுக்க வேண்டாமோ?

இந்தத் தற்காலிகப் பிரிவு அந்த விட்டுக் கொடுத்தலை வளர்க்கட்டும். அவள் அப்பாவிடமும் இளங்கோவிடமும் நான் அழுத்தக்காரனாய்ப் பேசினதும், அவளிடமே போனில் முரட்டுத்தனமாய்ப் பேசியதும் செயற்கை என்பது எனக்கே தெரிகிறது.

ஆனாலும் தன்மானத்தை விட்டுக் கொடுக்க முடியாத ஒரு வேஷம்... வழக்கமாக எழுதுகிற பேனாவின் மேல் நமக்குச் சாதாரண நேரத்தில் இருக்கும் ஒரு பிரியத்தை விட... அது திடீரென்று தொலைந்து போகும்போது ஏற்படுவது அதிகம். 'அடடா, எவ்வளவு நைஸாய் எழுதும், கசியவே கசியாதே... கீழே எத்தனைமுறை விழுந்தும் உடைந்ததில்லையே...' என்று அதன் நல்ல அம்சங்கள் மனத்தில் விரியும். மறுபடி அந்தப் பேனா கிடைக்கும் வரை ஒரு தவிப்பு இருக்கும்.

அதுபோல்... இந்த நான்கு நாட்கள் பிரிவால் தினம் பத்மனியைப் பற்றிய நல்ல விஷயங்களே மனத்தில் வந்து என்னைத் தவிக்க வைத்துக் கொண்டிருப்பது எனக்கு மட்டுமே தெரியும்.

பத்மினி, நான் இன்னும் உன்னை நேசிக்கிறேன். மண்ணில் விழுந்துவிட்ட முத்தை எடுத்துத் துடைத்தால் சரியாய்ப் போய்விடும். அப்படி நீ முத்து என்றாலும் உன் மேல் ஒட்டிக் கொண்டிருக்கும் சில மண் துகள்கள் துடைக்கப்பட வேண்டும் என்பதற்காகத்தான் காத்திருக்கிறேன்.

ஆனால், என்னதான் உன் சுதந்திர உணர்வுகளைப் புரிந்துக்கொள்ள அங்கீகரிக்க என்னால முடிந்தாலும் 'ஆண்' என்கிற ஒருவித சூப்பர் ஈகோ என் ரத்தத்தில் வழி வழியாய் வந்து சேர்ந்திருக்கிறது. அந்தத் தன்மானமே ஆத்திரமாய் என்னை நடந்து கொள்ளத் தூண்டுகிறது.

'நீ வேலையை விட வேண்டும்' என்று அப்பா சொல்வதில் அர்த்தமே இல்லை என்பது தெரிந்தாலும், அது உன்னால் முடியவே முடியாத விஷயம் என்பதைப் புரிந்து கொண்டிருந்தாலும், அந்தத் தன்மானத் திமிர் என் எதிர்ப்புக் குரலை அமர்த்திவைத்திருக்கிறது.

✲ ✲ ✲

அத்தியாயம் 29

அம்மா பரிமாற, அமைதியாகச் சாப்பிட்டுக் கொண்டிருந்தான் விஜயகுமார்.

"ஆனாலும் இவ்வளவு அழுத்தம் கூடாதுப்பா" என்றாள் அம்மா.

"என்னம்மா சொல்றீங்க?"

"உன் மாமனார் வந்துட்டுப் போனாரில்லையா? அப்பா எவ்வளவு பொறுமையா, பதமா எடுத்துச் சொன்னாரு. போய்ப் புத்திசொல்லிக் கொண்டாந்து விட வேண்டாமா? அழுக்கமா இருந்தா என்ன அர்த்தம்? அவ பண்ணின காரியத்துக்கு இன்னொரு குடும்பமா இருந்தா 'எங்களுக்குச் சரிப்படாது, உங்க பொண்ணை உங்க வீட்லயே வெச்சுங்குங்க'னு தயவுதாட்சண்யம் பார்க்காம சொல்லியிருப்பாங்க. 'வேலையை விடச் சொல்லுங்க. புத்திமதி சொல்லிக் கொண்டாந்து விடுங்கனு'தானே சொன்னோம்?"

"அப்பா சொன்னாரு. நானும் ஆத்திரத்துல எதிர்த்துச் சொல்லாம பேசாம இருக்கேன். ஆனா, பத்மினியால் வேலையை விட முடியாதும்மா. அவ போக்கு வேறம்மா."

அம்மா அவனை அதிசயமாகப் பார்த்தாள்.

"விஜய், அப்பா ஒரு விஷயத்தை யோசிக்காம சொல்ல மாட்டாரு. அவர் சொல்றது சரினுதான் எனக்கும் படுது. நம்ம வீட்டுச் சூழ்நிலையை நினைச்சுப் பாரு. என்ன குறை இருக்கு இங்கே? எந்த வசதி இல்லே? காஸ் அடுப்பு. கிரைண்டர், பைப்பைத் திறந்தா தண்ணி. எதாச்சும் சிரமமான வேலை இருக்கா, சொல்லு. உன் அண்ணிக்கு ஒத்தாசையா

வீட்ல பொறுப்பெடுத்துக்கிட்டு சந்தோஷமா இருக்கிறதை விட்டுட்டு...''

''இல்லேம்மா. இதிலே எல்லாம் அவளுக்குச் சந்தோஷம் இல்லேம்மா. உங்க கோணத்திலே நீங்க சரி. அவ கோணத்தில் அவ சரி. அவ இந்த டைப் இல்லை. அடியோட மாற முடியாது.''

''அன்னிக்கு ஆத்திரமாப் பேசினே. இன்னிக்கு நீயே ஆதரவா பேசறே. நான் உன் அம்மா. அவ நேத்து வந்தவ. அவ இஷ்டப்படி நான் இங்கே ஆட முடியாது. கொஞ்சமாச்சும் மதிப்பு, மரியாதை இருந்தா இப்படி சொல்லிக்காம ஓடுவாளா? என்னமோ பேச வந்துட்டியே! என்கிட்டே பேசினவரைக்கும் சரி. அப்பாகிட்டே இந்த மாதிரி உளறாதே. குடும்ப மானமே போச்சுன்னு நொந்து போயிருக்கார். அவருக்குத் தெரியாதா நல்லது, கெட்டது உனக்குத் தெரிஞ்சிடுச்சா? எல்லாம் சரியா வரும். நீ பேசாம இரு.''

சொல்லிவிட்டுப் பாத்திரத்தைச் சத்தமாக வைத்துவிட்டு போன அம்மாவைச் சலனமில்லாமல் பார்த்தான் விஜயகுமார்.

★★★

''**எ**ன் மனசுல உள்ளதைப் பூரா சொல்லிட்டேன். இப்பவாவது புரிஞ்சுக்கிட்டியா இளங்கோ என் சூழ்நிலையை?'' என்றான் விஜயகுமார்.

கடற்கரை சாலையில் ஓரமாக நிறுத்தியிருந்த தனது காரின் பானெட்மேல் அமர்ந்திருந்தான் விஜயகுமார். மாலைத் தென்றல் தலைமுடியை அலைக்கழிக்க, அருகே கையில் ஐஸ்க்ரீம் கப்புடன் நின்றான் இளங்கோ.

''மனசுக்குள்ள இவ்வளவு ஆழமா பாசத்தை வெச்சிக்கிட்டு அப்புறம் ஏண்டா எக்கச்சக்கக் கோபம் மாதிரி வேஷம் போடறே...?''

''பாதி வேஷம், பாதி உண்மை இளங்கோ, பத்மினி மேல் வெச்சிருக்கிற மாதிரியே என குடும்பத்து மேலேயும் பாசம் வெச்சிருக்கிறேனே. அம்மாவும் சரி, அப்பாவும்

சரி... பத்மினிமேல இன்னும் கோபமும், வெறுப்பும் மாறாம இருக்காங்க. நான் கொடுத்த ப்ராஜெக்ட் வொர்க் அப்ரூவ் ஆகி, அஞ்சு லட்ச ரூபாய்க்கு லோன் சாங்ஷன் ஆகி, இண்டஸ்ட்ரியல் எஸ்டேட்ல இடமும் ஒதுக்கியிருக்காங்க... எவ்வளவு சந்தோஷமான விஷயம். காலைல ரெஜிஸ்டர்டு தபால்ல செய்தி வந்ததுமே உடனே பத்மினிக்கு போன் செஞ்சு சொல்லணும்னு துடிப்பு. ஆனா, வழக்கம்போல் தன்மானம் பின்னுக்கு இழுக்குது.''

''போடா முட்டாள்! எதிலேடா தன்மானம்! உன் வாழ்க்கையை மிதிச்சுக்கிட்டுத் தன்மானத்தை வெற்றியடைய வைக்கிறதிலே என்ன சுகம் இருக்கு? என்ன லாபம்? உன் அந்தரங்க மனசுக்குள்ள திருப்தி. அதைத் தவிர என்ன இருக்கு இந்தத் தன்மானத்தில்? அதிலயும் புருஷன் பெண்டாட்டிக்குள்ளே எதுக்குடா தன்மானம்?''

விஜயகுமார் நகம் கடித்துத் துப்பிக் கொண்டிருந்தான் சிந்தனையாக.

''விஜய், மூணு நாளா நான் உன்கிட்டேயும் சிஸ்டர்கிட்டேயும் மாறி மாறிச் சமாதானத் தூதுவனாப் பேசியிருக்கேன். நீங்க ரெண்டு பேருமே ஒருத்தருக்கொருத்தர் ரொம்ப அன்பு வெச்சிருக்கீங்க. குறை, நிறை ரெண்டையும் தெரிஞ்சு வெச்சிருக்கீங்க. மறுபடி சேர்ந்து வாழணும்ங்கிறதுல உங்க ரெண்டு பேருக்குமே மாற்றுக் கருத்து இல்லை. தடையா இருக்கிறது ரெண்டே விஷயங்கள்தான். ஒண்ணு, உங்க தன்மானம். ரெண்டு பேருமே அதை விட்டுக் கொடுக்கவும் இப்போ தயார். ரெண்டாவது, உங்க குடும்பத்துல உள்ளவங்களுக்கு சிஸ்டர்மேல உள்ள வெறுப்பு.''

''கரெக்ட் இளங்கோ, அதான் இப்போ பிரச்னை. இதை எப்படிச் சரி செய்யறதுன்னே எனக்குப் புரியலை.''

''எல்லா பிரச்னைகளுக்கும் சுலபமான நடைமுறைத் தீர்வுகள் உண்டு விஜய். கொஞ்சம் தெளிவும் மனோதிடமும்

வேணும். உன் பிரச்னைக்கு வழி என்ன தெரியுமா? நீயும் சிஸ்டரும் தனிக்குடித்தனம் போறதுதான்.''

''இல்லை இளங்கோ. அதை நான் யோசிச்சுப் பார்த்துட்டேன். என்னால முடியாது'' என்றான் விஜயகுமார்.

''ஏன் முடியாது? காரணம் சொல்லு'' என்றான் இளங்கோ.

''என்னை வளர்த்து, படிக்க வெச்சு ஆளாக்கினவங்ககிட்டே, 'உங்களை விட்டுப் போறேன்'னு உதறிப் பேசறது எப்படி இளங்கோ? எங்கப்பா கண்டிப்பானவர். ஆனா, எனக்கு எந்தக் குறையும் வெச்சதில்லை. எப்படிடா பகைச்சுக்க முடியும்?''

இளங்கோ வாய்விட்டுச் சிரித்தான்.

''ஏன் சிரிக்கிறே?''

''தனிக்குடித்தனம் போறதுன்னா பகைச்சுக்கிறதா ஏன் அர்த்தம் எடுத்துக்கறே விஜய்? உடம்புல நோய் வரக்கூடாதுதான். வந்துடுச்சு. மாத்திரைகளை மீறி ஆபரேஷன் செய்ற நிலைமை. ஆபரேஷன் செஞ்சுக்க யாருக்குத்தான் இஷ்டம்? ஆனா, அது தவிர்க்க முடியாதது. நீயும் சிஸ்டரும் சேர்ந்து வாழணும். அதே சமயம் உன் அப்பா, அம்மாவுக்கு சிஸ்டர் மேலே உள்ள வெறுப்பு இப்போ மாறாது... மறுபடி உன் வீட்டுக்கே அவங்களை அழைச்சுட்டுப் போறேன்னு வெச்சக்க... பிரச்னை வேறு ஏதாவது காரணத்தினாலே ஆரம்பிக்கலாம். அதுக்கு இது நல்லது இல்லையா? குடும்பமும் முக்கியம். உன் வாழ்க்கையும் முக்கியம். எனக்கு இதைவிடச் சிறப்பா வேற வழி தெரியலை.''

''ரொம்ப யோசிக்கணும் இளங்கோ.''

''யோசி, அவசரமே வேணாம். இவ்வளவு பக்குவமா சிந்திக்கிற உன்கிட்டே என்னால் புரிஞ்சுக்கவே முடியாத ஒரு விஷயம், நீ உன் அப்பாகிட்டே வெச்சிருக்கிற தேவைக்கு அதிகமான பயம். பேசு விஜய். அவர்கிட்டேயே பேசு.

மனம்விட்டுப் பேசு. 'என்னதாம்ப்பா முடிவு'னு கேள். அவருக்கே நியாயமாப்படும். இல்லை, அவர்கிட்டே நான் பேசட்டுமா?''

''வேணாம் இளங்கோ. நான் முதல்ல ஒரு தீர்மானத்துக்கு வந்துட்டு அப்புறம்தான் பேசமுடியும்.''

''தீர்மானி, தீர்க்கமா யோசி. தெளிவு கிடைக்கும், வா, புறப்படலாம்.''

சிந்தனையாகவே காரைச் செலுத்தினான். விஜயகுமார்.

★★★

''இல்லைங்க இளங்கோ! நீங்க அப்படிச் சொல்லியிருக்கக் கூடாது'' என்றாள் பத்மினி.

''அவர் சொன்னதிலே என்ன தப்பு? நாட்டுல யாருமே தனிக்குடித்தனம் போறதில்லையா? இவருக்கு இஷ்டமில்லேன்னாக் கூட அப்பா சொல்றார். அப்பா சொல்றார்னு எத்தனை நாளைக்குத் தலையசைக்கிறது? சொந்தமா இவர் முடிவெடுக்க வேணாமா? தனியா வந்தாத்தான் அது சரியா வரும்'' என்றார் வைத்தீஸ்வரன்.

''இல்லைப்பா. புரிஞ்சுக்க மாட்டேங்கறீங்க. அந்த மாதிரி எல்லாம் எனக்கு நோக்கமே கிடையாது. மாமா, அத்தையோட மனப்போக்கை என்னால புரிஞ்சுக்க முடிஞ்சது. திடீர் திடீர்னு மாறிக்கிட்டிருந்த விஜய் மனசைத் தெளிவா புரிஞ்சுக்கத்தான் இடைவெளி ஏற்படுத்திக்கிட்டேனேயொழிய அவரை அந்தக் குடும்பத்தைவிட்டே பிரிக்கணும்னு சுத்தமா எண்ணம் இல்லை. அந்தப் பழி எனக்கு வேணாம். என் மேல அவருக்கு அடிப்படையா எக்கச்சக்கமான அன்பு இருக்கு. என்னை முழுசா இப்போ அவர் புரிஞ்சுக்கிட்டார். எனக்கு அதுபோதும். அவங்க கோபத்தை மாத்த என்னால முடியும். என் சுதந்திரங்களை விடாம வேலைக்குப் போய்க்கிட்டே

அந்த வீட்டுல நல்லபேரும் எடுக்க முடியும் இளங்கோ சார். விஜய்க்கு நீங்க சொன்ன யோசனை ரொம்ப தப்பு.''

பத்மினி சோபாவில் இருந்து எழுந்தவள் சட்டென்று உள் அறைக்குப் போனாள். கால் மணி நேரத்தில் வெளியே வந்தாள், கையில் சூட்கேஸோடு.

''என்னம்மா பத்மினி?'' என்றார் வைத்தீஸ்வரன் ஆச்சரியமாக.

''போயிட்டு வர்றேம்பா.''

''எல்லாத்திலேயும் அவசரம்தான் உனக்கு. பேசிக்கிட்டிருக்கிறப்பவே இப்படித் திடுதிப்புனு புறப்பட்டா எப்படி?''

''பிரச்னை பெரிசாகறதை நான் விரும்பலைப்பா. என் பிரச்னைகளை நான் அந்த வீட்ல இருந்துகிட்டே தீர்த்துக்கிட்டிருக்கணும். புறப்பட்டு வந்ததுதான் பெரிய தப்பு. தன்னோட அப்பா, அம்மாமேல விஜய் எவ்வளவு பாசம் வெச்சிருக்கார்னு எனக்குத் தெரியும். ஒண்ணா வாழ்ந்துட்டு இப்போ தனியா பிரிஞ்சு வர்றதுன்னா வேதனை. என்மேல் பழி விழும். அதெல்லாம் வேணாம். சந்துரு, ஒரு ஆட்டோ பாரேன்.''

''இரு. பிடிவாதம் பிடிக்காதே. வந்த அன்னிக்கே உன் அம்மா சொன்னா... அப்பவே திரும்பிப் போயிருந்தா பிரச்னை பெரிசாகியிருக்காது.''

''வாக்குவாதம் வேணாம்ப்பா, என் மனசைப் பொறுத்த வரைக்கும் அன்னைக்கு நான் வந்தது பாதி சரி, பாதி தப்பு. இன்னிக்குப் புறப்பட்டுப் போறது முழுக்க சரி, வர்றேம்ப்பா.''

''சரி, நான் கொண்டாந்து விட்டுட்டு வர்றேன்'' என்று எழுந்தார் வைத்தீஸ்வரன்.

''வேணாம்ப்பா, நான் போய்க்கிறேன்'' என்றவள் தள்ளி நின்ற அம்மாவிடம் வந்து, ''போய்ட்டு வர்றேம்மா'' என்றாள். படிகளில் இறங்கினாள்..

வைத்தீஸ்வரன், இளங்கோ அனைவரும் கூடவே இறங்கினார்கள். அவளை ஏற்றிச் சென்ற ஆட்டோ மறையும் வரை நின்றார்கள்.

"என்னால சிஸ்டரைப் புரிஞ்சுக்கவே முடியலை. அங்கே சூழ்நிலை எப்படியோ! எப்படி எடுத்துக்கப் போறாங்களோ?" என்றான் இளங்கோ.

✲ ✲ ✲

அத்தியாயம் 30

பேப்பர் படித்துக் கொண்டிருந்த அப்பாவின் எதிரில் வந்து நின்றான் விஜயகுமார். சற்றுத் தள்ளி அமர்ந்திருந்த அம்மாவை, "அம்மா, இப்படி வந்து உக்காருங்களேன்" என்றான்.

அம்மா வந்து அமர்ந்தாள். அப்பா பேப்பரை மடக்கிவிட்டு அவனைப் பார்த்தார். விஜயகுமார் கைகளைக் கட்டிக்கொண்டு ரேடியோ கிராமைப் பார்த்துக்கொண்டு நிதானமாக ஆரம்பித்தான்,

"அப்பா, இதுவரைக்கும் நான் உங்களை மீறி எந்தக் காரியமும் செஞ்சது இல்லை. பத்மினியைப் பொறுத்தவரைக்கும் அவ செஞ்ச சில தவறுகளை மன்னிக்க நான் தயாரா இருக்கேன். என்கிட்டே நல்லபேர் வாங்க முடிஞ்ச அவளால உங்ககிட்டே நல்லபேர் வாங்க முடியலை... குறிப்பா அம்மாகிட்டே. அம்மாவுக்குப் பத்மினிமேல உள்ள கோபம் இத்தனை நாள்ல குறையவே இல்லை. பத்மினியை வேலையை விடச் சொல்லி வீட்டோட இருக்கச் சொல்றது சரியில்லை. அவளைப் பொறுத்தவரைக்கும் அது சரியா வராது... தொடர்ந்து அவ வேலைக்குப் போறதையே நானும் விரும்பறேன். வீணா வீம்பு பண்ணிக்கிட்டு நாங்க பிரிஞ்சிருக்கிறது எனக்கு நியாயமாப் படலை. நாளைக்கே நான் போன் செஞ்சு அவளை வரச் சொல்லத் தயார். அவளும் வருவா. ஆனா, வீட்ல மறுபடி வேற ரூபத்திலே பிரச்னைகள் வரலாம். ரொம்ப யோசிச்சுப் பார்த்ததிலே என் ஃப்ரெண்டு இளங்கோ சொன்ன யோசனை நியாயமாப்படுது. அதை எப்படிச் சொல்றதுனு சங்கடமா இருக்கு. ஒரே குழப்பமாகவும் இருக்கு. சொல்லவே வேதனையாவும் இருக்கு."

ராஜகோபால், தயங்குகிற விஜயகுமாரை உன்னிப்பாகப் பார்த்துவிட்டு அமைதியாக இருந்தார். ஆனால், அம்மா பதட்டமாக,

"அதுக்காக என்னடா செய்யணுங்கறே?" என்றாள் அதட்டலாக.

ராஜகோபால் அவள் பக்கம் திரும்பிச் சீறினார், "நீ சும்மா இருக்க மாட்டே? அவன்தான் சொல்லிட்டு வர்றான்லே? நீ சொல்லுப்பா."

விஜயகுமார் எச்சில் விழுங்கினான். மீண்டும் தயங்கினான்.

"பரவாயில்லை. மனசில என்ன நினைக்கிறியோ தயங்காம சொல்லு."

"அப்பா, இதை நான் தீர்மானமா சொல்லலை. உங்ககிட்டே ஒரு யோசனையாத்தான் கேக்கறேன். பேசி ஒரு முடிவுக்கு வருவோம். வந்து... நாங்க ரெண்டுபேரும் தனியாப் போயிட்டா பிரச்னைகள் தீருமானு..."

அவன் முடிப்பதற்குள் அம்மா கத்த ஆரம்பித்தாள்.

"அடப்பாவி நல்லா இருக்குடா பேச்சு! இதைக் கேக்கத்தான் நாங்க உன்னைப் பெத்து, வளர்த்து... அன்னிக்கு நீ ஆதரவா பேசினப்பவே நினைச்சேன் அவ ஏதோ மந்திரம் ஓதி வெச்சிட்டாள்னு..."

"அம்மா! இது ஒரு யோசனைதாம்மா..."

"நாளைக்கு அவ, 'உங்கப்பா, அம்மா ரெண்டு பேரையும் கிணத்துலதள்ளி விட்டுடுங்க'னு ஒரு யோசனை சொன்னா, அதையும் செய்வியா?"

"என்னம்மா பேச்சு இது?"

ராஜகோபால் தன் மனைவி பக்கம் திரும்பி, "இதோ பாரு. கொஞ்சநேரத்துக்கு வாயை மூடிக்கிட்டிருக்கணும்." என்றார் உத்தரவாக.

மூன்று பேருமே சில நிமடங்களுக்கு அமைதியாக இருக்க... வாசலில் ஆட்டோ வந்து நின்று, பெட்டியுடன் உள்ளே வந்தாள் பத்மினி. மூவருமே சற்று ஆச்சரியப்பட்டு அவளைப் பார்க்க...

"வாம்மா மகாராணி! உன் புருஷனை நாங்க ஒண்ணும் முழுங்கிடலை. இதோ இருக்கான். உன் திட்டப்படியே சாதிச்சுட்டியேடி..."

ராஜகோபால் எழுந்து வந்தவர் அப்படி அறைவார் என்று யாருமே எதிர்பார்க்கவில்லை. "புத்தி கெட்டுப் போய் பேசறியே, என்ன பேச்சு இது? சேச்சே? வயசுக்குத் தக்க தரம் வேணாமா? என்ன நடந்த போச்சு இப்போ? ஒரு நிதானம் வேணாமா? பாயறியே... நானும் சொல்லிச் சொல்லிப் பார்த்துத் தாங்கலை."

ஆத்திரமாய் நின்ற மாமாவையும், அதிர்ந்து போய் அமர்ந்துவிட்ட அத்தையையும், கைகட்டி நின்ற கணவனையும் பார்த்த பத்மினியால் ஓரளவு சூழ்நிலையைப் புரிந்துக்கொள்ள முடிந்தது.

மாமாவிடம் வந்தாள். தலைகுனிந்து பேசினாள்,

"மாமா, ஆயிரம் இருந்தாலும் நான் அப்படி வீட்டைவிட்டுப் போனது தப்பு. என்னை மன்னிச்சுடுங்க. நான் தொடர்ந்து வேலைக்குப் போறேன். அதே சமயம் யார் மனசும் என்னால இங்கே இனி நோகாது. அவர் என்ன சொன்னார்... அத்தை எதுக்காக அப்படிச் சொன்னாங்கனு தெரியாது. ஆனா, நான் இந்த வீட்லயே எந்தப் பிரச்னைகளையும் சுமுகமாகத் தீர்த்துக்கிட்டு நல்லபடியா வாழணும்தான் வந்திருக்கேன்."

"பெட்டியைக் கொண்டுப்போய் உன் ரூம்ல வெச்சிட்டு இங்கே வாம்மா" என்று சொல்லிவிட்டு ராஜகோபால் தன் அறைக்குச் சென்று திரும்பினார். பத்மினி பெட்டியை வைத்துவிட்டு திரும்பி, விஜய் அருகில் நின்றாள்.

"விஜய்... இங்கே வா, இந்தா" என்றார் ஒரு சாவிக் கொத்தை நீட்டி.

"என்னப்பா இது?" என்றான் புரியாமல்.

"ராயபுரத்தில் நாம் வாடகைக்குக் கொடுத்திருக்கிற வீடுகளில் ஒண்ணு போன வாரம் காலியாச்சு. அந்தச் சாவி, நாளைக்கே நீங்க ரெண்டுபேரும் அங்கே குடி போகலாம்."

"அப்பா!" என்றான்.

"இல்லை மாமா! அதெல்லாம் வேணாம்" என்றாள் பத்மினி.

"மறுக்காதேம்மா. அதான் சரி. எனக்கு உன் மேல் கோபம் இல்லை. விஜய் மேலேயும் கோபம் இல்லை. பிடி விஜய். நீ கேட்டதுக்காக இந்த முடிவுக்கு வரலை. நானே யோசிச்சிக்கிட்டுத்தான் இருந்தேன். பத்மினி, நாங்க அந்தக் காலம்மா. இந்தக் காலத்துக்கு மாறிக்கிறது எல்லாராலேயும் முடியாது. அது தப்பும் கிடையாது. எங்க நியாயங்கள் உங்களுக்குத் தப்பாப்படுது. உங்க நியாயங்கள் எங்களுக்குத் தப்பாப்படுது. யாராச்சும் ஒருத்தர் மாறணும். எங்களாலயும் முடியாது. உங்களாலயும் முடியாது. ஒரே வீட்ல இருந்து மனசை ரணகளப்படுத்திக்க வேணாம். நிஜமா சொல்றேன்... நீயா திரும்பி வந்ததும், மன்னிச்சுடுங்கனு பேசினதும் சந்தோஷமா இருக்கு. என் பையன் தப்புக்கணக்கு போட்டுட்டானோன்னு நினைச்சேன். இல்லை. நிச்சயமா இல்லை. இந்த விட்டுக் கொடுக்கிற விஷயத்தை எப்பவும் ரெண்டு பேரும் கடைப்பிடிங்க. விஜய், மனசைக் குழப்பிக்காதே. எனக்குக் கோபமோ வருத்தமோ இல்லை. உங்கம்மாவுக்கு ரெண்டு நாளாகும் சரியாக. பத்மினியைக் கூட்டிக்கிட்டு உள்ளே போ."

"வேணாம்ப்பா... இங்கேயே..."

"என் முடிவை மாத்தறதா இல்லை..." என்று ராஜகோபால் தன் அறைக்குள் சென்றுவிட... அம்மாவைப் பார்த்தான். அம்மா எழுந்து தன் அறைக்குள் சென்றாள்.

விஜய்யும், பத்மினியும் அறைக்குள் வந்தார்கள். பத்மினி நின்று கொண்டிருக்க... விஜய் கட்டிலில் அமர்ந்து கையில் இருந்த சாவியைப் பார்த்தான். அதை டீப்பாய் மேல் வைத்தான். அவளைப் பார்த்தான், சலனமில்லாமல். அவளும் அமைதியாகப் பார்த்தாள். பார்வையை விலக்காமல் ஒருமுறை இமைத்து அந்த இமைப்பில் அவளை அருகில் அழைத்தான். வந்தாள். ஜாடையில் அருகில் அமரச் சொன்னான். அமர்ந்தாள். அவள் கையை இரண்டு கைகளால் பொத்திக்கொண்டான்.

"என்ன பார்த்துக்கிட்டே இருக்கே, பேசமாட்டியா பத்மினி?"

"தினம் மனசுக்குள்ள மணிக்கணக்கா பேசியாச்சு விஜய்."

"இளங்கோ மூலமாவும் ரொம்ப பேசியாச்சு பத்மினி. ஸாரிம்மா! ரொம்ப நோகடிச்சிட்டேனா?"

"இல்லே. புரிய வெச்சிட்டிங்க விஜய்."

"எதை?"

"பிரிவு காதலை வளர்க்கும்ங்குறதை" என்று அவன் தோளில் சாய்ந்து கொள்ள... அணைத்துக் கொண்டான்.

"மாமாவோட முடிவை மாத்தச் சொல்லணும் விஜய்."

"வேணாம் பத்மினி. தனியாகவே இருப்போம். இப்பதானே சொன்னே பிரிவு காதலை வளர்க்கும்னு. அதே மாதிரி பாசத்தையும் வளர்க்கும். அம்மாதான் கோபமா இருக்காங்க. நாளானா சரியாயிடும். இளங்கோ சொல்லியிருப்பானே... லோன் சாங்ஷன் ஆகியிருக்கு."

"சொன்னார். நீங்களே சொல்லியிருந்தா இன்னும் சந்தோஷமா இருந்திருக்கும்."

"பெண்டாட்டிகிட்டே மானம் பார்க்கிறதில்லை. ஆனா, தன்மானம் மட்டும் வந்துடுது... குறைக்கணும் பத்மினி. அப்புறம் ஒரு செய்தி. பேர் முடிவு செஞ்சிட்டேன். பத்மினி

இண்டஸ்ட்ரீஸ்! அடுத்த மாசத்தோட நீ உன் வேலையை ராஜினாமா செய்யப் போறே!"

"என்னது?"

"ஆமாம். செஞ்சுட்டு பத்மினி இண்டஸ்ட்ரீல்ஸ்ல மானேஜிங் டைரக்டரா பொறுப்பு ஏத்துக்கப் போறே. வேலைக்கு வேலை, முதலாளியம்மாவுக்கு முதலாளியம்மா, உன் எம். பி. ஏ வித்தை எல்லாம் நம்ம சொந்த இண்ட்ஸ்ட்ரீஸ்ல காட்டு, ஓகேயா?"

"நிச்சயமா விஜய்" என்றாள் பூரிப்பாக.

புது வீட்டுக்குக் குடி வந்ததும் பத்மினியின் அம்மா கடிதம் எழுதியிருந்தாள். இரண்டே வரிகள்:

பத்மினி, சந்தோஷமாக இருக்கிறது. நீ ஜெயித்துவிட்டாய். என் வாழ்த்துக்கள் என்றென்றும்.

- கஸ்தூரி வைத்தீஸ்வரன்.

பத்மினி உடனே காகிதம் எடுத்து எழுதினாள்.

அன்புள்ள அம்மா,

உன் கடிதத்தில் வாழ்த்துக்களை மட்டும் ஏற்றுக்கொள்கிறேன். ஜெயித்தல் என்பதற்கு வாழ்க்கையில் இடமில்லை. வாழ்க்கை பந்தயம் அல்ல; பந்தம். நீ எதை மனத்தில் கொண்டு எழுதினாய் என்பது எனக்குப் புரியும். என் சுதந்திர உணர்வுகள் சிதையாமல் இல்லறத்தை மீட்டுக் கொண்டதில் என் பங்கு மட்டும் இல்லை... புரிந்த, பக்குவ மனம் கொண்ட கணவரும் ஒரு பங்கு. என் ஒருத்தியை வைத்து உலகம் மாறிவிட்டதாக ஆனந்தப்பட்டு விட வேண்டாம். எனக்குத் தெரியும். நான் விதிவிலக்குத்தான். மற்றபடி இன்றைக்குப் பெண் சுதந்திரமும், அவளின்

மனமொத்த இல்லறமும் அங்கீகரிக்கப்படும்போதே நிறைவேறியதாகிறது. அப்படி அங்கீகரிக்க, பக்குவம் மிக்க மனங்கள் தேவை. அந்த மனங்களை ஆண்கள் வளர்த்துக் கொள்ளும் வரை பெண்களுக்குக் கனவுகளை மட்டுமே இந்த சமுதாயத்தால் இலவசமாகத் தர முடிகிறது.

பத்மினி.

முற்றும்

www.ingramcontent.com/pod-product-compliance
Lightning Source LLC
LaVergne TN
LVHW060228051026
849517LV00005B/1551
* 9 7 8 9 3 9 5 1 6 6 0 3 4 *